AF741628

വിശ്വസാഹിത്യപഠനങ്ങൾ

(ഭാഗം ഒന്ന്)

viswasahithya padanangal

•

dr. munjinadu padmakumar

•

first edition
april 2013

•

second impression
january 2021

•

typesetting
megha

•

published
chintha publishers, thiruvananthapuram

•

•

cover
prasoon

•

വിതരണം

ദേശാഭിമാനി ബുക്ക് ഹൗസ്

H O തിരുവനന്തപുരം-695 035
www.chinthapublishers.com
chinthapublishers@gmail.com

ബ്രാഞ്ചുകൾ

ഹെഡ്ഡാഫീസ് ബ്രാഞ്ച് കുന്നുകുഴി • ഓവർബ്രിഡ്ജ് തിരുവനന്തപുരം • കെ എസ് ആർ ടി സി ബസ് സ്റ്റേഷൻ ആലപ്പുഴ • കെ എസ് ആർ ടി സി ബസ് സ്റ്റേഷൻ എറണാകുളം • മച്ചിങ്ങൽ ലെയ്ൻ തൃശൂർ • ഐ ജി റോഡ് കോഴിക്കോട് • കെ എസ് ആർ ടി സി ബസ് സ്റ്റേഷൻ കോഴിക്കോട് • എൻ ജി ഒ യൂണിയൻ ബിൽഡിങ് കണ്ണൂർ • സെൻട്രൽ ബസ് ടെർമിനൽ കോംപ്ലക്സ് താവക്കര കണ്ണൂർ

CO - 1900 / 3198
ISBN - 978-93-83155-01-9

വിശ്വസാഹിത്യപഠനങ്ങൾ
(ഭാഗം ഒന്ന്)

ഡോ. മുഞ്ഞിനാട് പത്മകുമാർ

ചിന്ത പബ്ലിഷേഴ്സ്
തിരുവനന്തപുരം-695 035

ഡോ. മുഞ്ഞിനാട് പത്മകുമാർ

എം കെ ഗോപിനാഥൻ നായരുടെയും എൻ വിജയമ്മയുടെയും മകനായി കൊല്ലത്ത് ജനിച്ചു. മലയാളത്തിൽ ബിരുദാനന്തരബിരുദവും Spiritual Awakening under the Influence of Remana Maharshi എന്ന വിഷയത്തിൽ ഡോക്ടറേറ്റും നേടി. കവിത, യാത്ര, സംഗീതം, ചരിത്രം, വിവർത്തനം എന്നീ വിഭാഗങ്ങളിലായി മുപ്പതിലധികം കൃതികൾ. ആശാൻ പുരസ്കാരം (2009), മികച്ച തിരക്കഥയ്ക്കുള്ള കാഴ്ചപുരസ്കാരം (2011), കെ പി അപ്പൻ പുരസ്കാരം (2012) എന്നിവ ലഭിച്ചിട്ടുണ്ട്.

ഭാര്യ : മിനി എസ്
മകൾ : പി ദേവികൃഷ്ണ
വിലാസം : നീലാംബരി,
ശ്രീവിലാസം നഗർ
വടക്കേവിള പി ഒ
കൊല്ലം - 691010

ഉള്ളടക്കം

ആമുഖം

കാലത്തിന്റെ കനത്ത ശിക്ഷകളിൽനിന്ന് രക്ഷപ്പെടാനായിരുന്നു ഞാൻ പുസ്തകങ്ങളിൽ അഭയം തേടിയത്. അത് കാലത്തിന്റെയൊരു വശീകരണവിദ്യയായിരുന്നു. പറുദീസ കാട്ടിത്തരാം എന്നു പറഞ്ഞു കൊണ്ട് ചെകുത്താന്റെ താഴ്വരയിലേക്കെന്നെ കൂട്ടിക്കൊണ്ടുപോവുക യായിരുന്നു ആ നാളുകൾ. എനിക്കതിൽ ഭയമുണ്ടായിരുന്നില്ല. സമുദ്ര ത്തിൽ ഒഴുകിനടക്കുന്ന ദ്വീപുകളിൽ അകപ്പെട്ടപോലെയാണ് എനിക്ക തനുഭവപ്പെട്ടത്. ടോൾസ്റ്റോയിയുടെ *നീതിസാര*കഥകളായിരുന്നു ഞാനാ ദ്യം വായിച്ചത്. അതു വായിക്കാൻ തന്നത് മേഴ്സി ടീച്ചറായിരുന്നു. പുസ്തകം മടക്കിക്കൊടുക്കുമ്പോൾ അതിൽ പറ്റിയിരുന്ന ചന്ദനത്തിന്റെ നനവ് ടീച്ചറിനെ ചൊടിപ്പിച്ചു. അതൊരു ഭഗ്നപ്രണയത്തിന്റെ ഓർമപ്പെ ടുത്തലായിരുന്നുവെന്ന് പിൽക്കാലത്ത് ഞാനറിഞ്ഞു. പിന്നീട് ശ്രീരാമ കൃഷ്ണ പരമഹംസന്റെ *സാരോപദേശകഥകൾ* വായിച്ചു. അപ്പോൾ പ്രപഞ്ചം ഒരു മഞ്ഞുതുള്ളിയിൽ പ്രതിഫലിക്കുന്നതുപോലെ തോന്നി. വിക്രമാദിത്യൻകഥകൾ പ്രപഞ്ച നിഗൂഢതയിലേക്ക് എന്നെ ക്ഷണിക്കു കയായിരുന്നു. ഭൂമിയുടെ ഒരറ്റത്തുനിന്ന് മറ്റേ അറ്റത്തേക്കുള്ള പലായന മായിരുന്നു എന്റെ *മഹാഭാരത*വായനകൾ. *കാന്റർബറി കഥകൾ* എന്റെ ഞരമ്പുകൾക്ക് തീകൊളുത്തി. ബ്രാം സ്റ്റോക്കറുടെ *ഡ്രാക്കുള* വായിച്ച പ്പോൾ രോമക്കുപ്പായത്തിനുള്ളിൽ സുരക്ഷിതനായിരുന്ന ഞാൻ ശരിക്കും ഭയന്നുവിറച്ചു. ഭയത്തിന്റെ ആ രാപ്പകലുകൾ എന്റെ വികാരവിമലീകര ണകാലമായിരുന്നു. അത് മാനസികമായ കാലത്തിന്റെ സ്വയം പീഡന മാർഗമായിരുന്നു. ഭയമൊഴിഞ്ഞ മനസ്സ് അങ്ങനെ ചെകുത്താന്റെ കോട്ട യായിത്തീർന്നു. ഡ്രാക്കുളപ്രഭു ജൂഡിയായെ കോരിയെടുക്കുംപോലെ പിന്നീട് ഞാൻ പുസ്തകങ്ങളെ ഹൃദയത്തിലേക്ക് കോരിയെടുത്തു.

പിന്നീടെപ്പോഴോ സാമുദ്രിക ലക്ഷണശാസ്ത്രം പഠിച്ചപ്പോൾ പുസ്തകങ്ങളെ ഞാൻ ലാവണ്യയുക്തികളുടെ അടിസ്ഥാനത്തിൽ നിർവചിക്കാൻ ശ്രമിച്ചു. ജിബ്രാന്റെ കൃതികൾ ഞാനങ്ങനെയാണ് അനുഭവിച്ചത്. പുസ്തകങ്ങൾക്ക് ഗന്ധമാദനത്തോളം വളർന്ന സുഗന്ധാനുഭവം കൂടിയുണ്ടെന്ന് തിരിച്ചറിഞ്ഞകാലം കൂടിയായിരുന്നു അത്. പുസ്തകത്തെ ശരീരത്തിന്റെ ഉൽക്കണ്ഠകളായിത്തന്നെ ഞാനനുഭവിച്ചു. വാക്കിന്റെ കാലപ്രമാണങ്ങൾക്ക് നടുവിൽ എന്റെ ശിഥിലധ്യാനം മുക്തിയിലേക്ക് നീങ്ങാൻ പ്രലോഭിപ്പിച്ചുകൊണ്ടേയിരുന്നു. പിൽക്കാലത്ത് നീഷെയെയും കമ്യുവിനെയും വായിച്ചപ്പോൾ എന്റെ നടപ്പ് അപകടകരമായിരുന്നുവെന്ന് തോന്നി. 'എന്തിനാണ് അങ്ങ് പുറത്തേക്ക് ഒഴുകുന്നത്?' എന്ന ചോദ്യത്തിന് രമണ മഹർഷി പറയുന്ന ഒരുത്തരം ഞാനിപ്പോൾ ഓർമിക്കുന്നു. മൗനത്തിന്റെ കൂടുതുറന്നുവരുന്ന പക്ഷിക്കൂട്ടങ്ങൾപോലെയായിരുന്നു രമണന്റെ വാക്കുകൾ. അതു ഭൂമിയിൽ കിട്ടാവുന്നതിലേക്കുംവച്ച് ഏറ്റവും അഭിജാതമാർന്ന ഒരു മറുപടിയായിരുന്നു. ആ ഉത്തരത്തിന്റെ സുഗന്ധം തേടുമ്പോഴാണ് സഹ്യന് പുറത്തേക്ക് ചില വഴികളുണ്ടെന്ന് ഞാൻ തിരിച്ചറിയുന്നത്. ആ അറിവിന് സായാഹ്നങ്ങളുടെ വജ്രകാന്തിയുണ്ടായിരുന്നു. തിരുവനന്തപുരം എനിക്ക് തന്ന സായാഹ്ന സമ്മാനമായിരുന്നു അത്. അയ്യപ്പപ്പണിക്കർ ആ സായാഹ്ന സദസിലെ വിരാട് പുരുഷനായിരുന്നു. തലതിരിഞ്ഞ എന്റെ ചില ചോദ്യങ്ങൾക്ക് അദ്ദേഹം മുനയുള്ള ഉത്തരങ്ങൾ തരികയായിരുന്നു. ആ ഉത്തരങ്ങൾക്ക് ഭൂപടങ്ങളുടെ ആകൃതിയുണ്ടായിരുന്നു. തെംസിനെപ്പറ്റിയും വെനീസിനെപ്പറ്റിയും പറയുമ്പോൾ ഒരു കുട്ടനാട്ടുകാരന്റെ നനവ് ഞാനനുഭവിച്ചു. നീഷെയുടെ *ആന്റിക്രൈസ്റ്റും* സിമോൺ ദി ബുവ്വയുടെ *ദി സെക്കന്റ് സെക്സും* അധികവായനയ്ക്ക് അദ്ദേഹം ശുപാർശ ചെയ്തു. പണിക്കർസാർ എന്റെ അസ്വസ്ഥതയ്ക്കുമേൽ തീകോരിയിടുകയായിരുന്നു. ആ സായാഹ്നങ്ങൾ അഗ്നിശലാകകൾപോലെ തോന്നിപ്പിച്ചു. പിന്നീടെപ്പോഴോ സായാഹ്നങ്ങൾക്ക് ഭംഗി നഷ്ടപ്പെടാൻ തുടങ്ങി. ആകാശം പീതനിറത്താൽ ചുറ്റപ്പെട്ടിരുന്നു. പണിക്കർസാർ ഇല്ലാത്ത സദസ്സ് നിലവിളിക്കുന്നതുപോലെ എനിക്ക് തോന്നി. ഓർമകളുടെ ഭസ്മക്കാവടിയുമേന്തി ഞാനിപ്പോഴും ആ സായാഹ്നങ്ങൾ കയറിയിറങ്ങി നടക്കാറുണ്ട്. എന്റെ വായനയുടെ യൗവനകാലമായിരുന്നു അത്. ഈ പഠനാനുഭവങ്ങൾക്ക് അതിന്റെ പേശീബലമുണ്ടെന്ന് ഞാൻ കരുതുന്നു.

ഡോ. മുഞ്ഞിനാട് പത്മകുമാർ

1

ഫയദോർ ദസ്തയേവ്സ്കി

ഫയദോർ ദസ്തയേവ്സ്കി

"സോണിയാ" അയാൾ പറഞ്ഞു: "നീ എന്നെ തടവിൽ വന്നു കാണാതിരിക്കുന്നതാവും ഭേദം!"

പെൺകിടാവ് ഉത്തരം പറഞ്ഞില്ല. അവൾ കരഞ്ഞു. ഏതാനും നിമിഷം കഴിഞ്ഞു. "അവിടന്ന് ഒരു കുരിശു ധരിക്കുന്നുണ്ടോ?" പെട്ടെന്ന് ഒരു ചിന്ത ഉദിച്ചിട്ട് അവൾ ചോദിച്ചു. ആ ചോദ്യം അയാൾക്ക് ആദ്യം മനസിലായില്ല. "ഇല്ല, അല്ലേ? ആട്ടെ, ഇതെടുക്കൂ. ഇതു സൈപ്രസ്മരംകൊണ്ടുണ്ടാക്കിയതാണ്. എനിക്ക് എലിസബത്ത് തന്നിട്ടുള്ള ഒരു ചെമ്പുകുരിശുണ്ട്. ഞങ്ങൾ ഒരു മാറ്റം കഴിച്ചു. അവൾ എനിക്ക് അവളുടെ കുരിശു തന്നു. ഞാൻ ഒരു വിഗ്രഹം കൊടുത്തു. ഇനി ഞാൻ അവളുടേതു ധരിക്കാം. അവിടന്ന് ഇതും ഇതാ, ഇതെന്റെയാണ്!" അവൾ നിർബന്ധിച്ചു. "നാം പരസ്പരം പ്രതിവിധി ആചരിക്കുന്നതുപോലെ കുരിശും നാം മാറി മാറി ധരിക്കുക."

"തരൂ!" അവളുടെ മനോവ്യഥ കുറയ്ക്കുവാൻവേണ്ടി റസ്കാൾനിക്കോഫ് പറഞ്ഞു. അയാൾ കൈ നീട്ടി. എന്തായാലും പെട്ടെന്ന്

അയാൾ അതു വലിച്ചുകളഞ്ഞു. “അല്ല സോണിയാ, ഇപ്പോഴല്ല; പിന്നെ - അതാണു നല്ലത്.” സമ്മതാർഥത്തിൽ അയാൾ പറഞ്ഞു.

“അതെ, അതെ! പിന്നെ” ആഹ്ലാദത്തോടെ അവൾ മറുപടി പറഞ്ഞു: “പ്രായശ്ചിത്തം ആചരിക്കുമ്പോളാവാം. അവിടന്ന് എന്റെ അടുത്തുവരണം. ഇതു ഞാൻ കഴുത്തിൽ ധരിപ്പിക്കും. നമുക്കു രണ്ടുപേർക്കുംകൂടി ഒരു ചെറു പ്രാർഥന നടത്തുക. പിന്നെ, നമുക്കു പോകാം.”

ഈ ഘട്ടത്തിൽ വാതിൽക്കൽ മൂന്നു മുട്ടു കേട്ടു. “സോണിയാ, ഞാൻ വരട്ടേ?” നന്നെ പരിചയമുള്ളതും സന്തോഷം കലർന്നതുമായ ഒരു ശബ്ദം ചോദിച്ചു.

കുറ്റവും ശിക്ഷയും

അസ്വസ്ഥയായ സോണിയാ വാതിൽക്കലേക്ക് ഓടി.

കുറ്റവും ശിക്ഷയും/1866

അധോതലക്കുറിപ്പു (*Notes from the Underground*)കളിൽനിന്ന് *കുറ്റവും ശിക്ഷ* (*Crime and Punishment*)യിലേക്ക് ജീവിതാവസ്ഥകൾ പുരോഗമിക്കുമ്പോൾ ചിന്തയുടെ ചിതൽപ്പുറ്റുകൾ അടർത്തിമാറ്റി മുഖ്യ കഥാപാത്രമായ റോസിയൻ റൊമനോവിച്ച് റസ്കാൾ നിക്കാഫ് പ്രവൃത്തിയിലേക്കുണർന്ന്, പ്രകൃതിയും സമൂഹവും നിർമിച്ച ‘മതിലുകൾ’ക്കെതിരെ ഏകാകിയും ധിക്കാരിയുമായ പ്രക്ഷോഭകാരിയായി മാറുന്നു. ഇരുപത്തിമൂന്നു വയസുള്ള ദരിദ്രനായ ഈ മുൻവിദ്യാർഥി ‘ഒളിവിലെ മനുഷ്യന്റെ’ ആത്മീയബന്ധുവാണ്. മനുഷ്യജീവികൾ അനിവാര്യമായും സർവതന്ത്രസ്വതന്ത്രരാണെന്ന് *അധോതലക്കുറിപ്പുകളിൽ* ദസ്തയേവസ്കി സ്ഥാപിക്കുന്നുണ്ട്. എന്നാൽ *കുറ്റവും ശിക്ഷ*യിലേക്കു വരുമ്പോൾ സ്വാതന്ത്ര്യത്തിന്റെ അനന്തരഫലങ്ങളുടെ സാധ്യതകൾ ദസ്തയേവസ്കി ചൂണ്ടിക്കാണിക്കുന്നു. ബീഭത്സങ്ങളായ കുറ്റകൃത്യങ്ങൾ ചെയ്യുവാൻ മനുഷ്യന് കഴിയും. നോവലിൽ റസ്കാൾ നിക്കാഫ് രണ്ടുപേരെ കൊലപ്പെടുത്തുന്നു. നമ്മുടെ വിവേകം ഈ കൊലപാതകത്തെ എല്ലാ അനുഭവങ്ങളിൽനിന്നും നേരിടുന്നുണ്ട്. എന്തുകൊണ്ട്, എങ്ങനെ തടയാം എന്നീ ചോദ്യങ്ങൾക്കു മുന്നിൽ നമുക്ക് താൽക്കാലികമായെങ്കിലും നിശ്ശബ്ദരാകേണ്ടിവരുന്നു. അതാണ് സത്യം.

മറ്റുള്ളവരുടെ ദാരിദ്ര്യത്തെ ഇരയാക്കുന്ന ധനികനും മുതിർന്നവനുമായ ഒരു പണ്ടപ്പണയക്കാരനെ റസ്കാൾ നിക്കാഫ് കൊലപ്പെടുത്തുന്നു.

അധോതലക്കുറിപ്പുകൾ

കൊലപാതകിയായ തന്നെ പിടിക്കാൻ ശ്രമിച്ച ധനികന്റെ സാധുവായ സഹോദരിയെയും കൊലപ്പെടുത്താൻ റസ്കാൾ നിക്കാഫ് നിർബന്ധിതനായി. ഇരട്ടക്കൊലപാതകങ്ങൾ റസ്കാൾ നിക്കാഫിന്റെ മനോഗതിയിൽ സൃഷ്ടിച്ച സംഘർഷങ്ങളെ വായനക്കാരൻ പിന്തുടരുന്നു. കൊലയ്ക്കുശേഷം അയാൾ 'ശിക്ഷ' (സ്വയം ശിക്ഷ) തന്നിൽ നടപ്പിലാക്കാൻ തീരുമാനിക്കുന്നു. കൊലപാതകങ്ങളെത്തുടർന്നുണ്ടായ മാനസികത്തകർച്ചയെ കൂടാതെ 'പ്രതിയെ കിട്ടുമെന്ന്' ഉറച്ചിരിക്കുന്ന ഇൻസ്പെക്ടറെയും അയാൾക്ക് അഭിമുഖീകരിക്കേണ്ടതുണ്ട്. തന്റെ മനോപീഡ ഒന്നവസാനിച്ചുകിട്ടുവാൻ കുറ്റം ഏറ്റുപറഞ്ഞാലോ എന്നുപോലും റസ്കാൾ നിക്കാഫ് ആഗ്രഹിക്കുന്നു.

അന്തിമമായി, പശ്ചാത്തപിക്കും മുമ്പ് റസ്കാൾ നിക്കാഫിന് അവന്റെ സ്വഭാവശീലങ്ങളുടെ നല്ല വശങ്ങളെ സ്വീകരിക്കുകയും പ്രോത്സാഹിപ്പിക്കുകയും ചെയ്തിരുന്ന ആദരണീയരായിരുന്നവരോട് കലഹിക്കേണ്ടിവന്നിട്ടുണ്ട്. അവന്റെ അമ്മ, സഹോദരി, സുഹൃത്തായ റസുമിഖിൻ, അഗതിയായ മർമിലാദോവിന്റെ കുടുംബം വിശേഷിച്ചും സോന്യാ മർമിലാദോവ്, ഒപ്പം വിലോമതയുടെ മാതൃകകളായ നിന്ദ്യകഥാപാത്രങ്ങളോടും അയാൾ കലഹിക്കുന്നുണ്ട്. അയാളുടെ സഹോദരിയുടെ സ്വാർഥബുദ്ധിയുള്ള പ്രതിശ്രുതവരൻ ലുഴിൻ, അവളുടെ അധാർമികനായ മുൻ തൊഴിലുടമ സ്വിഡ്രിഗയ്ലൊവ്, അഗതിയായ സോന്യാ മർമിലാദോവ് എന്നിവരാണ് പശ്ചാത്തപിക്കണമെന്ന് അയാളെ പറഞ്ഞ് ബോധ്യപ്പെടുത്തിയത്.

നോവലിന്റെ ആദ്യഭാഗങ്ങളിൽ *അധോതലക്കുറിപ്പുകളി*ലെ മനുഷ്യനെപ്പോലെ റസ്കാൾ നിക്കാഫും തന്നിലേക്കുതന്നെ ചുരുങ്ങി സമൂഹത്തിൽനിന്ന് സ്വയം വിട്ടുനിൽക്കുകയാണ് ചെയ്യുന്നത്. എല്ലാവരിൽനിന്നും, എല്ലാറ്റിൽനിന്നും സ്വയം മുറിച്ചുമാറ്റപ്പെട്ടു കഴിയാനാണ് അയാൾ ആഗ്രഹിക്കുന്നത്. അയാൾ ആരും കടന്നുവരാൻ ഇഷ്ടപ്പെടാത്ത ഒരു മുറിയിൽ കഴിഞ്ഞു. സ്വയം തടവിലാക്കപ്പെട്ടവനാണെന്ന് ലോകത്തെ ബോധ്യപ്പെടുത്താനും അതുവഴി കൂടുതൽ പശ്ചാത്താപ വിവശനാകാനുമുള്ള ഒരു ചോദന ഇതിനു പിന്നിലുണ്ടെന്ന് സുവ്യക്തം. *അധോതലക്കുറിപ്പുകളി*ലെ മനുഷ്യനെപ്പോലെ റസ്കാൾ നിക്കാഫും ഏകാന്തവും വിരസതയും കലർന്ന ഒരു സ്വയംപീഡനമാർഗം സ്വീകരിക്കുകയാണ് ചെയ്യുന്നത്.

*അധോതലക്കുറിപ്പുകളി*ലെ മനുഷ്യനെപ്പോലെ റസ്കാൾ നിക്കാഫിനും നിശ്ശബ്ദനാകണമെന്നൊരു ത്വരയുണ്ട്. അയാളും തന്റെ സഹജീവികളെ വെറുത്തിരുന്നു. അവരുടെ മുഖങ്ങൾ, ചലനങ്ങൾ, ചേഷ്ടകൾ, സൗഹൃദങ്ങൾ എല്ലാം അയാളിൽ വെറുപ്പ് നിറച്ചുകൊണ്ടേയിരുന്നു. വെറുപ്പും വിദ്വേഷവും അയാളിൽ ആദ്യംമുതൽക്കേ ഉണ്ടായിരുന്നു. എല്ലാറ്റിലും കാപട്യത്തിന്റെയും സ്നേഹരാഹിത്യത്തിന്റെയും അംശങ്ങൾ ലയിച്ചുകിടക്കുന്നതായി അയാൾക്കു തോന്നി. അതോടെ അയാളിൽ അമർന്നുകിടന്ന പക ഒരണലിയെപ്പോലെ പതിയെ വിഷം ചീറ്റാൻ തുടങ്ങി. വെറുപ്പും പകയും അയാൾക്കതു നിയന്ത്രിക്കാൻ കഴിയാതെ വന്നു. അത് പലിശക്കാരന്റെ കൊലപാതകത്തോടെ ഒരു ഘട്ടത്തിലെത്തി.

"വെറും ഒരു കീടം മാത്രമായ, നികൃഷ്ടനും നീചനും ഉപയോഗശൂന്യനും ഉപദ്രവകാരിയുമായ ഒരുവനെ കൊല്ലുക എന്നത് എളുപ്പമാണ്. സാഹസികമായ യാതൊന്നും അതിലില്ല." ഫിലിപ്പ് റാഹ്വ് ചൂണ്ടിക്കാണിച്ചതുപോലെ റസ്കാൾ നിക്കാഫ് കൂടുതൽ സമയവും 'മുറിയിലെ ഭിത്തി അലമാരയിൽ അടയിരുന്നു.' *അധോതലക്കുറിപ്പുകളി*ലെ മനുഷ്യനെപ്പോലെ ആത്മനാശത്തിന്റെ അപായം നിലനിന്നിട്ടുപോലും, തന്റെ നിലനിൽപ്പ് കുരുക്കിലകപ്പെട്ടുപോയെങ്കിലും അത് വലിച്ചുപൊട്ടിച്ച് പുറത്തുവരാനാകാത്തവിധം അയാളിൽ അക്ഷമയും ക്രോധവും ഒരുപോലെ ജ്വലിച്ചുനിന്നു.

ദസ്തയേവ്സ്കിയുടെ പഴയ പ്രതിനായകന്റെ ചിന്തയിൽ പ്രവർത്തിക്കുന്ന, *അധോതലക്കുറിപ്പുകളി*ലെ മനുഷ്യന്റെ പിൻഗാമിയാണ് റസ്കാൾ നിക്കാഫ് എന്ന് വായനക്കാർക്ക് സംശയം തോന്നുന്നുവെങ്കിൽ, കൊലപാതകി എന്നു വിളിച്ചിട്ട് കുറ്റം ഏറ്റുപറയാൻ ശ്രമിച്ച അയാളുമായി റസ്കാൾ നിക്കാഫ് സംഘർഷത്തിൽ ഏർപ്പെടുന്നതായി ദസ്തയേവ്സ്കി വ്യക്തമാക്കുന്നുണ്ട്.

II

'പെട്ടെന്ന് ഇരുളിൽനിന്നൊരു രൂപം പ്രത്യക്ഷപ്പെടുന്നു. ഒളിവിൽനിന്നുള്ള ഇന്നലത്തെ മനുഷ്യനെപ്പോലെ ഒരാൾ.

ആ മനുഷ്യൻ ഒന്നും ശബ്ദിച്ചില്ല. അയാൾ ഭൂമിയോളം കുനിഞ്ഞു.

"എന്തു സംഭവിച്ചു?" റസ്കാൾ നിക്കാഫ് ഗർജിച്ചു.

"ഞാൻ കുറ്റവാളിയാണ്" അയാൾ ശാന്തനായി പറഞ്ഞു.

"എന്തു കുറ്റം?"

"പൈശാചികചിന്തകൾ."

അവർ പരസ്പരം നോക്കി.'

*അധോതലക്കുറിപ്പുകളി*ലെ അതേ അനുഭവത്തിൽനിന്ന് രൂപപ്പെട്ട കഥാപാത്രമാണ് റസ്കാൾ നിക്കാഫ്. മനുഷ്യരെല്ലാവരും സ്വതന്ത്രരാണെന്ന് അയാൾ വിശ്വസിക്കുന്നു. എന്നാൽ എന്തിനുവേണ്ടിയാണ് നാം

സ്വതന്ത്രരായത്? സ്വാതന്ത്ര്യം ഉറപ്പിക്കാനായി സമൂഹവും ദൈവവുമായി നിരന്തരം കലഹിക്കുന്നതിനോ? ഇത് തീർച്ചയായും നമ്മെ സന്തോഷിപ്പിക്കില്ല. നമുക്ക് എന്തെങ്കിലുമൊരു ലക്ഷ്യം ആവശ്യമാണ്. *അധോതലക്കുറിപ്പുകളി*ലെ മനുഷ്യന് അങ്ങനെയൊരു ലക്ഷ്യമില്ല. അതുകൊണ്ട് അയാൾ പ്രവർത്തിക്കുന്നതിനുപകരം പരാതിക്കാരനായി മാറി. ഇവിടെ എന്തെങ്കിലും ചെയ്തേ പറ്റൂ എന്ന് റസ്കാൾ നിക്കാഫ് മനസിലാക്കുന്നു. അയാൾക്ക് എന്തെങ്കിലും ചെയ്യണം. എന്തു സംഭവിച്ചാലും എന്തെങ്കിലും ചെയ്തേ പറ്റൂ. അതിനായി അയാൾ തെരഞ്ഞെടുക്കുന്ന വഴി, ഭയാനകവും ദാരുണവുമായയൊരു കൊലപാതകമാണ്. എന്തുകൊണ്ടാണ് അയാൾ കൊലപാതകം തെരഞ്ഞെടുത്തത്?

റസ്കാൾനിക്കാഫിനെ കൊലപാതകദൗത്യത്തിലേക്ക് നയിച്ച ഘടകങ്ങൾ അനവധിയാണ്. ആദ്യഘടകം അയാളൊരു ദരിദ്രനാണ് എന്നതു തന്നെ. സാമ്പത്തികനില ഭദ്രമല്ലാത്തതിനാൽ അയാൾക്ക് വിദ്യാഭ്യാസം പൂർത്തിയാക്കാൻ കഴിഞ്ഞില്ല. അയാളുടെ ഭാവി കൂടുതൽ ഇരുണ്ടതും വിരസതയുള്ളതുമായിത്തീർന്നു. 'ആത്മാവ് വിൽക്കുന്ന' സഹോദരിയെ രക്ഷപ്പെടുത്തി ഒരു ധനികന് വിവാഹംചെയ്തുകൊടുക്കണമെന്ന് അയാൾക്ക് ആഗ്രഹമുണ്ട്. മാതാവിനെയും സഹോദരനെയും സഹായിക്കാൻ അയാൾ വഴിതെറ്റിയ പലതും ചെയ്തുകൂട്ടി. കുറ്റകൃത്യങ്ങളെ ന്യായീകരിക്കുന്ന നവപ്രയോജനവാദചിന്തകൾ അയാളെ ആഴത്തിൽ സ്വാധീനിച്ചു. സാമൂഹ്യനിയമങ്ങളുടെ ലംഘനത്തെ സാധൂകരിക്കുമെന്ന് ചിന്തിക്കുന്ന നീത്ഷെയുടേതുമായി താദാത്മ്യം പ്രാപിക്കുന്ന ഒരു തനതു സിദ്ധാന്തം റസ്കാൾ നിക്കാഫിന് ഉണ്ടായിരുന്നു.

സാധ്യമായ ഓരോ കാരണങ്ങളും പരിഗണിക്കുന്നതിനുമുമ്പ് എന്തുകൊണ്ടായിരിക്കും റസ്കാൾ നിക്കാഫ് ഈ പാതകം ചെയ്തത്? കൊലയ്ക്കു പ്രേരകമായത് എന്താണെന്ന് മനസിലാകണമെങ്കിൽ അയാളുടെ വിഷമസങ്കീർണമായ സാഹചര്യങ്ങൾ, മറ്റുള്ളവരുടെ സിദ്ധാന്തത്തിന്റെ സ്വാധീനം, കുടുംബത്തിലെ കടുത്ത ദാരിദ്ര്യം ഉൾപ്പെടെയുള്ള കാര്യങ്ങൾ അടിസ്ഥാനപരമായി ചർച്ചചെയ്യപ്പെടേണ്ടതും അതിൽനിന്ന് കൃത്യമായൊരു നിർവചനത്തിലേക്ക് എത്തപ്പെടേണ്ടതുമാണ്. അയാൾ ചെയ്ത പ്രവൃത്തിയുടെ ഉത്തരവാദിത്വത്തിൽനിന്ന് അയാളെ ഒഴിവാക്കാമോ എന്ന ചോദ്യത്തിന് പ്രാധാന്യംകൊടുത്തുകൊണ്ടുവേണം ഈ വിഷയത്തെ സമീപിക്കേണ്ടത്. ഇതിന് ദസ്തയേവ്സ്കി കൃത്യമായൊരു നിർവചനം നൽകുന്നുണ്ട്. "നാം എന്തു ചെയ്യുന്നുവോ അതിനെല്ലാം അവസാനമായി നാം തന്നെയായിരിക്കും ഉത്തരവാദി" എന്നാണ് ദസ്തയവസ്കി അഭിപ്രായപ്പെടുന്നത്." "ജീവിതത്തിന്റെ മത്സരക്കളിയിൽ നാമെല്ലാം ഇച്ഛാശക്തിയില്ലാത്ത വെറും പണയവസ്തുക്കളാണെന്നും പരിതഃസ്ഥിതികളിൽനിന്ന് എല്ലാം സംജാതമാകുന്നുവെന്നും മനുഷ്യൻ സ്വന്തമായി ഒന്നും ഇല്ലാത്തവനാണ്" എന്നും ദസ്തയേവ്സ്കി തുടർന്ന് പറയുന്നുണ്ട്. ഇത്തരമൊരു അഭിപ്രായത്തെ, അതിന്റെ അനുഭവത്തിന്റെ ആഴത്തിൽ നിന്നു

കൊണ്ട് നമുക്ക് വായിച്ചെടുക്കേണ്ടതുണ്ട്. ജൈവവും ആർജവവുമായ വസ്തുക്കളിൽനിന്ന് നമ്മെ വ്യതിരിക്തമാക്കുന്ന എല്ലാം എടുത്തുമാറ്റപ്പെടുന്നു. ഇത് മാനവികതയെ നഷ്ടപ്പെടുത്തുന്നു. ക്രിമിനലുകൾ അവരുടെ കുറ്റങ്ങൾക്ക് ഉത്തരവാദിയല്ല എന്ന കാഴ്ചപ്പാടിനെ ദസ്തയേവ്സ്കി നിരാകരിക്കുന്നു. എന്തുകൊണ്ടെന്നാൽ, കുറ്റവാളിയുടെ സ്വാതന്ത്ര്യം, അയാളുടെ സ്വയം നിർണയാവകാശം എന്നിവ അയാളിൽനിന്ന് എടുത്തുകളയുന്നു. കുറ്റവാസനയിൽനിന്ന് പിന്മാറാനും നല്ല വ്യക്തിയായി സ്വയം പരിവർത്തനം ചെയ്യാനും പ്രേരിപ്പിക്കുന്ന ശിക്ഷ അയാൾക്ക് നിഷേധിക്കുകയും ചെയ്യുന്നു. മാർട്ടിൻ പെൾമുട്ടർ (Martin Pelmutter) അഭിപ്രായപ്പെട്ടതുപോലെ "ശിക്ഷയുടെ അന്തിമന്യായവിധി സിദ്ധാന്തത്തെ ദസ്തയേവ്സ്കി വ്യക്തമായി അംഗീകരിക്കുന്നു എന്നാണ്."

നമ്മുടെ തെരഞ്ഞെടുപ്പുകൾക്കുമേൽ നമുക്ക് ഒരു നിയന്ത്രണവുമില്ലെങ്കിൽ ആ തെരഞ്ഞെടുപ്പുകൾ ഹീനമായിത്തീരും. നമ്മുടെ താൽപ്പര്യങ്ങളെ ഒരു വ്യക്തിയായി പരിഗണിച്ചാൽ അല്ലെങ്കിൽ ഒരു സ്വയംഭരണ സദാചാരപ്രതിനിധിയായി പരിഗണിച്ചാൽ നമ്മളിൽനിന്ന് ബഹിർഗമിക്കുന്ന തെരഞ്ഞെടുക്കലുകളെ ബഹുമാനിക്കുമെന്ന് സാധാരണഗതിയിൽ നമ്മൾ ആഗ്രഹിച്ചുപോകും.

റസ്കാൾ നിക്കാഫ് സ്വതന്ത്രനാണെന്നതിന്റെ സൂചനകൾ നമുക്ക് കൃത്യമായും ലഭിക്കുന്നുണ്ട്. എല്ലാം മനുഷ്യന്റെ കൈകളിലാണെന്ന് അയാൾ ചിന്തിച്ചുറപ്പിക്കുന്നുണ്ട്. എന്നാൽ ചില പ്രത്യേകഘട്ടങ്ങളിൽ അയാൾക്കുള്ളിൽ ഇതെല്ലാം നിഷേധിക്കുവാനുള്ള ഒരു വാസന കുടിയിരിപ്പുണ്ട്. ചിന്താസ്വാതന്ത്ര്യവും ഇച്ഛാസ്വാതന്ത്ര്യവും ദീർഘകാലം നീണ്ടുനിൽക്കില്ല എന്ന് പലതവണ അയാൾക്കു തോന്നിയിട്ടുണ്ട്. ഇത്തരം തകിടംമറിഞ്ഞ ആലോചനകൾക്കൊടുവിൽനിന്ന് അയാളൊരു കടുത്ത തീരുമാനത്തിലേക്ക് എത്തപ്പെടുന്നു. അയാൾ അനായാസം ഒരു കുറ്റം ചെയ്തു. ആ ചെയ്തിക്കുള്ള വില അയാൾതന്നെ നൽകണം. ദസ്തയേവ്സ്കിയുടെ കാഴ്ചയിൽ ഇതൊരു ചീത്തക്കാര്യമല്ല. റസ്കാൾ നിക്കാഫ് അനുഭവിക്കേണ്ടതാണ്. ദസ്തയേവ്സ്കി അഭിപ്രായപ്പെടുംപോലെ, 'യാതനകൾ, മഹത്തായൊരു കാര്യമാണ്. യാതനകൾക്കൊരു ലക്ഷ്യമുണ്ട്.'

റസ്കാൾ നിക്കാഫ് ചെയ്ത കൊലപാതകങ്ങൾക്കു പിന്നിലുള്ള പ്രേരണകളെക്കുറിച്ച് നമുക്ക് ആലോചിക്കേണ്ടതുണ്ട്. ആദ്യംതന്നെ ഒരു പ്രധാന കാര്യത്തെക്കുറിച്ച് വിശകലനം ചെയ്യേണ്ടതുണ്ട്. കുറ്റം ചെയ്തിട്ടില്ലെന്ന് റസ്കാൾ നിക്കാഫിനു സ്വയം ബോധ്യപ്പെടുന്നുണ്ട്. അതുകൊണ്ടുതന്നെ അയാൾക്ക് യൂണിവേഴ്സിറ്റി പഠനം തുടരാൻ സാധിക്കും. ഇതുവഴി ഭാവി സുരക്ഷിതമാക്കാനാകും. ഒരു സന്ദർഭത്തിൽ അയാൾ സോന്യായോട് പറയുന്നത് ശ്രദ്ധിക്കുക:

"നോക്കൂ, യൂണിവേഴ്സിറ്റി പഠനം നടത്തിക്കൊണ്ടുപോകാനുള്ള ഉപജീവനമൊന്നും എനിക്കില്ലെന്ന് ഇപ്പോൾ ഞാൻ പറഞ്ഞതേയുള്ളൂ.

പക്ഷേ, നിനക്കറിയാം എനിക്കത് ഭംഗിയായിത്തന്നെ നിർവഹിക്കാൻ കഴിയുമെന്ന്. എന്നാൽ ഞാനാകട്ടെ, ഇപ്പോൾ പകയുള്ളവനും എല്ലാവരാലും തിരസ്കരിക്കപ്പെട്ടവനുമായി മാറിക്കഴിഞ്ഞിരിക്കുന്നു. അതാണ് സത്യം."

അയാൾ തുടർന്നു പറയുന്നു: "എന്റെ വിശപ്പിന്റെ കാരണംകൊണ്ടാണ് ഞാനവളെ കൊന്നതെങ്കിൽ ഞാനിപ്പോൾ സന്തോഷിക്കുമായിരുന്നു." ദാരിദ്ര്യത്തിന്റെ സമ്മർദംകൊണ്ടല്ല കൊല നടത്തിയതെന്ന് അയാൾ മനസിലാക്കുന്നു. തന്റെ അമ്മയെയും സഹോദരിയെയും സഹായിക്കാൻ വേണ്ടിയുമല്ല എന്ന് അയാൾ തിരിച്ചറിയുന്നു. "അമ്മയെ സഹായിക്കാൻവേണ്ടി ഞാൻ കൊല്ലില്ല. അതു വൃത്തികേടാണ്." അയാൾ പറയുന്നുണ്ട്. അപ്പോൾ അയാൾ കൊല നടത്തിയത് മറ്റൊരു കാരണത്താലാണ്.

കൊലചെയ്യുന്നതിനുമുമ്പ് റസ്കാൾ നിക്കാഫ് ഒരു വിദ്യാർഥി യുവ ഓഫീസറുമായി നടത്തുന്ന സംഭാഷണം കേൾക്കുന്നുണ്ട്. വിദ്യാർഥി പറയുന്നു: "നോക്കൂ, ഒരുവശത്ത് അരോചകമായ, വിഡ്ഢിയായ, ഉപയോഗശൂന്യയായ, അർഥശൂന്യയായ, രോഗിയായ ഒരു കിഴവി. ആർക്കും ഒരു പ്രയോജനമില്ലാത്ത ജനങ്ങൾക്ക് ഉപദ്രവകാരിയായ, ജീവിച്ചിരിക്കുന്നത് എങ്ങനെ, എന്തിനുവേണ്ടിയാണ് എന്നുപോലും അറിഞ്ഞുകൂടാത്ത, നികൃഷ്ടസമാനമായൊരു ജീവി. മറുവശത്ത് പിന്തുണയൊന്നുമില്ലാതെ ഉപയോഗശൂന്യമായിപ്പോകാൻ സാധ്യതയുള്ള നവയൗവന ഊർജം. ആ കിഴവിത്തള്ളയുടെ കൈവശമുള്ള പ്രയോജനപ്പെടുത്താത്ത ധനം ഉപയോഗിച്ച്, നൂറല്ല, ഒരായിരം സദ്പ്രവർത്തനങ്ങൾ ചെയ്യുവാൻ കഴിയും. അല്ലെങ്കിൽ ആ പണം വല്ല ആശ്രമത്തിലും എത്തിച്ചേരും. ആയിരക്കണക്കിന് ജീവിതങ്ങളെ നല്ല വഴിക്ക് നയിക്കാനും ഒരുകൂട്ടം കുടുംബങ്ങളെ ദാരിദ്ര്യത്തിൽനിന്ന് മോചിപ്പിക്കാനും ആ പണം ഉപയോഗിക്കാം. ആരെങ്കിലും അവരെ വധിച്ച് ആ പണമെടുത്ത് സാമൂഹ്യനന്മയ്ക്കുവേണ്ടി ഉപയോഗിച്ചാൽ നിങ്ങളെന്തു വിചാരിക്കും. ഒരായിരം നന്മകളുടെ പേരിൽ ആ കുറ്റം ക്ഷമിച്ചുകൂടേ? ഒരാളുടെ ജീവിതത്തിനുപകരം ഒരായിരം ജീവിതങ്ങളെ അഴിമതിയിൽനിന്നും ജീർണതയിൽനിന്നും രക്ഷിക്കുന്നു..... അതാണ് നിങ്ങൾക്കുള്ള അംഗീകാരം."

ബൻതാമി (Benthami)ന്റെയും മില്ലി (Milli)ന്റെയും പ്രയോജനവാദസിദ്ധാന്തത്തിലേക്കുള്ള സൂചകമാണിത്. ഈ സിദ്ധാന്തപ്രകാരം ഒരു നിശ്ചിതപരിതഃസ്ഥിതിയിൽ ഒരു ശരിയായ പ്രവൃത്തി, സദ്ഫലം നൽകുന്ന മഹത്തായ പ്രവൃത്തിയായേക്കും. ധാരാളംപേരുടെ നന്മയ്ക്കുവേണ്ടി ഒരാളെ ഉപദ്രവിക്കുന്നത് ന്യായീകരിക്കുവാൻ ഈ സിദ്ധാന്തത്തെ ഉപയോഗിക്കാമെന്ന പരിഗണന ചില തത്വചിന്തകർ ഇതിനു നൽകുന്നു. പണയപ്പലിശക്കാരനെ വധിക്കുവാൻ റസ്കാൾ നിക്കാഫിന് പ്രേരകമായത് ഈ സിദ്ധാന്തം തന്നെയാണോ? അല്ല. അയാൾ സോന്യായോടു പറയുന്നു: "പണവും അധികാരവും സമ്പാദിച്ച് മനുഷ്യരാശിയുടെ ഗുണ

ദായകനാകാൻ ഞാൻ ആരെയും കൊലപ്പെടുത്തിയിട്ടില്ല. അത് വൃത്തികേടാണ്!"

റസ്കാൾ നിക്കാഫിന്റെ പ്രേരണയ്ക്കു പിന്നിലുള്ള സത്യം അയാളുടെ ഒരു ലേഖനത്തിൽ വായിച്ചറിയാനാകും. മനുഷ്യരെ 'സാധാരണ' ജനങ്ങളെന്നും 'അസാധാരണ' ജനങ്ങളെന്നും രണ്ടായി അയാൾ കാണുന്നു. രണ്ടാമത്തെ വിഭാഗം കുറച്ചേ കാണുകയുള്ളൂ. പുതുമയുള്ളത് പറയുവാനുള്ള ശേഷി ഇവർക്കുണ്ടായിരിക്കും. എന്നാൽ സാധാരണജനങ്ങൾ നിയമങ്ങൾ അനുസരിക്കുകയേയുള്ളൂ.

ആശയങ്ങളുടെ (ചിലപ്പോഴത് മനുഷ്യരാശിയുടെ മോചനമായിരിക്കും) യാഥാർത്ഥ്യവൽക്കരണത്തിനുവേണ്ടി തടസങ്ങളെ മറികടക്കുവാൻ ബോധത്തെ അനുവദിക്കുന്ന ഒരു വ്യക്തിനിഷ്ഠ അവകാശം "അസാധാരണ" വ്യക്തികൾക്ക് ഉണ്ടായിരിക്കും. റസ്കാൾ നിക്കാഫ് കൂട്ടിച്ചേർക്കുന്നു. "അസാധാരണവ്യക്തികൾ ഭാവിയുടെ പ്രഭുക്കന്മാരായിരിക്കും! മാത്രവുമല്ല ലോകത്തെ ഒരു ലക്ഷ്യത്തിലേക്കു നീക്കുകയും നയിക്കുകയും ചെയ്യും." കുറ്റകൃത്യം ചെയ്യുന്നതിലൂടെ റസ്കാൾ നിക്കാഫ് അറിയാൻ ആഗ്രഹിച്ചത് 'അയാൾ ഒരു അസാധാരണവ്യക്തിയാണോ പ്രതിബന്ധങ്ങളെ മറികടക്കാൻ കഴിയുമോ അതിനുള്ള അവകാശമുണ്ടോ എന്നെല്ലാമാണ്.'

കുറ്റം ചെയ്യാൻ റസ്കാൾ നിക്കാഫിന് പ്രേരകമായ സിദ്ധാന്തം ഫ്രെഡറിക് നീത്ഷെയുടെ വീക്ഷണവുമായി സാമ്യമുള്ളതാണ്. നീത്ഷെയുടെ കാഴ്ചപ്പാടിൽ മനുഷ്യനെ യജമാനന്മാർ (Masters) എന്നും അടിമകൾ (Slaves) എന്നും രണ്ടായി വിഭജിച്ചിരിക്കുന്നു. ആദ്യ വിഭാഗത്തിൽപ്പെട്ടവർ ക്രിയാത്മകശേഷിയും സ്വന്തം മൂല്യങ്ങളെ തിരഞ്ഞെടുക്കുവാനുള്ള ശേഷിയും അവകാശവും ഉള്ളവരായിരിക്കും. ഇവിടെ നീത്ഷെയുടെ 'യജമാന'നും റസ്കാൾ നിക്കാഫിന്റെ 'അസാധാരണമനുഷ്യ'നും ബന്ധുക്കളല്ല. അവർ തമ്മിൽ വലിയ അകലമുണ്ട്. ഇവിടെ ശ്രദ്ധിക്കേണ്ട വ്യത്യാസം നീത്ഷെയുടെ യജമാനൻ (Master) ശ്രദ്ധേയങ്ങളായ കഴിവുകളുള്ള അതിമാനുഷ (Superman)നാണ്. സ്വന്തം മൂല്യങ്ങളിലൂടെ പ്രവർത്തിച്ച് തന്നിൽമാത്രം പ്രയോജനക്ഷമത സൃഷ്ടിക്കുന്ന അധികാരത്തെ തെരഞ്ഞെടുക്കുവാൻ അയാൾ ആഗ്രഹിക്കുന്നു. അതുകൊണ്ട് അയാൾക്ക് അയാളുടെ ബുദ്ധിസാമർത്ഥ്യത്തെ (നിപുണതയെ) വികസിപ്പിക്കാൻ കഴിയും. മറുവശത്ത് 'അസാധാരണവ്യക്തി' (Extra Ordinary Person) അന്യരുടെമേൽ പ്രയോഗിക്കാൻ അധികാരം (Power) ആഗ്രഹിക്കുന്നു. വാക്കുകൾ നൽകുന്ന ഇന്ദ്രിയാനുഭവത്തിന്റെ വിശാലതയിൽ നീത്ഷെയുടെ 'അതിമാനുഷൻ' (Superman) ഒരു കലാകാരനായിരിക്കും. റസ്കാൾ നിക്കാഫിന്റെ 'അസാധാരണ' വ്യക്തി മാതൃക നെപ്പോളിയൻ ചക്രവർത്തിയാണ്.

പദ്ധതിയൊരുക്കി കുറ്റം ചെയ്യുവാൻ റസ്കാൾ നിക്കാഫിന് ശേഷി ഉണ്ടായിരുന്നെങ്കിലും കൃത്യത്തിനുശേഷം അയാൾക്ക് ജീവിക്കാൻ കഴി

ഞ്ഞില്ല. ദൈവത്തെ കൊലപ്പെടുത്തിയ മന്ദമനുഷ്യ (Paleman)നെക്കുറിച്ച് *സരതുഷ്ട്രയുടെ വചനങ്ങ* (*Thus Spoke Zarathustra*)ളിൽ നീത്ഷെ പറഞ്ഞതുപോലെ, "ചിന്ത ഒന്ന്. പ്രവൃത്തി വേറൊന്ന്. പ്രവൃത്തിയുടെ പ്രതിഫലനം മറ്റൊന്ന്. കാരണത്തിന്റെ ചക്രം ഇവയ്ക്കിടയിലൂടെ ഉരുളുകയില്ല."

ഒരു പ്രതിഫലനം മന്ദമനുഷ്യനെ കൂടുതൽ മന്ദനാക്കുന്നു. പ്രവർത്തി ചെയ്തപ്പോൾ അയാൾ പ്രവർത്തനത്തിന് തുല്യനായി. എന്നാൽ പ്രവർത്തി സൃഷ്ടിച്ച പ്രതിഫലനം ഉൾക്കൊള്ളാൻ അയാൾക്ക് കഴിഞ്ഞില്ല. പ്രവർത്തനാനന്തര ഭ്രാന്ത് എന്ന് ഇതിനെ വിളിക്കാമെന്നു തോന്നുന്നു.

III

ദസ്തയേവ്സ്കി *കുറ്റവും ശിക്ഷയും* എഴുതി ഒരുനൂറ്റാണ്ട് കഴിഞ്ഞപ്പോൾ നീത്ഷെയുടെ ആശയം രൂപംകൊള്ളുന്നൊരു നാടകം ജീൻ പോൾ സാർത്ര് എഴുതുകയുണ്ടായി. സാർത്രിന്റെ *ദി ഫ്ളൈസ്* (*The Flies*) എന്ന നാടകത്തിലെ ഇലക്ട്രാ എന്ന കഥാപാത്രത്തെ ശ്രദ്ധിക്കുക. ഇവൾ തന്റെ പിതാവിന്റെ മരണത്തിന് കാരണക്കാരിയായ സ്വന്തം അമ്മയെയും അമ്മയുടെ കാമുകനെയും വധിക്കാൻ ശ്രമിക്കുന്നു. തീവ്ര സംഘർഷത്തോടെ ആ പ്രവൃത്തി ചെയ്തശേഷം തുടർന്ന് ജീവിതം അസാധ്യമായ അവൾ പശ്ചാത്താപവിവശയായി പ്രാണി (Flies)ക്ക് ഇരയായിത്തീരുന്നു. അവളുടെ സഹോദരനായ ഒറസ്റ്റസ് യാതൊരു പശ്ചാത്താപവും ദുഃഖവും കൂടാതെ, ആ പ്രവൃത്തിയുടെ മൂന്നു ഘട്ടങ്ങളെ (പ്രവർത്തിക്കുന്നതിനെക്കുറിച്ചുള്ള ചിന്ത, പ്രവൃത്തി നടപ്പാക്കൽ, ശേഷം ജീവിക്കുക) അതിജീവിക്കുന്നു. അതു കാലത്തിന്റെ കടുത്ത തീരുമാനങ്ങളിലൊന്നായി വ്യാഖ്യാനിക്കുകയാണ് സാർത്ര്.

ഇവിടെ കൃത്യത്തിനുശേഷം റസ്കാൾ നിക്കാഫിനെ അയാളുടെ രണ്ടാംചിന്തകൾ അസ്വസ്ഥമാക്കുന്നു. അയാൾ ചിന്തിച്ചതുപോലെ, അയാളൊരു അസാമാന്യവ്യക്തിയല്ലെന്ന് സ്വയം തിരിച്ചറിയുന്നു. റസ്കാൾ നിക്കാഫിന്റെ സഹോദരിയോട് സ്വിദ്രി ഗൈലേവ് പറഞ്ഞതുപോലെ, ഇത് പുതിയൊരു അനുഭവത്തിലേക്കു തുറക്കുന്ന ജാലകമാണ്. അയാളൊരു തികഞ്ഞ പ്രതിഭാശാലിതന്നെയെന്ന് അയാൾ കരുതുന്നു. ഒരു സിദ്ധാന്തനിർമാണത്തിന് കഴിവുണ്ടെന്ന ആശയത്തിൽപ്പെട്ട് അയാൾ കഷ്ടപ്പെടുന്നു. അതിപ്പോഴും തുടർന്നുകൊണ്ടേയിരിക്കുന്നു. അതിനെ മറികടക്കാൻ അയാൾക്ക് കഴിയാതെപോയി. അതുകൊണ്ടുതന്നെ അയാളൊരു പ്രതിഭാശാലി അല്ല എന്നുറക്കെ പറയാൻ കഴിയും.

തന്റെ പ്രവൃത്തി ശരിയായിരുന്നുവെന്ന് യഥാർഥത്തിൽ വിശ്വസിച്ചിരുന്നുവെങ്കിൽ റസ്കാൾ നിക്കാഫിന് ആ സംഭവത്തിനുശേഷവും ജീവിക്കാൻ കഴിയുമായിരുന്നു. അയാളെക്കുറിച്ച് പൊർഫിറി പറയുന്നത് ശ്രദ്ധിക്കുക:

കുടൽമാല ഛേദിച്ചിട്ടും പുഞ്ചിരിയോടെ പീഡകനെ നോക്കി നിൽക്കുന്ന ഒരുവൻ. കൊലയിൽ കുറഞ്ഞ ഏതു വലിയ ചെയ്തിയെയും നീതീകരിക്കുവാൻ വേണ്ടുവോളം വിശ്വസിക്കാൻ കൊള്ളാവുന്ന ഒരു ദൈവത്തെയോ വിശ്വാസത്തെയോ കണ്ടുപിടിക്കാൻ സത്യത്തിൽ റസ്കാൾ നിക്കാഫിന് കഴിഞ്ഞില്ല. മറ്റുള്ളവരിൽനിന്നു ഭിന്നമായി, തങ്ങളുടെ ഏറ്റവും പ്രിയപ്പെട്ട വിശ്വാസപ്രമാണങ്ങളാൽ പ്രേരിതമായി ചെയ്യുന്ന പ്രവർത്തനം സാമൂഹ്യനിയമങ്ങളെ തകർക്കുകയാണെങ്കിൽ കുറ്റം സമ്മതിക്കുക എന്ന ധൈര്യം റസ്കാൾ നിക്കാഫിനു കുറവായിരുന്നു.

റസ്കാൾ നിക്കാഫ് പറയുന്നു: "അവർക്കു കുറ്റസമ്മതത്തിന് ധൈര്യം ഉണ്ടായിരുന്നതുകൊണ്ട് അവർ ശരിയാണ്. അതേസമയം എനിക്കത്തരമൊരനുഭവമില്ല. അതുകൊണ്ടു ഞാനെടുത്തതുപോലൊരു തീരുമാനം അവർക്കെടുക്കാൻ അവകാശമില്ല." എന്നാൽ കുറ്റം ചുമത്തി, പൂർണമായും പുറംവലിയാൻ കഴിവു കുറവായതാണോ രണ്ടുപേരെയും കൊല്ലാതിരിക്കാനുള്ള കാരണം? അല്ല എന്ന് ദസ്തയേവ്സ്കി. നീത്ഷെയിൽനിന്നും സാർത്രിൽനിന്നും വ്യത്യസ്തമായി ശുദ്ധവും സമ്പൂർണവുമായ മൂല്യത്തിന്റെ നിലനിൽപ്പ് (Absolute Values) ദസ്തയേവ്സ്കി സ്വീകരിക്കുന്നു. ആപേക്ഷികവാദത്തെ ദസ്തയേവ്സ്കി നിരാകരിക്കുന്നു. വ്യക്തികൾക്കും സമൂഹത്തിനും അവരുടെ മൂല്യസംഹിതയ്ക്ക് അവകാശമുണ്ടെന്ന കാഴ്ചപ്പാട് നീത്ഷെയുടെയും സാർത്രിന്റെയും തത്വചിന്തകളിലും റസ്കാൾ നിക്കാഫിന്റെ ലേഖനങ്ങളിലും അന്തർലീനമാണ്. പലിശക്കാരൻ, കീടത്തിനു സമാനമാണെങ്കിലും അയാളെയും നിരപരാധിയായ ലിസവെറ്റയെയും കൊലപ്പെടുത്തിയ പ്രവൃത്തി തീർച്ചയായും തെറ്റാണെന്ന് ദസ്തയേവ്സ്കി കാണുന്നതായി *കുറ്റവും ശിക്ഷയും* ശരിവയ്ക്കുന്നുണ്ട്.

കഥാനായികയായ, റസ്കാൾ നിക്കാഫിനെ രക്ഷിക്കാൻ കഴിയുന്നവളായ സോന്യാ പറയുന്നു: "സ്വയം ന്യായാധിപ ചമഞ്ഞ് ഒരാൾ ജീവിക്കണോ വേണ്ടയോ എന്നു തീരുമാനിക്കാൻ ഞാനാരാണ്? ലക്ഷ്യം മാർഗത്തെ ന്യായീകരിക്കുമെന്ന" റസ്കാൾ നിക്കാഫിന്റെ വാദത്തെ അവൾ പൂർണമായും തിരസ്കരിച്ചു. "നോക്കൂ, സോന്യാ, ഞാൻ കൊന്നത് ഒരു കീടത്തെയാണ്. നികൃഷ്ടമായ, ഉപയോഗശൂന്യമായ, ഉപദ്രവകാരിയായ കീടത്തെ" റസ്കാൾ നിക്കാഫിന്റെ അഭിപ്രായത്തെ അവൾ അതിനിസ്സാരമായാണ് പ്രതികരിച്ചത്. അവൾ പറഞ്ഞു: "നോക്കൂ, ആ കീടം ഒരു മനുഷ്യജീവിയായിരുന്നു." അവളുടെ വാക്കുകളെ എതിർപ്പോടെ സ്വീകരിക്കാനുള്ള ധൈര്യം റസ്കാൾ നിക്കാഫിനില്ലായിരുന്നു. അയാൾ അവളുടെ അഭിപ്രായത്തോടു ചേർന്നുനിന്നു. റസ്കാൾ നിക്കാഫ് പറഞ്ഞു: "ഓ, എനിക്കത് വ്യക്തമായി അറിയാം; അതൊരു കീടമല്ലെന്ന്. സോന്യാ, യഥാർഥത്തിൽ ഞാൻ മണ്ടത്തരമാണ് പറയുന്നത്."

സോന്യായിലേക്ക് നമുക്കിനിയും സഞ്ചരിക്കേണ്ടതുണ്ടെന്ന ദസ്ത

യേവ്സ്കിയുടെ അഭിപ്രായം പുതിയ ജാഗ്രതകളിലേക്ക് നമ്മെ നയിക്കുന്നുണ്ട്. "ആരുമില്ലാതെ നമുക്കെങ്ങനെ ജീവിക്കാൻ കഴിയും?" ആരുമില്ലാതെ ഒരിക്കലും നമുക്കതിന് കഴിയില്ല. സോന്യ കടുത്ത മതവിശ്വാസിയാണ്. "ദൈവം ഇല്ലാത്ത ഞാൻ എന്താണ്?" ദൈവത്തിലുള്ള വിശ്വാസം കൊല തെറ്റാണെന്ന് അവളെക്കൊണ്ടു ദസ്തയേവ്സ്കി പറയിപ്പിക്കുന്നു. അവളുടെ കാഴ്ചപ്പാടിൽ ഇതെല്ലാം സംഭവിച്ചതിനു പ്രധാനകാരണം ദൈവത്തിൽനിന്നുള്ള റസ്കാൾ നിക്കാഫിന്റെ തെറ്റിപ്പിരിയലിൽനിന്നാണ്. ഇതയാളുടെ മാതാവിന് അറിയാമായിരുന്നു. റസ്കാൾനിക്കാഫിന് അമ്മയെഴുതിയ ഒരു കത്ത് ഇവിടെ പ്രസക്തമാണ്. അമ്മ എഴുതുന്നു:

"മകനേ റോദ്യാ, നീ പ്രാർഥിക്കാറുണ്ടോ? സ്രഷ്ടാവിന്റെയും രക്ഷകന്റെയും കാരുണ്യത്തിൽ നിനക്കു വിശ്വാസമുണ്ടോ? എന്റെ ഹൃദയത്തിൽ ഭയം കട്ടപിടിച്ചുകിടക്കുകയാണ്. ഏറ്റവും പുതിയ പരിഷ്കാരമായ അവിശ്വാസം നിന്നെ ബാധിച്ചിട്ടുണ്ടോ? അങ്ങനെയാണെങ്കിൽ, എന്റെ കുഞ്ഞേ, നിനക്കുവേണ്ടി ഞാൻ പ്രാർഥിക്കാം."

കുറച്ചുപേരെ ചവിട്ടിത്താഴ്ത്തി, നല്ല ലോകം സൃഷ്ടിക്കാം എന്ന് ആഗ്രഹിക്കുന്ന നാസ്തികപരിഷ്കാരികളെ ദസ്തയേവ്സ്കി വ്യക്തിപരമായി നോവലിൽ വിമർശിക്കുന്നുണ്ട്. ദൈവത്തെയും മതത്തിന്റെ അഖണ്ഡ സമ്പൂർണമൂല്യങ്ങളെയും തള്ളിക്കളയുന്നവർ, ദസ്തയേവ്സ്കിയുടെ അഭിപ്രായത്തിൽ അപകടകാരികളാണ്.

നമുക്കു പിന്തുടരുവാനും അനുസരിക്കുവാനും മൂല്യങ്ങളുടേതായ ഒരു സമ്പൂർണസംഹിത നൽകുന്ന ഈശ്വരൻ ഉണ്ടെന്നു നാം കരുതുകയാണെങ്കിൽ റസ്കാൾ നിക്കാഫിന്റെ ആപേക്ഷികവാദത്തെയും 'ലക്ഷ്യം മാർഗത്തെ ന്യായീകരിക്കും' എന്ന ചിന്തയെയും ചോദ്യംചെയ്യപ്പെടേണ്ടതായി വരും. സത്യസന്ധമായി പശ്ചാത്തപിക്കുംവരെ, അയാൾ ചെയ്ത കുറ്റം അയാളുടെ ഹൃദയത്തെ എന്തുകൊണ്ടു കാർന്നുതിന്നുവെന്നു നമുക്കു കാണാൻ കഴിയും. മരണംവരെ രോഗിയായ അയാൾ അതികഠിനമായ ദുരിതമനുഭവിക്കുന്നതു കാണാം. കീർക്കഗാർ പറഞ്ഞതുപോലെ, "അനന്തസത്തയിൽ അതിന്റെ രചയിതാവായ ദൈവത്തെ നിഷേധിക്കുന്ന ഒരുവന്റെ വിധിയാണത്!"

മരണംവരെ രോഗി എന്നതിനർഥം മരിക്കാൻ കഴിയില്ല, അല്ലെങ്കിൽ ജീവിക്കാം എന്ന പ്രതീക്ഷ നിലനിൽക്കുന്നതുവരെ അയാൾ ഈ ഭൂമിയിലുണ്ട് എന്നാണ്. ഒരുപക്ഷേ, അയാൾ മരിക്കുകയാണെങ്കിൽ, രോഗം മൂലം ശരീരം മരിക്കുന്നു എന്ന അതേ അറിവിൽ അയാളിലുള്ള പരമമായ (Eternal) സത്തയും മരിക്കും. ചിന്തകളെ ഇല്ലായ്മചെയ്യാമെന്നതിൽക്കവിഞ്ഞു ഹതാശയനായ മനുഷ്യനു മരിക്കാൻ കഴിയില്ല. നിരാശയ്ക്കു നിദാനമായ പരമമായ സത്തയെ നിരാശ ആഹരിച്ചുകൊണ്ടേയിരിക്കും. നിരാശ, കൃത്യമായും സ്വയംഹിംസയാണ്. എന്നാൽ ഇത് ഇച്ഛയ്ക്കൊത്തു പ്രവർത്തിക്കാൻ കഴിവു നൽകാത്ത ശക്തിഹീനമായ സ്വയംവ്യയമാണ്.

അഖണ്ഡസമ്പൂർണ മൂല്യങ്ങൾക്കു പിന്തുണയായി ദൈവത്തെ പ്രതിഷ്ഠിക്കുമ്പോൾ ദസ്തയേവ്സ്കിക്കു രണ്ടു പ്രധാന പ്രശ്നങ്ങളെ അഭിമുഖീകരിക്കേണ്ടതായിവരുന്നു. അദ്ദേഹത്തിന്റെ അവസാനകൃതിയിൽ, പ്രതികരിക്കുന്നതുവരെ ആ പ്രശ്നം അദ്ദേഹത്തെ വല്ലാതെ പിന്തുടർന്നിരുന്നു.

1) ഒരു ദൈവമുണ്ടെങ്കിൽ എനിക്കെങ്ങനെ നിയന്ത്രണങ്ങളൊന്നുമില്ലാതെ സ്വച്ഛന്ദമായി ജീവിക്കാൻ കഴിയും?

2) അനേകം നിരപരാധികൾ ജീവിതത്തിൽ ദുരിതമനുഭവിക്കുമ്പോൾ ദൈവമുണ്ടെന്ന് എങ്ങനെ പറയാൻ കഴിയും?

ഒരുനിമിഷത്തേക്ക് ഇത്തരം പ്രശ്നങ്ങളൊക്കെ മാറ്റിവച്ചാൽ ദസ്തയേവ്സ്കിയുടെ പരിപ്രേക്ഷ്യത്തിൽ കുറ്റകൃത്യങ്ങളിലേക്കു നയിച്ചതു റസ്കാൾ നിക്കാഫിന്റെ നിരീശ്വരവാദം മാത്രമല്ല എന്നു വ്യക്തമാണ്. റസ്കാൾ നിക്കാഫിന്റെ ഏകാന്തത, ഒറ്റപ്പെടൽ എന്നിവയെല്ലാം ഇത്തരമൊരു അനുഭവത്തിലേക്ക് അയാളെ വഴിനടത്തിയിട്ടുണ്ടാകും. ഓരോരുത്തരോടും ഭയവും സ്നേഹവും കാട്ടണമെന്നു ദസ്തയേവ്സ്കി വിശ്വസിക്കുന്നു. സഹജീവികളുമായുള്ള നമ്മുടെ കെട്ടുപാടുകൾ നാം അംഗീകരിക്കണം. അതിനു തടസമാകുന്ന ഗർവിനെ നമ്മൾ അതിജീവിക്കണം. “നല്ല പെരുമാറ്റത്തിന്റെ മാർഗദർശികളാണ് കുട്ടികളെന്നും കുഞ്ഞുങ്ങൾ ക്രിസ്തുവിന്റെ പ്രതിരൂപങ്ങളാണെ”ന്നും ദസ്തയേവ്സ്കി അഭിപ്രായപ്പെടുന്നത് ഇവിടെ ശ്രദ്ധേയമാണ്.

റസ്കാൾ നിക്കാഫ് മറ്റുള്ളവരോടു ദയകാട്ടുമ്പോൾ അയാളിലുള്ള നന്മതിന്മകളുടെ മൽപ്പിടുത്തത്തിൽ അയാൾ സംഘർഷഭരിതനാകും. അയാളുടെ ചങ്ങാതി റസുമിഖിൽ അയാളെക്കുറിച്ചു പറയുന്നതു ശ്രദ്ധിക്കുക:

> പകരത്തിനുപകരം കലഹിക്കുന്ന രണ്ടു സ്വഭാവവിശേഷങ്ങൾ അയാളിൽ ഉണ്ടെന്നതാണ് യാഥാർഥ്യം. ഒരു കുതിരയെ പ്രഹരിക്കുന്നത് സ്വപ്നം കണ്ടപ്പോൾ (ചെറുപ്പത്തിൽ ദസ്തയേവ്സ്കിയും ഇതേ സ്വപ്നം കണ്ടിരുന്നു) ആ പെൺകുതിരയോടു റസ്കാൾ നിക്കാഫിനു ദയ തോന്നി. ഇതേ പ്രവൃത്തി കിഴവനായ ആ പലിശക്കാരനോട് കാട്ടിയാലും അയാൾക്ക് അങ്ങനെയേ തോന്നുമായിരുന്നുള്ളൂ. അയാൾ മാർമിലാദോവിനെ സഹായിച്ചു. അമ്മയെയും സഹോദരിയെയും ശ്രദ്ധിച്ചു. അയാളുടെ വിചാരണവേളയിൽ ആദ്യമായി അയാളുമായി ഏറ്റുമുട്ടുന്നതിനു മുമ്പ്, അയാളുടെ വിധി ലഘൂകരിക്കുന്ന ധാരാളം പ്രവൃത്തികൾ അയാൾ ചെയ്തു. എന്നാൽ അയാളുടെ നന്മനിറഞ്ഞ ഉൾപ്രേരണകൾ ഉണർന്നപ്പോൾ അയാൾ വല്ലാതെ തളർന്നുപോയി. ബലത്തോട് എന്നതിനേക്കാൾ ദൗർബല്യത്തോട് അവർ വിശ്വാസവഞ്ചന കാട്ടുകയാണെന്ന് അയാൾ വിചാരിച്ചു. സ്ത്രീലമ്പടനായ ഒരുത്തന്റെ

ഉപദ്രവത്തിൽനിന്നു മദ്യപിച്ച ഒരു യുവതിയെ രക്ഷിച്ചതിനുശേഷം അയാൾ ആലോചിക്കുന്നുണ്ട്: 'ഞാൻ ശ്രദ്ധിക്കുന്ന, ജീവിച്ചിരിക്കുന്ന ഓരോന്നിനെയും അവർക്ക് വിഴുങ്ങാൻ കഴിയുന്നു. എന്തുകൊണ്ടാണ് സഹായിക്കാൻ ശ്രമിക്കുമ്പോൾ മൂക്കുകുത്തിപ്പോകുന്നതെന്ന്?'

നോവലിന്റെ അന്ത്യത്തിൽ സോന്യായുടെ പ്രണയം റസ്കാൾനിക്കാഫിനെ രക്ഷിക്കുന്നുണ്ട്. അയാൾ ഓർക്കുന്നുണ്ട്, വെറുക്കപ്പെട്ടു മാഞ്ഞുപോയ ക്രോധംപോലെ ആ തുറിച്ച നോട്ടത്തിൽ പ്രണയമുണ്ടായിരുന്നുവെന്ന്. ലാസറസിന്റെ കഥ അവനെ അവൾ വായിച്ചു കേൾപ്പിച്ചപ്പോൾ, അന്നവൾ അവനു നൽകിയ വാഗ്ദാനം പുനർജനിക്കുന്ന അവസരം അവൻ സ്വീകരിക്കുന്നു. അവന്റെ സ്വാഭിമാനത്തിനു തീവ്രമായി പരിക്കേറ്റതിനാൽ അതിനോടു (പ്രണയത്തോട്) അയാൾ സമരംചെയ്തു. സന്തോഷംനിറഞ്ഞ ഭാവിജീവിതത്തെ സംബന്ധിച്ച ഒരേയൊരു പ്രതീക്ഷ അവനു വാഗ്ദാനം ചെയ്യുന്നുവെന്ന് അവൻ അവസാനം മനസിലാക്കി.

ഇവിടെ പുതിയൊരു ഭാവിയുടെ അരുണോദയമുണ്ടാകുന്നു. ഇവിടെ പുതിയൊരു ജീവിതത്തിന്റെ ഹരിതാഭ കണ്ടുതുടങ്ങുന്നു. വികാരങ്ങളുടെ ഊഷ്മളമായ നവനിർമിതി. എന്താണ് ആ പുനർനിർമാണത്തിനു പിന്നിലെന്നു രണ്ടാമതൊന്ന് ആലോചിക്കേണ്ടതില്ല. അത് പ്രണയത്തിന്റെ മാന്ത്രികതയാണ്. മറ്റൊരു ഹൃദയത്തിലേക്കു പകർന്നുനൽകാൻവേണ്ടി ജീവിതത്തിന്റെ അനന്തസ്രോതസ്സ് വഹിക്കുന്ന ഒരു ഹൃദയം. അതിന്റെ തരംഗങ്ങളിൽനിന്നുയരുന്ന അനന്തമായ ഗാനാലാപനം. ജീവിക്കൂ, ജീവിക്കൂ എന്നു പ്രേരിപ്പിക്കുന്ന ആനന്ദാനുഭവം.

നോവലിന്റെ അവസാനഭാഗത്ത്, അധോലോകമനുഷ്യനിൽനിന്നു വ്യത്യസ്തമായി റസ്കാൾ നിക്കാഫ് നല്ലതും ചീത്തയും ഇടകലർന്ന ഒരു വ്യക്തിയായി ഉയർന്നുവരുന്നു. അയാൾ രണ്ടുപേരെ കൊലപ്പെടുത്തുന്നു. അധോലോകമനുഷ്യൻ അനുഭവിച്ച അപമാനത്തെക്കാൾ ദാരുണവും ഭയാനകവുമായിരുന്നു ആ കൊലപാതകം. പക്ഷേ, അവസാനം അയാൾ പ്രണയത്തിന്റെ മൂല്യം തിരിച്ചറിഞ്ഞ് ദൈവവിശ്വാസത്തിലേക്കുള്ള സാധ്യത അന്വേഷിക്കുകയായിരുന്നിരിക്കാം. ജീവിതത്തിന്റെ അർഥം കണ്ടുപിടിക്കേണ്ടതിന്റെ മാർഗം സിദ്ധാന്തങ്ങളിലൂടെയും കലാശാലകളിലൂടെയും അല്ലെന്ന് അയാൾ തിരിച്ചറിയുന്നു. "ജീവിതത്തിന്റെ അർഥം തേടി ഞാൻ ഒരു ഗവേഷകനെപ്പോലെ സിദ്ധാന്തങ്ങളിലൂടെയും കലാശാലകളിലൂടെയും അലഞ്ഞു. എന്നാൽ അതെന്നെ നാശത്തിലേക്കു വഴിനടത്തുകയായിരുന്നുവെന്ന് എനിക്കറിയില്ലായിരുന്നു. എന്നാൽ അനുഭവങ്ങളിലൂടെ എനിക്കെല്ലാം തിരിച്ചറിയാൻ കഴിഞ്ഞു." റസ്കാൾ നിക്കാഫിന്റെ ഓർമകൾക്ക് മാനസാന്തരത്തിലേക്ക് ഒഴുകിയെത്തുന്നൊരു നീരൊഴുക്കുണ്ട്.

ദസ്തയേവ്സ്കി എഴുതുന്നു: "ഈ ഘട്ടത്തിൽ ഒരു പുതിയ കഥ ആരംഭിക്കുന്നു. ഒരു മനുഷ്യന്റെ പടിപടിയായുള്ള പുനഃസൃഷ്ടിയുടെ കഥ. അയാളുടെ കാലാനുക്രമമായ പുനർജന്മം. ഒരു ലോകത്തുനിന്നു മറ്റൊന്നിലേക്കുള്ള ഘട്ടംഘട്ടമായുള്ള പരിവർത്തനം." നമ്മുടെ സ്വാതന്ത്ര്യം ശരിയായ ദിശയിൽ എങ്ങനെ ഉപയോഗിക്കണമെന്നും എങ്ങനെ ഉപയോഗിച്ചുകൂടായെന്നും ദസ്തയേവ്സ്കി തുറന്നെഴുതുമ്പോൾ അത് കാലത്തിന്റെകൂടി അടയാളമായിത്തീരുന്നു.

2

ഫ്രാൻസ് കാഫ്ക

ഫ്രാൻസ് കാഫ്ക

ഇനിയും എനിക്ക് ആശിക്കാൻ വകയുണ്ടെന്നാണോ? തീർച്ചയായും. എന്റെ മനസ്സ് എന്നെ ശരിവയ്ക്കുന്നു. അനുകൂലമായ വാദങ്ങൾ എനിക്കുവേണ്ടി ഇനിയും ബാക്കി നിൽക്കുന്നുണ്ടാകും. ആടിയുലഞ്ഞ നിയമം അതിന്റെ വഴിക്കുപോകട്ടെ. പക്ഷേ, ജീവിക്കാൻ ധൈര്യപ്പെട്ട ഒരുവന്റെ മുന്നിൽ എല്ലാ പ്രതിബന്ധങ്ങളും നിഷ്പ്രഭമല്ലേ? ഞാനിതുവരെ കണ്ടിട്ടില്ലാത്ത ന്യായാധിപൻ ഇന്നെവിടെയാണ്? എനിക്ക് ഇതുവരെ ചെന്നെത്താൻ കഴിഞ്ഞിട്ടില്ലാത്ത ആ പരമോന്നത കോടതി എവിടെയാണ്?

ജോസഫ് കെ യുടെ മുഖം ശാന്തമായിരുന്നു. അയാൾ കൈകൾ ആകാശത്തേക്കുയർത്തി. വിരലുകൾ നീട്ടിപ്പിടിച്ചു.

വിചാരണ/1925

ദൈവവുമായി കാഫ്ക നടത്തിയ അവസാന കൂടിക്കാഴ്ച 1924 ജൂൺ രണ്ടിനായിരുന്നു. കാഫ്ക അന്നേറെ ഉത്സാഹവാനായി കാണപ്പെട്ടു. ദുഃസ്വപ്നങ്ങളൊന്നുംതന്നെ ആക്രമിച്ചിട്ടില്ലാത്ത ഒരു രാവാണ് കടന്നുപോയതെന്ന് കാഫ്ക ഓർമിച്ചുകൊണ്ടേയിരുന്നു. വിഷാദമേഘങ്ങൾ തിങ്ങിനിറഞ്ഞ മിഴികൾ അതോടെ കൂടുതൽ പ്രകാശമാനമായി.

ഇടതൂർന്ന മുടിച്ചുരുളുകൾ തടവി ഒതുക്കിക്കൊണ്ടിരിക്കുമ്പോഴാണ് കാഫ്കയുടെ മുറിയിലേക്ക് ദൈവം കടന്നുവരുന്നത്. കാഫ്ക ശാന്തനായിരുന്നു. ദൈവത്തിന്റെ മുഖത്ത് നിഗൂഢമായൊരു ആനന്ദമുണ്ടായിരുന്നു. മുറിയിൽ തളംകെട്ടിക്കിടന്ന നിശ്ശബ്ദതയുടെ തടാകത്തിലേക്ക് ആദ്യം തോണിയിറക്കിയത് ദൈവമായിരുന്നു. കാഫ്കയോടുള്ള ദൈവത്തിന്റെ അവസാന ചോദ്യം കാലത്തിന്റെ നെഞ്ചിനുനേരെ ഉതിർന്ന നിറയൊഴിക്കൽ കൂടിയായിരുന്നു.

ദൈവം: ചരിത്രത്തെയും ദൈവ വിജ്ഞാനത്തെയും താങ്കൾ ഇപ്പോഴും അവിശ്വസിക്കുന്നു. ഈ രാവ് പെയ്തിറങ്ങും മുമ്പ് താങ്കൾക്ക് ഒരിക്കൽക്കൂടി വിശ്വാസത്തിന്റെ നെടുങ്കൻ വഴിയിലേക്ക് കയറിവരാം. ഞാൻ ക്ഷണിക്കുന്നു.

കാഫ്ക: താങ്കളുടെ രോഗബാധിതമായ ചോദ്യങ്ങൾ എന്റെ കാരുണ്യം ശരിക്കും അർഹിക്കുന്നുണ്ട്. നോക്കൂ, ജീവിതത്തിന്റെ ഒറ്റവഴി അവസാനിക്കുന്നിടത്തുനിന്ന് ഞാൻ തിരിഞ്ഞുനടക്കും. ഒരു പർവതാരോഹകന്റെ കാഴ്ചയാണ് എനിക്ക്. അയാൾ ഒരിക്കലും ഒരേ കാലം രണ്ടുപർവതങ്ങളെ കാണുകയില്ല. ചരിത്രം ഞാൻ ചവിട്ടി നിൽക്കുന്ന മുനകളിൽനിന്ന് എത്രയോ താഴെയാണ്. ചരിത്രത്തിന്റെ നിലവിളി എന്റെ കേൾവിയിലിപ്പോഴുമുണ്ട്.

ദൈവം: ദൈവശാസ്ത്രജ്ഞന്മാരുടെ നേരെ താങ്കൾ നടത്തിയ നിറയൊഴിക്കലുകളെ ഓർത്ത് ഇപ്പോൾ കുമ്പസരിക്കാം.

കാഫ്ക: ദൈവശാസ്ത്രജ്ഞന്മാർ മുന്നോട്ടുവച്ച ആത്മീയ സമസ്യകൾക്കുനേരെ ഞാനിപ്പോഴും നിറയൊഴിക്കാറുണ്ട്. കാലഹരണപ്പെട്ടതോ രോഗാതുരമായതോ ആയ ഒരു വാക്ക്, അത് ദൈവവചനമാണെങ്കിൽ പോലും കൊടുങ്കാറ്റിലേക്ക് വലിച്ചെറിയാനാണ് ഞാനാഗ്രഹിക്കുന്നത്. ആത്മീയസമസ്യകൾ ഉത്തരം കാണാനാകാതെ കാലത്തിന് പുറത്തേക്ക് പലായനം ചെയ്യുന്നത് ഞാനിപ്പോഴും ആസ്വദിക്കാറുണ്ട്.

ദൈവവുമായി ഏറ്റുമുട്ടിത്തളർന്ന കാഫ്കയുടെ മുഖം അപ്പോഴും യുദ്ധോത്സുകമായിരുന്നു. കാഫ്കയുടെ മിഴികളിൽ ഭീതിയുടെ മുയൽക്കുഞ്ഞുങ്ങൾ ഒളിച്ചിരിക്കുന്നുണ്ടായിരുന്നില്ല. “പോരാട്ടങ്ങൾക്ക് മനുഷ്യമാംസത്തിന്റെ മദിപ്പിക്കുന്ന ഗന്ധമുണ്ടെ”ന്ന് വിളിച്ചുപറഞ്ഞ കാഫ്കയുടെ മനസ്സ് നിറയെ പുതിയ യുദ്ധങ്ങളുടെ ക്രമരഹിതമായ സന്നാഹങ്ങളുണ്ടായിരുന്നു. മാക്സം ബ്രോഡിനെഴുതിയ സ്വകാര്യകത്തിൽ കാഫ്ക എഴുതിയതുപോലെ “സ്നേഹിച്ചു വഷളാക്കിയ ഒരു ചീത്തക്കുട്ടിയെപ്പോലെയാണ് കാലം എന്നോട് പെരുമാറുന്നത്. ജീവിതത്തിൽനിന്ന് ഞാൻ രക്ഷപ്പെടുന്ന ഒറ്റവഴിയിലൂടെയാകും കാലവും അപ്പുറത്തേക്ക് കടക്കുന്നത്. എനിക്കതിൽ സഹതാപമുണ്ട്.”

ദൈവത്തിനോട് ഏറ്റുമുട്ടിയ അതേ ആയുധങ്ങൾ ഉപയോഗിച്ചാണ് കാഫ്ക കാലത്തിനോടും ഏറ്റുമുട്ടിയത്. സർവകലാശാല വിദ്യാർഥിയായിരുന്ന കാലത്ത് പ്ലേറ്റോയുടെ സമ്പൂർണകൃതികൾ വായിച്ചുതീർക്കാൻ

ഡിസ്ക്രിപ്ഷൻ ഓഫ് എ സ്ട്രഗിൾ

കാഫ്ക ധൈര്യപ്പെട്ടത് പുതിയ ആയുധങ്ങൾ തേടിയുള്ള തൃഷ്ണയുടെ ഭാഗമായിട്ടായിരുന്നുവെന്ന് മാക്സം ബ്രോഡി രേഖപ്പെടുത്തിയിട്ടുണ്ട്. പ്ലേറ്റോയുടെ കൃതികൾ മുന്നോട്ടുവച്ച തത്വാദർശ നിർവചനങ്ങൾ കാഫ്കയെ തൃപ്തിപ്പെടുത്തിയില്ല. മാക്സംബ്രോഡിനെഴുതിയ കത്തിൽ കാഫ്ക ഇക്കാര്യം വ്യക്തമാക്കുന്നുണ്ട്. കാഫ്ക എഴുതുന്നു: "അനുഭവങ്ങളെ പരുക്കുകളോടെ സ്വീകരിക്കുമ്പോഴാണ് യഥാർഥ ആനന്ദത്തെ നമുക്ക് ഉൾക്കൊള്ളാനാകുന്നത്. അനുഭവം എത്രമാത്രം ലളിതമാകുന്നുവോ അത്രത്തോളം പ്രശ്നസങ്കീർണവുമായിരിക്കും."

മഹായുദ്ധങ്ങൾക്കിടയിലെ ശാന്തതപോലെയായിരുന്നു കാഫ്കയുടെ ജീവിത നിർവചനങ്ങൾ. 1936 ൽ പ്രസിദ്ധീകരിച്ച *ഡിസ്ക്രിപ്ഷൻ ഓഫ് എ സ്ട്രഗിളിൽ* (*Description of a Struggle*) ജീവിതത്തിന്റെ ആഘോഷങ്ങളെക്കുറിച്ചു കാഫ്ക പറയുന്നുണ്ട്. "മനസിന് സമാധാനം ആവശ്യമില്ല. പക്ഷേ, തലച്ചോറിന് സമാധാനം കൂടിയേ തീരൂ. കാരണം ജീവിതത്തെ നിയന്ത്രിക്കുന്ന ഉരുക്ക് യന്ത്രങ്ങളുടെ ഇരിപ്പിടം അവിടെയാണല്ലോ." ജീവിതം കാഫ്കയ്ക്ക് തലച്ചോറിന്റെ വ്യായാമമുറകൾ പോലെ പരിശീലിക്കാൻ പ്രയാസമായിരുന്നു. എഴുത്തിനും ജീവിതത്തിനുമിടയിൽ കാഫ്ക അനുഭവിച്ചുതീർത്ത ദൂരങ്ങളുടെ ശരിപ്പകർപ്പുകൾ *മെഡിറ്റേഷ*നിലും (*Meditation*) *ബിഫോർ ദി ലോ*യിലും (*Before the Law*) കാണാം. ഇക്കാലയളവിൽ കാഫ്ക ഏറെ പരിക്ഷീണിതനും വിഷണ്ണനുമായിരുന്നെന്ന് ബ്രോഡി രേഖപ്പെടുത്തുന്നുണ്ട്. എഴുത്തിനോട് എന്തെന്നില്ലാത്ത പകയും വിദ്വേഷവും ഈ നാളുകളിൽ കാഫ്ക പുലർത്തിയിരുന്നു. സ്വന്തം കൃതികൾ നശിപ്പിച്ചുകളയാൻ ബ്രോഡിയോട് കാഫ്ക നിരന്തരം ആവശ്യപ്പെടുകപോലുമുണ്ടായി. നശീകരണത്തിന്റെ അവസാന ഘട്ടത്തിലെത്തിയ *മെഡിറ്റേഷൻ* ബ്രോഡിയുടെ സമയോചിതമായ ഇടപെടലുകൾകൊണ്ടാണ് അത്ഭുതകരമായി രക്ഷപ്പെട്ടത്.

തീപിടിച്ച മനസുമായി വനാന്തർഭാഗത്തുള്ള ഒരു ഗുഹയിൽ ഒളിച്ചിരിക്കാൻ താൽപ്പര്യപ്പെട്ട കാഫ്കയെ ജീവിതത്തിന്റെ ഉത്സവലഹരിയിലേക്ക് കൂട്ടിക്കൊണ്ടുവരുന്നത് ബ്രോഡിയാണ്. ബ്രോഡി എഴുതുന്നു:

"പ്രാഗിൽ മടങ്ങിയെത്തുംവരെ എന്റെ ശരീരം ചാട്ടവാറിനാൽ തകർക്കപ്പെട്ടിരുന്നില്ല. പകലിനെയും രാവിനെയും ഒരേ വേദിയിൽ കാണണമെന്ന് ശാഠ്യംപിടിച്ച ഒരു കുട്ടിയെപ്പോലെയായിരുന്നു കാഫ്ക." ബ്രോഡിയുമൊത്തുള്ള ദീർഘയാത്രകൾ കാഫ്കയുടെ മനസിനെ പ്രവർത്തനസജ്ജമാക്കി. കാഫ്കയുടെ അപകടകരമായ ചോദ്യങ്ങൾക്കുമുന്നിൽ നിശ്ശബ്ദതയുടെ പതാകകൾകൊണ്ടാണ് ബ്രോഡി മറുപടി പറഞ്ഞത്. ക്ഷോഭസമുദ്രംപോലെ ഇളകിത്തെറിച്ച കാഫ്കയുടെ എഴുത്തുജീവിതം ശാന്തമാക്കിത്തീർക്കാൻ ബ്രോഡിക്ക് എളുപ്പം കഴിഞ്ഞു. ശാന്തമായ ഒരരങ്ങിൽ നിന്നുണർന്നെഴുന്നേറ്റ പകൽ വെളിച്ചംപോലെ കാഫ്ക ഇക്കാലയളവിൽ ഏറെ ഉന്മേഷവാനായിരുന്നു. *ദി ജഡ്ജ്മെന്റ് (The Judgement)* എന്ന കൃതിയിലെ ജോർജിന്റെ പേലവമായ മനഃസാന്നിധ്യം കാഫ്കയുടെ ശരിപ്പകർപ്പായി വായിച്ചെടുക്കാനാകും. പിതാവിന്റെ ശാപമേറ്റ്, ആഴങ്ങളിലേക്ക് മടങ്ങുന്ന ജോർജിന്റെ നിമിഷങ്ങൾക്കുമുന്നിൽ നമസ്കരിച്ചു നിൽക്കുന്ന കാഫ്കയുടെ മുഖം മഞ്ഞു തൂവാലയ്ക്കപ്പുറം നിന്ന് പൊന്തിവരുന്ന ഒരനുഭവമാണ്. സ്നേഹത്തിന്റെ വിലാപവും ജീവിതത്തിന്റെ അസ്തമയകാന്തിയും ഇവിടെ ഒരുപോലെ ഒഴുകിപ്പരക്കുന്നു.

മെറ്റമോർഫസിസി (The Metamorphosis) ലെത്തുമ്പോൾ കാഫ്കയുടെ പ്രതിഭ അപകടകരങ്ങളായ യുദ്ധഭൂമികളിലൂടെ സഞ്ചരിക്കുന്നത് കാണാം. ആഴത്തിൽ മുറിവേൽപ്പിക്കാൻ കഴിയുന്ന ആയുധങ്ങളുമായാണ് കാഫ്ക ഈ കൃതിയിലെത്തുന്നതെന്ന് ബ്രോഡി എഴുതി. ഗ്രെഗോർ സാംസയിൽനിന്ന് ഷഡ്പദത്തിലേക്കുള്ള ദൂരം ഒരൊറ്റ രാത്രിയുടെ ഏകാന്തതയിൽനിന്ന് ഉയർത്തെഴുന്നേറ്റതല്ല. മിടുക്കനും സ്വാതന്ത്ര്യദാഹിയുമായ ഗ്രെഗോർ തന്റെ ഷഡ്പദ മനസിൽ രൂപംകൊണ്ട ഭൂതകാല ജീവിതത്തിന്റെ പീഡാനുഭവങ്ങളെക്കുറിച്ച് ആഴത്തിൽ ചിന്തിക്കുന്നു. ചിന്ത തലച്ചോറിന്റെ വ്യായാമമുറയായതിനാൽ ഭൂതകാല ദൃശ്യങ്ങൾ ഗ്രെഗോറിനെ വിരസതയുടെ മലിനജലത്തിലേക്ക് തള്ളിയിടുന്നു. ഗ്രെഗോറിന്റെ മാതാപിതാക്കളും സഹോദരി ഗ്രെറ്റയും അവനുചുറ്റും നിഗൂഢമായൊരു അകലം പാലിച്ചുകൊണ്ട് ജീവിക്കാൻ ധൈര്യപ്പെടുന്നു. അവനിൽനിന്ന് പുറപ്പെടുന്ന ദുർഗന്ധം ഗ്രെറ്റയുടെ നിദ്രയെപ്പോലും ആക്രമിക്കുന്നു. അവൾ

മെറ്റമോർഫസിസ്

ഗ്രെഗോറിന്റെ മുറിയിൽനിന്ന് പതുക്കെപ്പതുക്കെ അകലുന്നു. ഗ്രെഗോർ ഭക്ഷണം കിട്ടാതെ അസ്ഥിശരീരനാകുന്നു. ഒരുദിവസം തന്റെ മുറിയുടെ വാതിൽ പാതി തുറന്നുകിടക്കുന്നതു കണ്ട് ഗ്രെഗോർ മുറിക്ക് പുറത്ത് കടക്കുന്നു. വാടകക്കാരും മാതാപിതാക്കളും അവനെ കണ്ട് ഭയപ്പെടുന്നു. പിതാവ് ആപ്പിൾ വാരി അവനുനേരെ വലിച്ചെറിയുന്നു. പരിക്കുകളേറ്റ ഗ്രെഗോർ തളർന്നുവീഴുന്നു. വീഴ്ചയിൽനിന്ന് അവൻ മരണത്തിലേക്ക് കടക്കുന്നു. ടി എസ് എലിയറ്റ് എഴുതിയതുപോലെ 'ഒരു ഞരക്കംമാത്രം' (not with a bang but a whimper) അവനിൽ ബാക്കിയാകുന്നു. ആ 'യന്ത്രം'കൂടി നിശ്ശബ്ദമാകുന്നതോടെ അവന്റെ ശവം അഴുക്ക് കുപ്പയിലേക്ക് വലിച്ചെറിയപ്പെടുന്നു.

നിശ്ശബ്ദതയുടെ ആഴങ്ങളിൽ നിന്നാരംഭിച്ച് നിശ്ശബ്ദതയുടെ സമുദ്രഗർത്തങ്ങളിൽ പതിക്കുന്ന സംഗീതമാണ് *മെറ്റമോർഫിസിസി*ലേത്. കാലം ഒരുക്കിയെടുത്ത ഒരു സിംഫണിയായി ഗ്രെഗോർ ഇവിടെ മാറുന്നു. പകൽക്കാഴ്ചകൾ കണ്ടിരിക്കുന്ന നിമിഷങ്ങളിലും മലർന്നുകിടന്ന് ദുർബലമായ ഷഡ്പദപാദങ്ങൾ ചലിപ്പിക്കുമ്പോഴും ഗ്രെഗോറിൽനിന്ന് വേട്ടയാടപ്പെട്ടവന്റെ സമാധാനഗീതം ഉയരുന്നുണ്ട്. പക്ഷേ, കാലം കെട്ടിയുയർത്തിയ കരിങ്കൽ തടവറയ്ക്കുള്ളിൽനിന്ന് അവന്റെ ഗാനം നമുക്ക് കേൾക്കാനാവുന്നില്ല.

ഇൻ ദി പീനൽ കോളനി (In the Penal Colony) യിലും പുറത്തു കാണുവാനും കേൾക്കുവാനുമാകാത്ത തടവറയ്ക്കുള്ളിൽ നിന്നാണ് ഉദാത്തമായ ജീവിതത്തിന്റെ കൊടികൾ ഉയർന്നുകാണുന്നത്. സൂചിമുനകൾകൊണ്ടലങ്കരിച്ച ശിക്ഷാനഗരത്തിന്റെ ഉരുക്ക് വാതിലുകൾ മലർക്കെത്തുറന്ന് പീഡനയന്ത്രം പുറത്തേക്ക് വരുന്നു. യന്ത്രത്തിനുമുകളിൽ സൃഷ്ടികർത്താവായ കോമണ്ടാന്റിന്റെ വെങ്കലപ്രതിമ. കോമണ്ടാന്റ് ദൈവത്തിന്റെ മുഖകാന്തിയുള്ളവനും നിർഭയനുമാണ്. അയാൾ ചത്തുപോയിട്ട് നൂറ്റാണ്ടുകൾ കഴിഞ്ഞിരിക്കുന്നു. പുതിയ കോമണ്ടാന്റിന് യന്ത്രത്തിനോട് അത്ര മമതയില്ല, പക്ഷേ, കാരുണ്യംകലർന്ന ആരാധനയുണ്ട്. അതുകൊണ്ടാണ് അയാൾ വധശിക്ഷയ്ക്ക് വിധിക്കപ്പെട്ടവനെ തള്ളിമാറ്റിക്കൊണ്ട് പീഡനയന്ത്രത്തിൽ കയറിക്കിടക്കുന്നത്. മരണത്തിന്റെ സൂചിപ്പല്ലുകൾക്കിടയിൽ കിടന്ന് ദാരുണമായി മരിക്കേണ്ടിവരുമെന്ന് അയാൾ അറിയുന്നില്ല. അറിയുമ്പോഴേക്കും കാലം അയാളെയും കടന്ന് അജ്ഞാത ദുർഗങ്ങളൊന്നിൽ വിശ്രമിക്കുകയായിരുന്നു. അയാളുടെ മരണം ദൈവം ശരിക്കും ആസ്വദിക്കുന്നുണ്ട്. യന്ത്രത്തിന്റെ അസ്വസ്ഥതയ്ക്ക് മുകളിൽ പുതിയ ആകാശത്തിന്റെ വിത്തുപാകാൻ ദൈവം ധൈര്യപ്പെടുന്നത് അതുകൊണ്ടാണ്.

*പീനൽ കോളനി*യിൽ ഒഴുകിപ്പരക്കുന്ന കാലനദിയുടെ അലർച്ച നമുക്ക് *ദി കാസി (The Castle)* ലിലും കേൾക്കാം. എല്ലാവരാലും അവിശ്വസിക്കപ്പെട്ട ഒരു തിരസ്കൃതൻ (കെ) ഉടഞ്ഞുപോയ അവന്റെ മനസ്സ് പെറുക്കിയെടുത്ത് തുന്നിച്ചേർക്കുകയാണ് നോവലിൽ. ഗുരുതരമായി

പൊള്ളലേറ്റ മനുഷ്യശരീരത്തിന്റെ പിടച്ചിൽപോലെ ആ നോവൽ നമ്മുടെ സ്വാതന്ത്ര്യത്തിനുനേരെ പിടിമുറുക്കുന്നു. അജ്ഞാതനായ പ്രഭുവും അയാളുടെ ഭൂസ്വത്തും കാലത്തിന്റെ അപകടകരമായ താക്കീതുകളായി പരിണമിക്കുന്നു. കോട്ടയിലേക്ക് വയ്ക്കുന്ന ഓരോ ചുവടും കെ-യ്ക്ക് പരാജയത്തിന്റെ ചുവടുകളാണ്. കുന്നിൻമുകളിലെ ഒറ്റപ്പെട്ട കോട്ടയിലേക്ക് ഏറെ ചവിട്ടുപടികളുണ്ട്. പക്ഷേ, കെ മുകളിലേക്ക് കയറുംതോറും താഴേക്ക് ഇറങ്ങുകയാണ്. ഗ്രാമീണരുടെ ചോദ്യങ്ങൾക്ക് മുന്നിൽ കെ നിശ്ശബ്ദനും വിഷണ്ണനുമാകുന്നു. അയാളുടെ മറുപടികൾക്ക് മുകളിൽ കാലം നിർവികാരമായി ഉറഞ്ഞുകിടക്കുന്നു. കാമുകിയായ ഫ്രീഡയുടെ സ്നേഹരഹിതമായ വാക്കുകൾ അയാളുടെ സങ്കടത്തിന്റെ അണക്കെട്ട് ഭേദിക്കുന്നു. അശാന്തിയുടെ കൂറ്റൻ ജലപ്പരപ്പിൽ കെ മുങ്ങി മരിക്കുന്നു.

ഗ്രെഗോർ സാംസയിലും കെ യിലും സംഭവിച്ച അതേ ശിക്ഷാവിധികൾ *ദി ട്രയലി (The Trail)* ലെ ജോസഫ് കെ എന്ന ബാങ്ക് ഉദ്യോഗസ്ഥനെയും പിന്തുടരുന്നുണ്ട്. ബ്യൂറോക്രസിയുടെയും നീതിന്യായ വ്യവസ്ഥയുടെയും പീഡനയന്ത്രങ്ങളിൽ മാറിമാറിക്കിടന്നു മരവിക്കാൻ വിധിക്കപ്പെട്ട ഒരു മനുഷ്യനാണ് ജോസഫ് കെ. കുറ്റാരോപണം ജോസഫ് കെ യുടെ തലയ്ക്കുമുകളിലെ മുൾക്കിരീടമാണ്. അയാൾക്കത് അഴിച്ചുവയ്ക്കാൻ ആഗ്രഹമുണ്ട്. പക്ഷേ, മുൾക്കിരീടം അയാൾക്കൊരു അലങ്കാരമാണെന്ന് നീതിപീഠം വിധിക്കുന്നു. ട്രിബ്യൂണലിന്റെ മുന്നിൽ ജോസഫ് കെ തന്നിലാരോപിക്കപ്പെടുന്ന കുറ്റമെന്താണെന്ന് ചോദിക്കു

ന്നുണ്ട്. പക്ഷേ, കൃത്യമായൊരുത്തരം അവരിൽനിന്നുണ്ടാകുന്നില്ല. കുറ്റം ഏറ്റുപറയുന്നതോടെ നീതിപീഠത്തിൽനിന്ന് രക്ഷപ്പെടാനാകുമെന്ന് അവർ മുന്നറിയിപ്പ് നൽകുന്നുണ്ട്. ആവർത്തനവിരസതയുള്ള വിചാരണവേളകളിൽ ജോസഫിന്റെ ശിരസിനു മുകളിൽ ഒന്നിലധികം മുൾക്കിരീടങ്ങൾ കയർത്തു നിൽക്കുന്നു. അയാൾക്കത് ഭാരമേ ആകുന്നില്ല. വിധി കേട്ടു കഴിയുമ്പോഴേക്കും അയാളൊരു യന്ത്രം ചവച്ചുതുപ്പിയ ചണ്ടിപോലെയാകുന്നു. ഒടുവിൽ അന്വേഷണ ഉദ്യോഗസ്ഥന്റെ കത്തിമുനയിൽ ജോസഫ് കെ തളർന്നുവീഴുമ്പോഴും 'അജ്ഞാതമായ കുറ്റം' അയാളിൽ ബാക്കി നിൽക്കുകയാണ്. ബ്യൂറോക്രസിയുടെ ഇരുണ്ട പുസ്തകത്തിൽനിന്ന് അയാളുടെ പേര് അപ്പോഴും മാഞ്ഞുപോയിട്ടില്ല. അയാൾ ഉയർത്തെഴുന്നേറ്റ് വരുന്നതും കാത്ത് നീതിപീഠം ഉണർന്നിരിക്കുന്നു.

കാഫ്ക മുന്നോട്ടുവയ്ക്കുന്ന ജീവിതത്തിന്റെ ലളിതവും ആപൽക്കരവുമായ സത്യസന്ധതയുടെ ശ്രേണിയിൽനിന്ന് ഭിന്നമായ കൃതിയാണ് *അമേരിക്ക (America).* 1915 ൽ പ്രസിദ്ധീകരിച്ച *ദി സ്റ്റോക്കർ (The Stoker)* എന്ന ദീർഘകഥയുടെ തുടർച്ചയാണ് കാഫ്ക 1927 ൽ എഴുതിത്തീർത്ത *അമേരിക്ക.* വായനയും എഴുത്തും കാഫ്കയിലുണ്ടാക്കിയ തീക്ഷ്ണമായ പരിണാമത്തിന്റെ ഒരധ്യായമാണ് ഈ നോവലെന്ന് മാക്സം ബ്രോഡി രേഖപ്പെടുത്തിയിട്ടുണ്ട്. ചാൾസ് ഡിക്കൻസിന്റെ *ഡേവിഡ് കോപ്പർ ഫീൽഡും* ബെഞ്ചമിൻ ഫ്രാങ്ക്ളിന്റെ ആത്മകഥയും ആവർത്തിച്ചു വായിച്ചതിൽനിന്നുള്ള ഊർജത്തിൽനിന്നാണ് കാഫ്ക *അമേരിക്കയുടെ* ജീവിതപരിസരങ്ങൾ കണ്ടെടുക്കുന്നത്. കഥാപാത്ര ചിത്രീകരണങ്ങളിൽപ്പോലും കാഫ്ക, അതിനുമുമ്പുള്ള രചനകളിൽ ഒന്നും പുലർത്താത്ത ശാന്തഗാംഭീര്യം *അമേരിക്കയിൽ* അവതരിപ്പിക്കുന്നുണ്ട്. ബ്രോഡിക്കെഴുതിയ കത്തിൽ കാഫ്ക ഇക്കാര്യം തുറന്നു സമ്മതിക്കുന്നുണ്ട്. കാഫ്ക എഴുതുന്നു: "ഞാനിപ്പോൾ തികച്ചും സ്വതന്ത്രനാണ്. ആകാശം എനിക്കിപ്പോൾ വ്യക്തമായി കാണാം. ആത്മാന്വേഷണത്തിന്റെ മേഘമാർഗങ്ങളിലൂടെ ഒഴുകി നടക്കാൻ ഞാനതിയായി ആഗ്രഹിക്കുന്നു. യാത്രയ്ക്കിടയിൽ ഒരിക്കലെങ്കിലും നിശ്ശബ്ദതയുടെ വാതിൽക്കൽ ഞാൻ മുട്ടിവിളിച്ചിരിക്കും."

ഏകാന്തതയുടെ പരുക്കൻ ഗോവണി കയറിയിറങ്ങുന്ന കാഫ്കയുടെ മനസ്സ്, *അമേരിക്കയിലെ* കാൾ റോസ്മൻ എന്ന പതിനാറുകാരനിലെത്തുമ്പോൾ കൂടുതൽ പ്രകാശമാനമാവുകയും ഏകാന്തതയുടെ അതിർത്തികൾ കടന്ന് പറക്കുവാൻ പ്രാപ്തമാവുകയും ചെയ്യുന്നു. *അമേരിക്ക* മുന്നോട്ടുവയ്ക്കുന്ന ആശയതലം നമ്മുടെ പതിവ് കാഫ്കിയൻ നിർവചനങ്ങളെ തകർത്തുകളയുന്നു. അപരിചിതമായ നാടും (അമേരിക്ക) അവിടുത്തെ ജനങ്ങളും സംസ്കാരവും കാളിനെ ഭയപ്പെടുത്തുന്നില്ല. ഒരു പെൺകുട്ടിയുമായുണ്ടായിരുന്ന അവിഹിതബന്ധത്തെ തുടർന്നുണ്ടായ അനുഭവമാണ് കാളിനെ അമേരിക്കയിലേക്ക് പറിച്ചുനടാൻ കാരണമാക്കിയത്. അമേരിക്കയിൽ കഴിയുന്ന കോടീശ്വരനായ

അമ്മാവന്റെ അടുത്തേക്കാണ് കാൾ പോകുന്നത്. അവിടെവച്ച് അമ്മാവന്റെ നിർദേശപ്രകാരം കാൾ ധനികനായ പൊള്ളുണ്ടറെ പരിചയപ്പെടുന്നു. പൊള്ളുണ്ടർവഴി 'ക്ലാര' എന്ന പെൺകുട്ടിയെ പരിചയപ്പെടുകയും ആ ബന്ധം വഷളായിത്തുടങ്ങും മുമ്പ് കാൾ അവിടെനിന്ന് രക്ഷപ്പെടുകയും ചെയ്യുന്നു. തെണ്ടി വർഗത്തിൽപ്പെട്ട ദലമാർഷെ, റോബിൻസൺ എന്നിവരുമായുള്ള പുതിയ ചങ്ങാത്തം കാളിനെ വീണ്ടും അപകടങ്ങളിലേക്ക് ക്ഷണിക്കുന്നു. അത്ഭുതകരമായി അവർക്കിടയിൽനിന്ന് രക്ഷപ്പെട്ട കാൾ ഒക്‌ലഹോമയിലെ നേച്ചർതീയേറ്റർ പ്രവർത്തനങ്ങളിൽ പങ്കാളിയാകാൻ കുതിക്കുന്നു.

ഒറ്റവാക്കിൽ പറഞ്ഞാൽ കാൾ റോസ്മാന്റെ നിമിഷങ്ങൾക്ക് ഒരു നദീ സാന്നിധ്യമുണ്ട്. അജ്ഞാതമായ ഏതോ ഒരു പർവതശൃംഗത്തിൽനിന്ന് സമാരംഭിച്ച് നിയോലിബറലിസത്തിന്റെ ഭൂമിയിലൂടൊഴുകി പേരറിയാത്തൊരു അഴിമുഖത്തേക്ക് ഒഴുകിപ്പരക്കുന്ന ഒരു നദീജീവിതം. അപകടകരവും സംഘർഷാത്മകവുമായ അനവധി സ്നാനഘട്ടങ്ങളെ നമസ്കരിച്ചൊഴുകുന്ന ജീവിതമായിരുന്നു കാൾ റോസ്മാന്റേത്. സ്റ്റോക്കറിൽ തുടങ്ങി ഒക്‌ലഹോമയിലെ നേച്ചർ തീയേറ്ററിൽ അവസാനിക്കുന്ന ഒരു ജീവിതമായിരുന്നില്ല കാൾ റോസ്മാന്റേത്. ബ്രോഡിക്കെഴുതിയ കത്തിൽ കാഫ്ക പറയുംപോലെ: "ജീവിതത്തെ എത്രത്തോളം ലളിതമായി സ്വീകരിക്കാൻ ഒരുങ്ങുന്നുവോ അത്രമാത്രം നാം ക്ഷീണിതനുമായിരിക്കും." കാഫ്കയുടെ പ്രതിഭ ക്ഷീണിക്കാത്ത ഒരു കടൽയാത്ര പോലെയായിരുന്നു. "കപ്പലിൽ കൊള്ളേണ്ട ഭാവനയുള്ളവൻ" എന്ന് നെരൂദയെ വിശേഷിപ്പിക്കുംപോലെ കാഫ്കയെയും വിശേഷിപ്പിക്കാം. ബ്രോഡിക്കെഴുതിയ അവസാന കത്തുകളൊന്നിൽ കാഫ്ക എഴുതിയത് നമ്മുടെ വരണ്ട കാലത്തെ ഇപ്പോഴും അസ്വസ്ഥമാക്കുന്നുണ്ട്. "മലിന ജലത്തിൽ മുങ്ങിമരിക്കാൻ ഞാൻ ആഗ്രഹിക്കുന്നില്ല. ഞാൻ ശിക്ഷിക്കപ്പെട്ടാൽ മരിക്കാൻ മാത്രമല്ല ശിക്ഷിക്കപ്പെടുക; മരണംവരെ പിടയാനാകും ശിക്ഷിക്കപ്പെടുക. ദൈവം ഇപ്പോളെന്നോട് നീതിമാന്റെ സ്വരത്തിലാണ് പെരുമാറുന്നത്. കാലപിതാവിന്റെ കൈയിൽനിന്ന് ഘടികാര സൂചികൾ സ്വീകരിക്കുംവരെ ഞാൻ അസ്വസ്ഥനായിരിക്കും."

3

ആൽബേർ കമ്യു

ആൽബേർ കമ്യു

എല്ലാം അതിന്റെ ഉന്നതിയിലേക്ക് ഉയർത്തപ്പെടുന്നതിനും ഏകാന്തതയുടെ തീവ്രത കുറയ്ക്കുന്നതിനും എന്റെ ശിരച്ഛേദം നടപ്പാക്കുന്ന സമയത്ത് വെറുപ്പിന്റെ വിളികളാൽ അഭിസംബോധന ചെയ്യുന്ന ഒരു വലിയ ജനക്കൂട്ടം അവിടെ ഉണ്ടാകണമെന്നുമാത്രം ഞാനാഗ്രഹിച്ചു.

അന്യൻ/1942

ആൽബേർ കമ്യു എഴുതുമ്പോൾ മാത്രം സംഭവിക്കുന്ന അപകട സാധ്യതകളെപ്പറ്റി വിമർശകനായ ഹെർബർട്ട് റീഡ് ശ്രദ്ധേയമായൊരു മുന്നറിയിപ്പ് നൽകുന്നുണ്ട്. ഹെർബർട്ട് റീഡ് എഴുതുന്നു:

> 'മെഡിറ്ററേനിയൻ സമുദ്രത്തിന്റെ ആഴങ്ങളിൽനിന്ന് ഒരുക്കിയെടുത്ത ശാന്തസുന്ദരമായ വിരുന്നുശാലയാണ് ആൽബേർ കമ്യുവിന്റെ രചനകൾ. ആഴങ്ങളിലേക്ക് പോകും മുമ്പ് വായനക്കാരൻ ഒന്ന് തീരുമാനിക്കേണ്ടതുണ്ട്; ജീവിക്കണോ അതോ മരിക്കണമോ എന്ന്. ജീവിതം നിങ്ങൾക്ക് അനാകർഷകമായി തോന്നിത്തുടങ്ങിയെങ്കിൽ നിങ്ങൾ യാത്രയ്ക്കൊരുങ്ങുക. അലങ്കാരനക്ഷത്രങ്ങൾ ഇനിയും കെട്ടുതുടങ്ങിയിട്ടില്ലെങ്കിൽ ദയവായി തീരുമാനം റദ്ദാക്കുക. വായനക്കാരാ, വിരുന്നുശാലയിൽവച്ച് നിങ്ങൾ വെട്ടിവീഴ്ത്തപ്പെടുകയോ വെടിയുണ്ടയാൽ കൊല്ലപ്പെടുകയോ തിരിച്ചറിയാനാകാത്തവിധം വികൃതമാക്കപ്പെടുകയോ ചെയ്താൽ നിങ്ങൾ എത്ര ഭാഗ്യവാനാണ്. ഒരു രാജകീയാവസരം നിങ്ങൾക്കുനേരെ ദൈവം വച്ചുനീട്ടുകയാണ്. നന്ദി പറയുക.'

ജീവിച്ചിരിക്കുക എന്നാൽ മരിച്ചുകൊണ്ടിരിക്കുക എന്ന് എംഗൽസ് പറഞ്ഞതിന്റെ ശ്രുതിശുദ്ധമായ അടയാളവാക്യമാണ് ഹെർബർട്ട് റീഡ് കമ്യുവിന്റെ രചനകളെക്കുറിച്ച് വിളിച്ചുപറഞ്ഞത്. *അന്യനിൽ (outsider)* വധശിക്ഷയ്ക്ക് വിധിക്കപ്പെട്ട ഒരു കഥാപാത്രത്തിന്റെ ആത്മഗതം നമ്മുടെതന്നെ ഉൽക്കണ്ഠയായി പരിണമിക്കുന്നതും അതുകൊണ്ടാണ്. "ഈ തടവറയിൽനിന്ന് എന്നെങ്കിലും പുറത്തിറങ്ങാൻ കഴിഞ്ഞാൽ എല്ലാ വധശിക്ഷകളും കാണാൻ ഞാൻ പോകും" എന്ന കഥാപാത്രത്തിന്റെ ആത്മഗതം നമ്മുടെ ഉള്ളിൽത്തന്നെ അഭിരമിക്കുന്ന ആനന്ദത്തിന്റെ മലർക്കെത്തുറന്ന ഒരു വാതായനമാണ്. കമ്യുവിന്റെ അപൂർണമായ അവസാനരചന (*The First Man*)യിൽപ്പോലും പീഡനത്തിനും സഹനത്തിനുമിടയിൽ വലിച്ചുകെട്ടിയ തിളച്ചുപൊന്തിയ ഒരു ലോഹക്കഷണത്തിന്റെ ആഘാതം പതിയിരിപ്പുണ്ട്. ശരീരത്തിന്റെ ഉത്സവകാലങ്ങളെക്കുറിച്ച് കമ്യുവിനോളം സ്വപ്നം കണ്ടിട്ടുള്ളവർ വിരളമാണ്.

1927 ലാണ് കമ്യു പുരോഗമന പ്രസ്ഥാനങ്ങളുമായി ബന്ധപ്പെട്ടു പ്രവർത്തിച്ചു തുടങ്ങുന്നത്. കുട്ടിക്കാലം മുതൽക്കേ തന്റെ കോശങ്ങളിലെവിടെയോ വാസമുറപ്പിച്ച ക്ഷയരോഗ വിത്തിനെ ബോധപൂർവം വിസ്മരിക്കുന്നതിന്റെ ഭാഗമായിട്ടാണ് കമ്യു സുഹൃത്തുക്കളുമായി ബന്ധപ്പെടുന്നതും അവന്ത്ഗാദ് തീയറ്റർ പ്രസ്ഥാനത്തിന് ആരംഭം കുറിക്കുന്നതും. അൽജിയേഴ്സ് സർവകലാശാലയിൽ വിദ്യാർഥിയായിരുന്ന കാലത്ത് കമ്യു എഴുതി അവതരിപ്പിച്ച ഒറ്റയൊറ്റ നാടകങ്ങളുടെ ധീരോദാത്ത ശ്രമങ്ങളുടെ വളർച്ചയാണ് പിൽക്കാലത്ത് അസംബന്ധനാടക പ്രസ്ഥാനമായി രൂപപ്പെട്ടത്. *കലിഗുല* (*Caligula*) യിലും *ക്രോസ് പർപ്പസി (Cross purpose)* ലും കമ്യു മുന്നോട്ടുവയ്ക്കുന്ന അർഥശൂന്യതയെ സംബന്ധിച്ചുള്ള പരുക്കൻ നിർവചനങ്ങൾ പുതിയകാല വായനയുടെ നെഞ്ചിലേക്ക് കത്തിപ്പടരുന്ന ഒരനുഭവമാണ്. ജീവിതം അർഥശൂന്യമാണെന്നും മനുഷ്യൻ

അർഥശൂന്യനാണെന്നും (*Absurdman*) ഒരേകാലം കമ്യു വിളിച്ചുപറഞ്ഞു. ജീൻ പോൾ സാർത്രുമായി കമ്യു നടത്തിയ വിശുദ്ധമായ കലഹം അസംബന്ധവാദത്തിന്റെയും അസ്തിത്വവാദത്തിന്റെയും വിശുദ്ധവും രസകരവുമായ കലർപ്പായി നമുക്കിന്ന് എളുപ്പം വായിച്ചെടുക്കാനാകും.

കലിഗുല

'ഖേദ ഹർഷങ്ങളുടെ രഹസ്യമുറി' എന്നാണ് കമ്യു ജീവിതത്തെ വിശേഷിപ്പിക്കുന്നത്. ദാരിദ്ര്യവും രോഗവും വേട്ടയാടിയിരുന്ന ബാല്യകാലജീവിതത്തെക്കുറിച്ച് കമ്യു പിൽക്കാലത്തെഴുതിയ *ദി റോങ്സൈഡ് ആന്റ് ദി റൈറ്റ് സൈഡ്* (*The Wrong side and the Right side*) എന്ന പുസ്തകത്തിൽ ഖേദ ഹർഷങ്ങളുടെ രഹസ്യമുറിയെ ഏറെ അപകടകരമായ വാക്കുകൾ ഉപയോഗിച്ചാണ് കമ്യു ചിത്രീകരിക്കുന്നത്. കമ്യു എഴുതുന്നു:

> 'ഗുരുതരമായ രോഗം ബാധിച്ച ഒരു കോശം വികാരം നഷ്ടപ്പെട്ട കണ്ണുകൾകൊണ്ട് മറ്റ് കോശങ്ങളെ ഉറ്റുനോക്കുന്നു. ആരോഗ്യ കോശങ്ങളുടെ കപട വിഷാദം രോഗബാധിതമായ കോശത്തെ ആത്മഹത്യയിലേക്ക് നയിക്കുന്നു. ആത്മഹത്യ ചെയ്യാതിരിക്കുന്ന ഓരോ നിമിഷവും താൻ മറ്റൊരു കോശത്താൽ വധിക്കപ്പെടുമോ എന്ന് കോശം ഭയപ്പെടുന്നു. ജീവിതത്തിന് ഒരു വിലയുമില്ല. അല്ലെങ്കിൽ വിലയിടും മുമ്പേ നാം വധിക്കപ്പെടുന്നു. അല്ലെങ്കിൽ ആത്മഹത്യ ചെയ്യേണ്ടിവരുന്നു.'

സിസിഫസ് പുരാണ (The myth of sisyphous) ത്തിലെ സിസിഫസിന്റെ ശിക്ഷയുടെ പൂർവാശയം കമ്യുവിന്റെ ജീവിതനിർവചനത്തിലുണ്ട്. സിസിഫസിന്റെ ശിക്ഷ പ്രത്യക്ഷത്തിൽ ലളിതവും കൗതുകകരവുമാണ്. ആകാശത്തേക്ക് കൊമ്പുകോർത്ത ഒരു പർവത മുനയിലേക്ക് ഒരു പാറ ഉരുട്ടിക്കേറ്റാൻ സിസിഫസ് നിർബന്ധിതനാകുന്നു. അതാണ് സിസിഫസിനു ലഭിച്ച ശിക്ഷ. കഠിനാധ്വാനത്തിലൂടെ പാറ പർവതമുനയിൽ എത്തിക്കുന്നുണ്ടെങ്കിലും അടുത്തനിമിഷം ആ പാറ ഘോരശബ്ദത്തോടെ താഴേക്ക് പതിക്കുന്നു. പരാജയത്തിന്റെ കയ്പ്പ് അറിഞ്ഞുകൊണ്ടുതന്നെ സിസിഫസ് വീണ്ടുംവീണ്ടും പാറ ഉരുട്ടിക്കേറ്റുന്നു. സ്വന്തം പ്രയത്നത്തിന്റെ അർഥമില്ലായ്മ സിസിഫസ് തിരിച്ചറിയുന്നുണ്ടെങ്കിലും ആ അർഥമില്ലായ്മയുടെ മാധുര്യം അനുഭവിക്കാൻ സിസിഫസ് തയാറാകുന്നതോടെ പരാജയം വിജയമായി പരിണമിക്കുന്നു. ഒരിക്കലും അവസാനിക്കാത്ത മനുഷ്യയാതന (യാത്ര)യുടെ നേർച്ചചിത്രമാണത്.

ഹെർബട്ട് റീഡ് അടയാളപ്പെടുത്തുംപോലെ "അനുഭവങ്ങളുടെ സമുദ്രത്തെ ദൂരത്തുനിന്ന് നോക്കിക്കാണുകയല്ല, സമുദ്രത്തെ കോരിക്കുടിക്കുകയായിരുന്നു കമ്യുവിന്റെ പ്രതിഭ."

അന്യൻ

സിസിഫസ് പുരാണം മുന്നോട്ടുവച്ച അപകടകരമായ ആശയങ്ങളുടെയും ഇടപെടലുകളുടെയും തുടർച്ചകൾ *ദി ജസ്റ്റ് (The just), അന്യൻ (outsider)* എന്നീ നോവലുകളിൽ ജ്വലിച്ചുനിൽക്കുന്നത് കാണാം. *അന്യനിൽ* ഒരു കൊലപാതകിയുടെ വധശിക്ഷ നടപ്പിലാക്കുന്നത് കാണാൻ പോയ അച്ഛനെക്കുറിച്ച് അമ്മ പറയുന്നൊരു കഥയുണ്ട്. വധശിക്ഷ കാണാൻ പോവുക എന്ന ചിന്തതന്നെ അയാളുടെ വയറിനെ അസ്വസ്ഥമാക്കിയെന്നും വധശിക്ഷ കണ്ടുമടങ്ങിവന്ന അയാൾ പ്രഭാതത്തിന്റെ പകുതി സമയവും ഛർദിച്ചുകൊണ്ടിരുന്നുവെന്നും കമ്യു എഴുതുന്നു. ഇവിടെ അസ്വസ്ഥമായതെന്തും അയാളുടെ ഭൂതകാല സ്മൃതികളിൽ നിന്നുണർന്ന മൃത്യുഭയമാണ്. ഭയത്തിന്റെ ഏതോ ഒരു അജ്ഞാത ദുർഗത്തിനുള്ളിൽ വച്ച് അയാൾ ശരീരത്തിൽനിന്ന് പുറത്താകുകയും അർഥശൂന്യമായ ഒരു തെരുവിൽ അയാളൊരു വിലാപമായിത്തീരുകയും ചെയ്യുന്നു. കമ്യുവിന്റെ അവസാനകൃതികളിലൊന്നായ *ദി ഫാളി (The Fall)* ൽ നഗരജീർണതയിലേക്ക് വലിച്ചെറിയപ്പെട്ട ക്ലമൻസിന്റെ ഒറ്റപ്പെടലുകൾക്കും ഇതേ നിറവും രൂപവുമാണുള്ളത്. ദുരിതവഴികൾ കടന്ന് ദുരന്തത്തിലെത്തിച്ചേരുന്ന മനുഷ്യാവസ്ഥയുടെ പ്രാകൃതമായ ഒരരങ്ങാണ് ക്ലമൻസിലൂടെ കമ്യു അവതരിപ്പിക്കുന്നത്.

II

കമ്യുവിന്റെ രചനാകാലത്തെ *പ്ലേഗി (The Pleauge)* നു മുമ്പും പിമ്പും എന്ന് അടയാളപ്പെടുത്തി വിലയിരുത്തുന്ന നിരൂപകരുണ്ട്. *എക്സിസ്റ്റെൻഷ്യലിസം ആന്റ് ഹ്യൂമനിസം (Existentialism and Humanism)* എന്ന കൃതിയിൽ സാർത്ര് ഇത്തരം കാലവിഭജനത്തെ ശക്തമായി എതിർക്കുകയും സർഗാത്മകതയും മാനവികതയും അടിസ്ഥാനമാക്കി നടത്തുന്ന നെടുങ്കൻ ചർച്ചകളിൽ നിരൂപകരുടെ തലതിരിഞ്ഞ കാലബോധത്തെ പരിഹസിക്കുകയും ചെയ്യുന്നു. കമ്യുവിന്റെ രചനകളിൽ ശ്രദ്ധേയവും അപകടകരവുമായ ഒരടയാളമായി വായനക്കാരും

നിരൂപകരും സ്വീകരിക്കുന്ന കൃതിയാണ് *പ്ലേഗ്*. *അന്യൻ, സിസിഫസ് പുരാണം* എന്നീ ശ്രദ്ധേയങ്ങളായ കൃതികൾക്കു ശേഷമാണ് കമ്യു *പ്ലേഗിന്റെ* രചനയിലേക്ക് തിരിയുന്നത്. ഈ കാലയളവിൽ കമ്യു *അൽജർ റിപ്പബ്ലിക്കൻ* എന്ന പത്രത്തിലെ ശ്രദ്ധേയരായ പത്രപ്രവർത്തകരിൽ ഒരാളായിരുന്നു. രണ്ടാംലോക മഹായുദ്ധവും പത്രപ്രവർത്തനരംഗത്തെ അസ്വസ്ഥതകളും ആയിടെ വിവാഹം കഴിഞ്ഞെങ്കിലും ഭാര്യയെ പിരിഞ്ഞ് ഫ്രാൻസിലേക്ക് പോകേണ്ടിവന്നതിലുള്ള അമർഷവും ഒക്കെ ചേർന്ന് രൂപപ്പെട്ട കമ്യുവിന്റെ മാനസികാവസ്ഥയിൽനിന്നാണ് *പ്ലേഗ്* പിറവി കൊള്ളുന്നത്.

നിശ്ശബ്ദതയിൽനിന്ന് ശബ്ദാകാരത്തിലേക്ക് വലിച്ചുകെട്ടിയ തിളച്ചു പൊന്തിയ ഒരു ലോഹത്തകിടുപോലെയാണ് *പ്ലേഗിന്റെ* കഥാഘടന. ബെർണാഡ് റിയു എന്ന യുവ ഡോക്ടറുടെ നിശ്ശബ്ദവും സംഭവ ബഹുലവുമായ ജീവിതത്തിലൂടെയാണ് *പ്ലേഗ്* ഒറാൻ എന്ന തുറമുഖപട്ടണത്തിലാകെ ഒഴുകിപ്പരക്കുന്നത്. അർജിയേഴ്സിലെ തുറമുഖ പട്ടണമായ ഒറാൻ പ്രദേശം ജനനിബിഡവും വൃത്തി കുറഞ്ഞതുമാണ്. കൊടുങ്കാറ്റിനു മുമ്പുള്ള ശാന്തത എല്ലായ്പ്പോഴും ഒറാനു മുകളിൽ ചൂഴ്ന്നു നിൽപ്പുണ്ട്. ഒറാനിലെ തെരുവുകളിലും വീടുകളിലുമായി എലികൾ കൂട്ടം കൂട്ടമായി ചത്തുവീഴുന്നതോടെ നിശ്ശബ്ദതയുടെ അവസാനതിരശ്ശീലയും തകർത്തെറിഞ്ഞുകൊണ്ട് കൊടുങ്കാറ്റ് കടന്നുവരുന്നു. ജോലിത്തിരക്കുകൾക്കിടയിലും ഡോക്ടർ റിയു ചത്ത എലികളെ നിർമാർജനം ചെയ്യാനുള്ള പ്രവർത്തനങ്ങളിൽ ഏർപ്പെടുന്നു. എന്നാൽ അപ്രതീക്ഷിതമായി ഡോക്ടർ റിയുവിന്റെ താമസസ്ഥലത്തിനടുത്തുള്ള പോർട്ടർ കടുത്ത പനി പിടിച്ചുമരണപ്പെടുന്നു. പോർട്ടറുടെ മരണം ഡോക്ടർ റിയുവിന്റെ സംശയത്തെ കൂടുതൽ ബലപ്പെടുത്തുന്നതോടെ *പ്ലേഗിന്റെ* ഉഗ്രതാണ്ഡവം സമാരംഭിക്കുകയാണ്. ദിവസങ്ങൾക്കുള്ളിൽ ഒറാൻ നഗരം പ്ലേഗിന് പിടിയിലാവുകയും നഗരവാതിൽ എന്നെന്നേക്കുമായി അടയ്ക്കപ്പെടുകയും ചെയ്യുന്നു.

പ്ലേഗ്

ഒരു നഗരത്തെ വിഷപ്പനി വിഴുങ്ങുന്നവിധം അപകടകരമായ അനുഭവങ്ങളിലൂടെയാണ് കമ്യു ചിത്രീകരിക്കുന്നത്. രോഗബാധിതരെയും ബാധിക്കാത്തവരെയും തിരിച്ചറിയാനാകാത്തവിധം നഗരം കൂടുതൽ ജീർണമാകുന്നു. താൽക്കാലികമായി കെട്ടി ഉയർത്തിയ ക്യാമ്പുകളിൽ

രോഗികളുടെ എണ്ണം പെരുകുന്നതോടെ നഗരജീവിതം കൂടുതൽ കലുഷിതമാവുകയും അതുവരെ അടക്കിവച്ചിരുന്ന രോഗികളുടെ ദൈന്യം വിലാപമായി ഉയരുകയും ചെയ്യുന്നു. ഡോക്ടർ റിയുവിന്റെ സമയോചിതവും സ്തുത്യർഹവുമായ പ്രവർത്തനങ്ങൾ ഒരളവുവരെ രോഗികൾക്ക് ആശ്വാസം പകരുന്നുണ്ടെങ്കിലും പലപ്പോഴും ഡോക്ടർ റിയുവിന്റെ മുന്നിൽ മരണസംഖ്യയുടെ ഗ്രാഫ് ക്രമാതീതമായി വർധിക്കുന്നു. "വിരലുകളിലൂടെ മരണത്തിന്റെ തണുപ്പ് അരിച്ചരിച്ച് കയറുമ്പോഴും ഞാനവർക്ക് ചൂട് പകർന്നുകൊടുത്തു"വെന്ന് ഡോക്ടർ റിയു വിളിച്ചു പറയുമ്പോൾ ഉദാത്തമായ മനുഷ്യസ്നേഹത്തിന്റെ ഇനിയും വറ്റാത്ത നനവ് നമുക്ക് അനുഭവവേദ്യമാകുന്നുണ്ട്. കമ്യുവിലെ മനുഷ്യസ്നേഹിയുടെ ശക്തമായ ഇടപെടലുകളായി ഈ കാഴ്ചകളെ വിലയിരുത്താനാകുമെന്ന് ഹെർബർട്ട് റീഡ് സൂചിപ്പിക്കുന്നുണ്ട്.

വിഷപ്പനി ഭീകരതാണ്ഡവമാടുന്നതോടെ നഗരത്തിൽനിന്ന് രക്ഷപ്പെടാനാഗ്രഹിക്കുന്ന, പത്രപ്രവർത്തകൻ റെയ്മണ്ട് റാംബേർ (റാംബേറുടെ ഛായ കമ്യുവിന്റേതാണ്) മനുഷ്യാവസ്ഥയുടെ ദാരുണമായ പ്രതീകമാണ്. റാംബേറിന്റെ ഭാര്യ നഗരത്തിനു പുറത്താണ്. ഇത്തരമൊരു ദാരുണമായ അവസ്ഥയിൽ അയാൾ ഭാര്യയുടെ സാമീപ്യം അത്യഗാധമായി കൊതിക്കുന്നു. പക്ഷേ, റാംബേറിന് നഗരം വിട്ടുപോകാൻ കഴിയുന്നില്ല. നഗരവാതിൽ തുറന്നുകൊടുത്താൽ കാവൽക്കാർക്ക് കൈക്കൂലി കൊടുക്കാമെന്നുപോലും അയാൾ പറയുന്നുണ്ട്. അതും സാധിക്കാതെവരുന്നതോടെ റാംബേർ ഡോക്ടർ റിയുവിനോടൊപ്പം ജീവകാരുണ്യപ്രവർത്തനങ്ങളിൽ സജീവപങ്കാളിയാകുന്നു. ഇവിടെയും മനുഷ്യത്വത്തിന്റെയും കാരുണ്യത്തിന്റെയും കൊടിയടയാളങ്ങൾ നമ്മുടെ ശിരസുകൾക്ക് മീതെ കമ്യു ഉയർത്തുന്നു.

ദി റോങ്സൈഡ് ആന്റ് ദി റൈറ്റ് സൈഡ് എന്ന കൃതിയിൽ മരണത്തിന്റെ വിരുന്നുശാലയിൽ എത്തപ്പെടുന്നവരെക്കുറിച്ച് കമ്യു എഴുതിയിട്ടുണ്ട്. "മരണത്തിന്റെ കൂടാരത്തിലേക്ക് വിരുന്നിനു പോകുന്നവരെ നമുക്ക് രണ്ടായി തിരിക്കാം. ചിലർ നഗ്നരായിരിക്കും. മറ്റുള്ളവർക്ക് ശരീരമേ ഉണ്ടാകില്ല. ശരീരമില്ലാത്തവരോട് മരണത്തിന് അനുകമ്പ ഉണ്ടാകും. കാരണം അവരൊരിക്കലും ഇരിപ്പിടങ്ങൾക്കുവേണ്ടി വീണ്ടും രക്തസാക്ഷികളാകില്ലല്ലോ." വിരുന്നുകാരെക്കുറിച്ച് കമ്യു നടത്തിയ വിശുദ്ധനിർവചനത്തിന്റെ അന്തസ്സ് അലങ്കരിക്കുന്നവരാണ് *പ്ലേഗി*ലെ ഫാദർ പെനലൗവും സാമൂഹ്യപ്രവർത്തകനായ ഷീൻതാരുവും. ഇരുവരും വിഷപ്പനിക്കെതിരെ യുദ്ധം ചെയ്ത് ഒടുവിൽ ശരീരമുപേക്ഷിച്ച് മടങ്ങുന്നു. മനുഷ്യർ ചെയ്തുകൂട്ടുന്ന പാപത്തിന്റെ ഫലമാണ് ഒറാനിൽ പടർന്നുപിടിച്ച വിഷപ്പനിയെന്ന് നോവലിൽ ഒരുഭാഗത്ത് ഫാദർ പെനലൗവ് പറയുന്നുണ്ട്. എന്നാൽ 'യാക്' എന്ന കുഞ്ഞ് പ്ലേഗ് ബാധിച്ച് ദാരുണമായി മരിച്ചപ്പോൾ "അവനെന്തു തെറ്റ് ചെയ്തിട്ടാണ് ദൈവം ഇത്ര കഠിനമായി അവനെ ശിക്ഷിച്ചത്?" എന്ന വിശ്വാസികളുടെ ചോദ്യത്തിനു മുന്നിൽ ഫാദർ മുട്ടുകുത്തുന്നു. വിശുദ്ധഗ്രന്ഥങ്ങളിലൊന്നുമില്ലാത്ത ഒരുത്തരം തേടി, നിശ്ശബ്ദമായ വഴികളിലൂടെ നടന്ന് ഒടുവിൽ ഫാദർ പെനലൗവും മരണത്തിന്റെ കൂടാരത്തിലെത്തപ്പെടുന്നു.

സാമൂഹ്യപ്രവർത്തകനായ ഷീൻതാരുവിന്റെ ജീവിതം നിശ്ശബ്ദതയിൽനിന്ന് സമാരംഭിച്ച് നിശ്ശബ്ദതയിൽ പര്യവസാനിക്കുന്ന ഒരൊഴുക്കാണ്. ഡോക്ടർ റിയുവിനൊപ്പം ചേർന്നുനിന്ന് രോഗികളെ ശുശ്രൂഷിക്കുകയും ക്യാമ്പുകളിലെത്തിക്കുകയും രോഗം വരാതിരിക്കാനുള്ള മുന്നറിയിപ്പുകൾ ജനങ്ങളിലെത്തിക്കുകയുമൊക്കെ ചെയ്ത താരുവും ഒടുവിൽ ദയനീയമായി രോഗത്തിന് കീഴ്പ്പെട്ടു മരണമടയുന്നു. ഹെർബർട്ട് റീഡ് വിലയിരുത്തുംപോലെ 'നിശ്ശബ്ദമായൊരു ആക്രമണരീതിയാണ് രോഗത്തിന്റേത്. പക്ഷേ, അതു തകർത്തുകളയുന്നത് ഒരു സംസ്കാരത്തെയും.' ഫാദർ പെനലൗവും ഷീൻതാരുവും ഒരേ ലക്ഷ്യത്തിലേക്ക് ഒഴുകിയ മനുഷ്യത്വത്തിന്റെ അന്തസ്സാർന്ന രണ്ടു നദികളായിരുന്നു. ഫാദർ പെനലൗവ് ഒരു ഘട്ടത്തിൽ വിശുദ്ധ ഗ്രന്ഥത്തെ മറികടക്കാനാകാതെ വിലപിക്കുന്നു. ബൗദ്ധികവും കർമനിരതവുമായ ജീവിതത്തിൽനിന്ന് മടങ്ങിപ്പോകാൻ ഷീൻതാരുവിന് കഴിയാതെ വരുന്നതും ദയാരഹിതമായ കാലത്തിന്റെ സാക്ഷ്യപത്രങ്ങളാണ്.

പനിക്കോളു നിറഞ്ഞ ആകാശം രോഗങ്ങളൊഴിഞ്ഞ് ദീപ്തമാകുന്നതോടെ ഒറാനിലേക്ക് പുതിയ പ്രതീക്ഷകൾ കടന്നുവരുന്നു. വിഷപ്പനി പൂർണമായും അതിർത്തികടന്നതോടെ നഗരവാതിൽ വീണ്ടും തുറക്കപ്പെടുന്നു. തെരുവുകളും വീടുകളും വീണ്ടും ഉത്സാഹത്തിമിർപ്പിലാകുന്നു. പ്രതീക്ഷകളുടെയും കണ്ടുമുട്ടലിന്റെയും ആഹ്ലാദങ്ങൾക്കിടയിൽ റാംബേറിനെ കാത്തിരുന്നത് പ്രിയതമയുടെ മരണ വൃത്താന്തമാണ്. ആനന്ദത്തിന്റെ പടുകൂറ്റൻ ഗോപുരങ്ങൾ ഒന്നൊന്നായി തലയ്ക്കുമേൽ പതിക്കുന്നതായി റാംബേറിന് അനുഭവപ്പെടുന്നു. അയാൾ ഏകാന്തതയുടെയും ഒറ്റപ്പെടലിന്റെയും ഗുഹാമുഖത്തേക്ക് കയറിപ്പോകുന്നു.

വിഷപ്പനിയുടെ നിർദയവും ക്രൂരവുമായ അടയാളങ്ങൾ ഒറാനിൽ ഓർമയാകുന്നതോടെ കാലത്തിന്റെ പുതിയൊരു പടുകൂറ്റൻ അരങ്ങ് അവിടെ പ്രത്യക്ഷമാകുന്നു. കമ്യു എഴുതുന്നു:

> ദൈവത്തിന്റെ കുമ്പസാരം ചരിത്രത്തിലെ നിഷ്കളങ്കമായ ഫലിതങ്ങളിലൊന്നാണ്. ആടിത്തളർന്ന് അരങ്ങിൽ വീണ ദൈവത്തിന്റെ ശവഘോഷയാത്ര ഒറാനിലെ നഗര കവാടം തുറന്നു പുറത്തേക്കു പോകുന്ന കാഴ്ച നമ്മുടെ കാരുണ്യം അർഹിക്കുന്നുണ്ട്.

പ്രപഞ്ചനടുവിൽ കെട്ടിയുയർത്തിയ അരങ്ങിൽ യുക്തിയും അയുക്തിയും യുദ്ധോത്സുകരാകുമ്പോൾ നമ്മുടെ ഇരുത്തം വന്ന പ്രതീക്ഷകളുടെ ശിഖരങ്ങൾ ഒടിയുന്നു. ഏകാന്തതയുടെയും ഒറ്റപ്പെടലിന്റെയും വ്യാളീമുഖങ്ങൾ നിറഞ്ഞ നഗരവാതിൽക്കൽ നാം വ്യാധിയുടെ പുതിയ അണുക്കളെ കാത്തിരിക്കുന്നു. കമ്യുവിന്റെ പ്രതിഭ മുന്നോട്ടുവയ്ക്കുന്ന അപകടകരമായ ജീവിതനിർവചനങ്ങൾ തിളച്ചുപൊന്തിയ അഗ്നിപർവതത്തെയാണ് ഓർമിപ്പിക്കുന്നത്. ഒരേ കാലം കമ്യു നമ്മുടെ നിശ്ശബ്ദതയിൽ വിഷം കലർത്തുകയും വിഷപ്പനിയുടെ മയൂരനൃത്തങ്ങൾ ഒരുക്കുകയും ചെയ്യുന്നു.

4

ഫ്രെഡ്റിക് നീഷെ

ഫ്രെഡ്റിക് നീഷെ

വിശുദ്ധൻ പറഞ്ഞു: മനുഷ്യന്റെ അടുത്തേക്ക് നീ ഒരിക്കലും പോകരുത്. ഈ കാട് നിനക്കുകൂടി ഉള്ളതാണ്. മൃഗങ്ങളുടെ അടുത്തേക്ക് നീ സധൈര്യം പോകുക. എന്നെപ്പോലെ നീ എന്തുകൊണ്ട് ജീവിതം ആസ്വദിക്കുന്നില്ല. കരടിക്കൂട്ടത്തിൽ നീയൊരു കരടിയാണ്. പക്ഷിക്കൂട്ടത്തിൽ നീയൊരു പക്ഷിയാണ്.

ഞാൻ എല്ലാം മനസിലാക്കുന്നു; വിശുദ്ധൻ - നീ കാട്ടിലെന്താണ് ചെയ്യുന്നത്? സരതുസ്ട്ര ചോദിച്ചു.

ഞാൻ അനശ്വരങ്ങളായ ഗീതങ്ങൾ ഒരുക്കുന്നു. രചനാവേളകളിൽ ഞാൻ ചിരിക്കുകയും സങ്കടപ്പെടാറുമുണ്ട്. ഗീതങ്ങൾ പാടുമ്പോഴും ചിരിക്കുമ്പോഴും കരയുമ്പോഴും ദൈവത്തെ ഞാൻ ആഴത്തിൽ സ്തുതിക്കാറുണ്ട്.

ഏകാന്തതയുടെ ഒറ്റമരച്ചോട്ടിൽ സരതുസ്ട്ര തളർന്നിരുന്നു. അവൻ സ്വന്തം ഹൃദയത്തിനോടു ചോദിച്ചു: 'എന്താണ് സംഭവിക്കുന്നത്? കാട്ടിൽ കഴിഞ്ഞുകൂടുന്ന ഈ ജ്ഞാനവൃദ്ധൻ ഇതുവരെ ഒന്നും

തിരിച്ചറിഞ്ഞിട്ടില്ലേ? ദൈവം മരിച്ചു എന്നത് ജ്ഞാനവൃദ്ധൻ അറിഞ്ഞിട്ടില്ലേ?'

സരതുസ്ട്രായുടെ വചനങ്ങൾ/1883-85

റിച്ചാർഡ് വാഗ്നറുടെ സംഗീതം കേട്ടിരിക്കുന്ന ഫ്രെഡറിക് നീഷെ. നീഷെയുടെ വിരലുകൾ പിയാനോവിലൂടെ പതിയെ ഒഴുകുന്നു. അതിൽ നിന്ന് ആനന്ദത്തിന്റെ കുരുവിക്കുഞ്ഞുങ്ങൾ ചിറകുവിടർത്തി മെല്ലെ പറക്കുന്നു. വാഗ്നറുടെ സംഗീതം വിയന്നായുടെ മേഘങ്ങൾക്കു മുകളിൽ ഓക്കുമരത്തിന്റെ തളിരിലകൾപോലെ പടർന്നുകിടക്കുന്നു. നീഷെയുടെ ചുണ്ടുകൾ ആ ദിവ്യസംഗീതത്തിനൊപ്പം ഒഴുകിനീങ്ങുംപോലെ. വാഗ്നറുടെ ഗാനം അഭിജാതമായൊരു ദ്വീപിനെ ഓർമിപ്പിക്കുന്നുണ്ടായിരുന്നു.

"ഹേ, നിശിതഗ്രീഷ്മമേ
ശൈത്യത്തിന്നഗാധതയിൽനിന്ന്
വസന്തരാഗത്തെ കൂട്ടിക്കൊണ്ടുവരിക.
ഹേ, നിശ്ശബ്ദമേഘമേ
തളിർത്ത മന്വന്തരങ്ങളിൽനിന്ന്
പുലരിമഞ്ഞിൻകണം കൊരുത്തെടുക്കുക."

നമ്മുടെ സ്വപ്നങ്ങളിൽ ഒരിക്കൽപ്പോലും ഇത്തരമൊരു ഫ്രെയിം സങ്കൽപ്പിക്കാനാവില്ല. വിയന്നായിലെ ആളൊഴിഞ്ഞ ഒരു മ്യൂസിക്ക് ഹാളിലിരുന്ന് രണ്ട് ജീനിയസുകൾ വിശുദ്ധസംഗീതത്തിന്റെ താഴ്വരകളിൽ പറന്നുനടക്കുന്നു. നിമിഷങ്ങളോളം ഇരുവരും ആലിംഗനബദ്ധരായിരിക്കുന്നു. പേലവമായ വാക്കുകൾ കൊരുത്ത് നീഷെ വാഗ്നറെ ചുംബിക്കുന്നു. വാഗ്നറുടെ ആർദ്രസംഗീതം നീഷെയുടെ ഗ്രീഷ്മകാല നിനവുകൾക്ക് ശൈത്യം പകരുന്നു. ഒറ്റ ഫ്രെയിമിൽ പകർത്തുവാൻ കഴിയാത്തത്ര ശലഭനിമിഷങ്ങൾ.

*ദി കേസ് ഓഫ് വാഗ്നർ
എ മ്യൂസിഷ്യൻസ് പ്രോബ്ലം*

എലിമെന്ററി സ്കൂൾ പഠനം കഴിഞ്ഞ് നീഷെ 'ജെർമാനിയ' എന്ന പേരിൽ ഒരു ക്ലബ്ബ് സമാരംഭിച്ചു. എഴുത്തിനും വായനയ്ക്കും സംഗീതത്തിനുമായൊരിടം. അവിടെവച്ചാണ് റിച്ചാർഡ് വാഗ്നറുമായി നീഷെ സൗഹൃദത്തിലാകുന്നത്. സൗഹൃദത്തെ 'നക്ഷത്രസൗഹൃദം' എന്നാണ് നീഷെ വിളിച്ചിരുന്നത്. എന്നാൽ, പിൽക്കാലത്ത് 'നക്ഷത്രസൗഹൃദ'ങ്ങൾ

പലതും നീഷെ തന്നെ തള്ളി താഴെയിട്ടിട്ടുണ്ട്. നീഷെ പറയുന്നു: "സൗഹൃദം ഏതു ഭാഗത്തുനിന്നുവന്നാലും ഞാൻ ഭയപ്പെടാറുണ്ട്. ഒരു പർവതം, അതിന്റെ വേരുകളോടെ ശരീരത്തുവീഴുംപോലെയാണ് എനിക്കത് അനുഭവപ്പെടുക." നീഷെയുടെ കുമ്പസാരത്തിന്റെ ശരിപ്പകർപ്പുകൾ തിരിച്ചറിയണമെങ്കിൽ *ദി കേസ് ഓഫ് വാഗ്നർ എ മ്യൂസിഷ്യൻസ് പ്രോബ്ലം* (*The case of Wagner a Musicians Problem*) എന്ന വിശ്രുത ഗ്രന്ഥം ഒന്നു സ്പർശിച്ചാൽ മാത്രം മതി. റിച്ചാർഡ് വാഗ്നറുടെ നേരെ ശക്തിയുക്തം ശരങ്ങളെയ്യുന്ന നീഷെയെ ഗ്രന്ഥത്തിലുടനീളം കാണാനാകും. നീഷെ എഴുതുന്നു: "രോഗാതുരമായ സംഗീതം ബധിരന്റെ ആനന്ദത്തെപ്പോലും തകർത്തുകളയും. വാഗ്നർ, പ്രിയപ്പെട്ടനേ, എന്റെ ശരസഞ്ചയങ്ങൾക്കിടയിൽനിന്ന് നീയൊരിക്കലും രക്ഷപ്പെടാതിരിക്കട്ടെ" - ഇതാണ് ഫ്രെഡറിക് നീഷെ. ഒരേകാലം രണ്ടു ഹൃദയങ്ങളുമായി ജീവിക്കേണ്ടിവന്ന മനുഷ്യൻ. ദൈവസംഗീതം പൊഴിയുന്ന പിയാനോവിലൂടെ സോണറ്റുകൾ രചിച്ച് വിയന്നയെ അത്ഭുതപ്പെടുത്തണമെന്ന് അത്യഗാധമായി ആഗ്രഹിക്കുകയും ദൈവത്തിനുനേരെ ചൂണ്ടുവിരലുയർത്തി കയർക്കുകയും ചെയ്ത പ്രതിഭാശാലി. മുഴുത്ത ഭ്രാന്തിന്റെ ആവിഎഞ്ചിനുകൾ നീഷെയുടെ മസ്തിഷ്കത്തിലെ പാളങ്ങൾ തകർത്തുകൊണ്ട് രാവും പകലും ഓടിക്കൊണ്ടിരുന്നു. ഫ്രെഡറിക് റിക്ഷൻ അടയാളപ്പെടുത്തുംപോലെ "മുന്തിരിത്തോട്ടങ്ങൾക്കിടയിൽ അകപ്പെട്ടുപോയ ഒരു കുട്ടിയെപ്പോലായിരുന്നു നീഷെ. ചുറ്റും മധുരം. പക്ഷേ, ആ കുട്ടിയുടെ നേർക്ക് ജീവിതത്തിന്റെ കയ്പ്പുനിറഞ്ഞ ഫലങ്ങളായിരുന്നു ദൈവം നീട്ടിയത്."

ഇരുപത്തേഴാം വയസിലാണ് നീഷെയുടെ ആദ്യപുസ്തകം പ്രസിദ്ധീകൃതമാകുന്നത്. *ദി ബർത്ത് ഓഫ് ട്രാജഡി*യെ (*The Birth of Tragedy*) അഭിനിവേശങ്ങളുടെ ലാവണ്യപുസ്തകം എന്നാണ് വാഗ്നർ വിശേഷിപ്പിക്കുന്നത്. ജർമൻ പൗരാണികജീവിതത്തിന്റെ സാംസ്കാരികവും സൗന്ദര്യാത്മകവുമായ അന്വേഷണങ്ങളിൽനിന്ന് ഉരുത്തിരിഞ്ഞുവന്ന ആശയനിർവചനങ്ങളിൽനിന്നാണ് ഈ ഗ്രന്ഥം പിറവിയെടുക്കുന്നത്. ഗ്രന്ഥാരംഭത്തിൽ നീഷെ എഴുതിയിട്ടുള്ളതുപോലെ "നമ്മുടെ നിശ്ശബ്ദത മറ്റൊരാളിന്റെ അലർച്ചപോലെ സുന്ദരമാണ്. എന്നാൽ മറ്റൊരാളിന്റെ നിശ്ശബ്ദത നമ്മുടെ അലർച്ചപോലെ വികൃതവുമായിരിക്കും." നിശബ്ദതയ്ക്കും അലർച്ചയ്ക്കുമിടയിൽ സംഭവിക്കുന്ന സാംസ്കാരിക മൂല്യങ്ങളെ, സ്വതന്ത്രമായ വീക്ഷണകോണുകളിലൂടെ വിശകലനം ചെയ്ത് പുനരവതരിപ്പിക്കുകവഴി ചിന്താലോകത്ത് നീഷെ പുതിയൊരു ആകാശം സൃഷ്ടിക്കുകയായിരുന്നു. ഒരു ശരീരത്തിനുള്ളിലെ രണ്ടു ഹൃദയങ്ങളുടെ മാറിമാറിയുള്ള ഇടപെടലുകൾ ഒരേകാലം വന്യവും സുന്ദരവുമായിരിക്കുമെന്ന് ഈ ഗ്രന്ഥത്തിലൂടെ നീഷെ ഓർമപ്പെടുത്തുകയും ചെയ്യുന്നു.

നീഷെയുടെ വെളിപാടുകൾക്ക് നക്ഷത്രാലംകൃതമായ ആകാശത്തിന്റെ ഭംഗിയാണുള്ളത്. കലയെ, തന്റെ ചമ്മട്ടികൊണ്ട് അടിച്ചുപുറത്താക്കുകയും ദാർശനികതയുടെ വനസഞ്ചാരത്തിന് നീഷെ ഇറങ്ങി

പ്പുറപ്പെടുകയും ചെയ്തു. നീഷെയുടെ ഉള്ളുനിറയെ മതചരിത്രകാരനായ ഡേവിഡ് സ്ട്രോസിന്റെയും ആർതർ ഷോപ്പൻഹോവറിന്റെയും പിടയ്ക്കുന്ന ദാർശനിക നിർവചനങ്ങൾകൊണ്ട് സമ്പന്നമായിരുന്നു. മനോവൈകാരികതയുടെ ശാസ്ത്രനിർവചനങ്ങൾ കൊണ്ടുമാത്രമേ ദാർശനിക സമസ്യകൾക്ക് ഉദാത്തമായൊരു മറുപടിയിൽ എത്തിച്ചേരാൻ കഴിയൂ എന്ന് നീഷെ വിശ്വസിച്ചിരുന്നു. 1878 ൽ പ്രസിദ്ധീകരിച്ച *ഹ്യൂമൻ ഓൾ ടു ഹ്യൂമൻ (Human all too Human)* എന്ന ഗ്രന്ഥത്തിൽ നീഷെ ഉയർത്തിക്കാട്ടുന്ന പൊള്ളുന്ന ചോദ്യങ്ങൾക്ക് ഇനിയും നമുക്ക് തണുത്ത ഉത്തരങ്ങൾകൊണ്ടുപോലും നമുക്ക് സമവായം സൃഷ്ടിക്കാൻ കഴിഞ്ഞിട്ടില്ല. നീഷെ എഴുതുന്നു "ലളിതമായതെന്തും ദഹനക്കേട് നിറഞ്ഞതായിരിക്കും. നോക്കൂ, ഒരു ഭ്രാന്തൻ ഭക്ഷിക്കുന്നതൊന്നും അയാൾക്ക് ഒരിക്കലും ദഹനക്കേട് വരുത്തുന്നില്ല. കാരണം, അയാളുടെ വിശപ്പിനും ദാഹത്തിനും മുന്നിൽ പർവതങ്ങളും സമുദ്രങ്ങളും ഭയങ്കരങ്ങളായി നിൽക്കുകയാണ്." ഷോപ്പൻഹോവറിന്റെ ആശയങ്ങളിൽ നിരന്തരം സ്നാനം ചെയ്തതിന്റെ പരിണാമങ്ങളിൽനിന്നാണ് നീഷെ ഇതൊക്കെ വിളിച്ചുപറയാൻ ധൈര്യപ്പെട്ടത്.

ഹ്യൂമൻ ഓൾ ടു ഹ്യൂമൻ പ്രസിദ്ധീകരിച്ചതിന്റെ അടുത്തവർഷം നീഷെ മരണത്തെ മുഖാമുഖം കണ്ടു. കടുത്ത തലവേദനയിൽ നിന്നായിരുന്നു രോഗാരംഭം. ആഴ്ചകൾക്കുള്ളിൽ കാഴ്ചയെ ബാധിക്കുന്നതരത്തിൽ രോഗം ഭീകരമായി പെരുകി. രോഗത്തെ 'കടുവക്കുട്ടികൾ' എന്നാണ് നീഷെ സരസമായി വിശേഷിപ്പിക്കുന്നത്. മൃത്യുവിന്റെ തണുത്ത താളം തന്റെ കോശങ്ങളിലെവിടെയോ പതുങ്ങിയിരിപ്പുണ്ടാകുമെന്ന് നീഷെ കഠിനമായി വിശ്വസിച്ചിരുന്നു. രോഗവും മുക്തിയും വിശ്വാസവും മരണവും കൂടിക്കുഴഞ്ഞ് മലിനമായ ഒരു രാവിൽ സഹോദരിയെ വിളിച്ചുണർത്തി നീഷെ, തന്റെ മരണദിനത്തിൽ പാലിക്കേണ്ട മര്യാദകളെക്കുറിച്ച് സുദീർഘമായി സംസാരിച്ചു. നീഷെ പറയുന്നു: "ഞാൻ ശാന്തനായി മരിക്കട്ടെ. എന്റെ ശവപ്പെട്ടിക്കരികിലേക്ക് പ്രിയസുഹൃത്തുക്കളെ മാത്രം നിൽക്കാൻ അനുവദിക്കുക. ഉൽക്കണ്ഠാകുലരും പുരോഹിതന്മാരും എന്റെ നിശ്ശബ്ദത ആസ്വദിക്കാൻ ഇവിടേക്ക് വരേണ്ടതില്ല. ഞാൻ ശാന്തനായി കിടക്കട്ടെ." എന്നാൽ മരണം നീഷെയുടെ വാക്കുകൾ ശരിക്കും ആസ്വദിച്ചിട്ടാകണം നീഷെയെ വിചാരണയിൽ നിന്നൊഴിവാക്കി വെറുതെവിട്ടു. "എന്റെ തുകൽപ്പെട്ടിയിൽ പരാജിതന്മാർക്ക് ധരിക്കാനുള്ള വേഷങ്ങളൊന്നും ഉണ്ടായിരുന്നില്ല. എനിക്കത് ഒരിക്കലും ധരിക്കേണ്ടിവരുമെന്ന് വിശ്വസിക്കാനും കഴിഞ്ഞിരുന്നില്ല. മരണവുമായി ഞാൻ നടത്തിയ മൽപ്പിടുത്തങ്ങൾ - ഹൊ - അതിപ്പോൾ തുറന്നുപറയുന്നതിൽ അർഥമില്ലെങ്കിലും രസകരമായിരുന്നു." നീഷെ പിൽക്കാലത്തെഴുതി.

മരണത്തിൽനിന്ന് അത്ഭുതകരമായി രക്ഷപ്പെട്ട നീഷെ വീണ്ടും പഠനത്തിലും എഴുത്തിലും സജീവമായി. *ദി ഗേ സയൻസ്* എന്ന കൃതി നീഷെയുടെ വർധിതവീര്യത്തിന്റെയും അത്യാനന്ദത്തിന്റെയും അലർച്ച

യുടെയും തുറന്ന പുസ്തകമാണ്. അസ്തിത്വദർശനങ്ങളുടെ പ്രഥമവും തീക്ഷ്ണവുമായ നിർവചനങ്ങളിലേക്ക് ഈ കൃതി വായനക്കാരെ കൂട്ടിക്കൊണ്ടുപോകുന്നു. 'ദൈവത്തിന്റെ മരണം' ആഘോഷിക്കാൻ ഒരുങ്ങിനിൽക്കുന്ന നീഷെയെ *ദി ഗേ സയൻസിൽ* കാണാം. ഇഹ-പരലോകങ്ങളെക്കുറിച്ചുള്ള പതിവ് സങ്കൽപ്പങ്ങളെ മൂർച്ചയേറിയ ഒരു വാളിനാൽ നീഷെ വെട്ടിമുറിക്കുന്ന കാഴ്ച ആദ്യാന്ത്യം നമ്മെ ഭയചകിതരാക്കുന്നു. നിശ്ശബ്ദത എന്നൊന്നില്ല എന്നും ഉള്ളത് അലർച്ച മാത്രമാണെന്നും നീഷെ അടയാളപ്പെടുത്തുന്നു. "നിലവാരമുള്ള മൗനത്തിന്റെ കീഴ്ത്താടിയിൽ പടുകൂറ്റൻ ആണികൾ അടിച്ചുകയറ്റി വച്ചിരിക്കുന്നത് നിങ്ങൾ കാണുന്നില്ലേ" എന്ന് നീഷെ വിളിച്ചുചോദിക്കുന്നത് നമുക്ക് കേൾക്കാതിരിക്കാനാകില്ല. *ദി ഗേ സയൻസിൽ* സോക്രട്ടീസിനെയും കാന്റിനെയും അടയാളപ്പെടുത്താൻ ഉപയോഗിക്കുന്ന വാക്കുകളിൽ നീഷെ പാലിക്കുന്ന ആത്മനിയന്ത്രണം വായനക്കാരെ അത്ഭുതപ്പെടുത്തുന്ന തരത്തിലാണ്.

> 'ഏഥൻസിലെ ഒറ്റപ്പെട്ട തെരുവുകളിലൂടെ നടന്നുവരുന്ന സോക്രട്ടീസ്. അദ്ദേഹത്തിന്റെ ചുറ്റും ചിന്തയുടെ കാന്തികവലയങ്ങളുണ്ടായിരുന്നു. ചെറുപ്പക്കാരുടെ ചിന്താപാനോത്സവങ്ങൾക്ക് നേതൃത്വം കൊടുത്തത് സോക്രട്ടീസായിരുന്നു. ചെറുപ്പക്കാരുടെ ചോദ്യങ്ങൾ മാംസം കൊണ്ടുണ്ടാക്കിയതും സോക്രട്ടീസിന്റെ ഉത്തരങ്ങൾ ഉരുക്കുകൊണ്ട് നിർമിച്ചതുമായിരുന്നു,' നീഷെ എഴുതി. എന്നാൽ കാന്റിനോട് അനുസരണ നിറഞ്ഞ ബഹുമാനമായിരുന്നു നീഷെയ്ക്ക്. പ്രത്യക്ഷത്തിൽ ലളിതവും സരസവുമായ കാന്റിന്റെ ഗദ്യത്തിനുള്ളിൽ സ്ഫോടകവസ്തുക്കളുടെ ഉഗ്രനിക്ഷേപങ്ങളുണ്ടായിരുന്നു. പണ്ഡിതപാദങ്ങൾ അതിലൊന്ന് സ്പർശിക്കുകയേ വേണ്ടൂ പൊട്ടിത്തെറിക്കാൻ. അധികാരവും ജീവിതവും നിലനിൽപ്പും ഒക്കെ ച്ചേർന്നൊരുക്കുന്ന യന്ത്രത്തിൽനിന്ന് പുറത്തേക്ക് തെറിച്ചുവീഴാൻ അത്യഗാധമായി കൊതിക്കുന്ന കീടജന്മങ്ങളുടെ ശിരസ്സുകൾ കണ്ട് ലജ്ജിക്കുന്നുവെന്ന് കാന്റ് എഴുതുമ്പോൾ നീഷെ അതിനൊപ്പം കൂടുകയാണ് ചെയ്യുന്നത്.

II

സരതുസ്ട്രയുടെ വചനങ്ങളി (*Thus spake Zarathustra*) ലെത്തുമ്പോൾ നീഷെയുടെ ശബ്ദം സിംഹനാദമായി മാറുന്നത് കേൾക്കാം. ജൂത-ക്രിസ്ത്യൻ സങ്കുചിതാശയങ്ങൾക്കുനേരെ യുദ്ധം പ്രഖ്യാപിച്ചുനിൽക്കുന്ന ഒരു രാഷ്ട്രമായി നീഷെ ഇവിടെ മാറുന്നു. മരണഭയവും പ്രണയഭംഗവുമാണ് നീഷെയെ *സരതുസ്ട്രയി*ലേക്ക് വഴി നടത്തിയതെന്ന് ഫ്രെഡറിക് റിക്ഷനെപ്പോലുള്ളവർ അഭിപ്രായപ്പെട്ടിട്ടുണ്ട്. നീഷെയുടെ കുമ്പസാരപുസ്തകത്തിൽ *സരതുസ്ട്രയു*ടെ രചനാകാലത്തെ 'ക്രമരഹിതമായ രാപ്പകലുകൾ' എന്നാണ് വിശേഷിപ്പിക്കുന്നത്. അതായത് സൂര്യനുദിക്കുന്ന രാത്രികളിലും ഇരുട്ട് കനത്തുപെരുകുന്ന പകലുകളിലുമിരുന്നാണ് നീഷെ *സരതുസ്ട്ര* പൂർത്തിയാക്കുന്നത്.

*സരതുസ്ട്ര*യുടെ രചനയ്ക്ക് മുമ്പ്, അശാന്തിയുടെ ഒന്നിലധികം പർവതാരോഹണങ്ങൾ നീഷെ നടത്തിയിരുന്നു (മുപ്പതുവയസുള്ളപ്പോൾ സരതുസ്ട്രയും വീട് ഉപേക്ഷിച്ച് മല കയറി). "മനുഷ്യരുമൊത്തുള്ള ജീവിതം നരകതുല്യമാണെന്ന് ഞാൻ മനസിലാക്കുന്നു. ആത്മാർഥത - ആ പദം തന്നെ എത്ര വൃത്തികെട്ടതും ദുർഗന്ധപൂരിതവുമാണ്. എങ്കിലും, മനുഷ്യൻ അതിപ്പോഴും ചുമന്നുകൊണ്ടുനടക്കുന്നു." സമാധാനത്തിന്റെ അവസാനവാതിലും അടഞ്ഞുകഴിഞ്ഞപ്പോൾ നീഷെ വിളിച്ചു പറഞ്ഞു. ആൽപ്സിൽ നടത്തിയ തീർഥാടനം നീഷെയെ മാനസികവും ശാരീരികവുമായ ഉണർവിലേക്ക് നയിച്ചു. തീർഥാടനകാലത്താണ് നീഷെയിൽ പുതിയ ദൈവത്തെക്കുറിച്ചുള്ള ആലോചന രൂഢമാകുന്നത്. നീഷെയുടെ തീപിടിച്ച ആലോചനകളും കാലത്തിന്റെ അതിശക്തമായ ഇടപെടലുകളും സമന്വയിച്ചതിന്റെ തീക്ഷ്ണഫലമാണ് പുതിയ ദൈവത്തിന്റെ പിറവി. ലോകത്തെ നയിക്കുന്ന പുതിയ ആചാര്യനെ നീഷെ 'സരതുസ്ട്രൻ' എന്നു വിളിച്ചു. 'സരതുസ്ട്രൻ' ആരുമാകാം. ഉന്നതമായി ചിന്തിക്കുമ്പോഴും അത്യുദാത്തമായി ആനന്ദിക്കുമ്പോഴും സരതുസ്ട്രന്റെ സാന്നിധ്യം ഹൃദ്യമായി തിരിച്ചറിയാനാകുമെന്ന് നീഷെ എഴുതിയിട്ടുണ്ട്. വീടും ജനീവ തടാകവും വിട്ട് പർവത ശൃംഗങ്ങളിലേക്ക് കയറിപ്പോയ സരതുസ്ട്രയുടെ ജീവിതം ലളിതമെങ്കിലും അർഥഗാംഭീര്യം നിറഞ്ഞതായിരുന്നു. ധ്യാനാനന്ദത്തിൽ നിന്നുണർന്ന് പ്രപഞ്ചത്തെ നോക്കി മന്ദഹസിച്ച ആദി മനുഷ്യന്റെ ശാന്തത സരതുസ്ട്രയുടെ മുഖത്തുണ്ടായിരുന്നു. സഹസ്രകോടി വേരുകളുള്ള ഒരു പർവതം ഭൂമിയിലൊരുക്കുന്ന നൃത്തം പോലെയായിരുന്നു സരതുസ്ട്രയുടെ വചനധാര.

പത്തൊമ്പതാം നൂറ്റാണ്ടിന്റെ നെഞ്ചത്ത് കയറിനിന്ന് സരതുസ്ട്രയിലൂടെ നീഷെ ലോകത്തിനോടായി കുമ്പസരിക്കുന്ന കാഴ്ച ഒറ്റ ഫ്രെയിമിൽ സൂക്ഷിക്കാവുന്ന ഒരനുഭവമല്ല. അപകടകരമായി ജീവിക്കുക (To live dangerously) എന്ന സരതുസ്ട്രയുടെ മുദ്രാവാക്യം കാലത്തിന്റെ ഗുഹാമുഖങ്ങൾ കടന്ന് ഇന്നും ശരവേഗത്തിൽ പായുന്നു. "വെസൂവിയസ്സ് അഗ്നിപർവതത്തിനു താഴെ നിങ്ങളൊരു നഗരമൊരുക്കുക, കോപക്ഷോഭമടങ്ങാത്ത സമുദ്രത്തിലേക്ക് തോണിയിറക്കുക, യുദ്ധം തിന്നുതീർത്തു വലിച്ചെറിഞ്ഞ ഒരു രാജ്യത്ത് പോയി ജീവിക്കുക-" സരതുസ്ട്രയുടെ ക്ഷണം സുരക്ഷിതത്തിന്റെ മാർബിൾ വാതിലുകൾ തകർത്ത് നമ്മെ തെരുവിലേക്ക് പിടിച്ചുവലിക്കുന്നു. നീഷെ പറയുന്നു:

> എന്റെ സ്വപ്നങ്ങളിൽ ഇപ്പോഴുമൊരു കാട്ടുമൃഗമുണ്ട്. സിംഹത്തിന്റെ മുഖവും ഭൂതകാലത്തിന്റെ ദുർഗന്ധം വമിക്കുന്ന നാവും ആകാശത്തേക്ക് ചോദ്യചിഹ്നംപോലെ വാലുയർത്തിപ്പിടിച്ചുനിൽക്കുന്ന ഒരു മൃഗം. ആ മൃഗത്തിന് ഭൂമിയുടെ ഒത്ത നടുവിൽ (അവിടം ഒരു യുദ്ധക്കളമാണെങ്കിൽ) കഴിയാനാണ് ഇഷ്ടം.

സരതുസ്ട്രയുടെ മനസും വപുസും ഒരേകാലം ഭൂമിയെയും ആകാശത്തെയും ഓർമപ്പെടുത്തുന്നു. ദൈവത്തിന്റെ മരണം പ്രഖ്യാപിച്ചുകൊണ്ട് സരതുസ്ട്രൻ നടന്നുപോകുന്ന വഴികളിൽ അതിമാനുഷികന്മാ (Super Man)രുടെ ശിരസ്സുകൾ ജ്വലിച്ചുണർന്നു നിൽക്കുന്നത് കാണാം. ബേസിൽ സർവകലാശാലയിൽ നീഷെയുടെ സഹപാഠിയായിരുന്ന ബർക്ക് ഹാർഡ് എഴുതിയിട്ടുള്ളതുപോലെ "നീഷെ ആഴത്തിൽ, അതിലും ആഴത്തിൽ പൂത്തുനിന്ന ഒരു വൃക്ഷമായിരുന്നു. അതിന്റെ ശിഖരങ്ങൾ ജലഭിത്തികൾ തകർത്ത് മുകളിലേക്ക് വരുന്നതിന് എത്രയോ മുമ്പേ അതിന്റെ സുഗന്ധം ഈ ഭൂമിയെ കീഴടക്കിയിരുന്നു."

നീഷെയുടെ ചിന്താസമുദ്രം നിറയെ അനുസരണക്കേടിന്റെ തിമിംഗലക്കൂട്ടങ്ങളായിരുന്നു. സന്മാർഗത്തിന്റെ തോണികളെ വിഴുങ്ങുന്ന തിമിംഗലങ്ങൾ. ബർക്ക് ഹാർഡിനെഴുതിയ സ്വകാര്യ കത്തിൽ നീഷെ എഴുതുന്നു:

> ഞാനൊരു രക്തദാഹിയായിരുന്നു എന്നു വിളിച്ചുപറയുന്നവർ ഇപ്പോഴും ചക്രവർത്തിമാരായി ഭൂമിയിലുണ്ട്. ഞാൻ പറയട്ടെ, ചക്രവർത്തിമാരുടെ രക്തം എത്രയുംവേഗം പരിശോധനയ്ക്ക് വിധേയമാക്കുക. കാരണം കുലീനമായ രക്തം (Aristocratic Blood) അവർക്കില്ലാത്ത കാലത്തോളം അവരുടെ അധികാരവും ഈ ഭൂമിക്ക് ആവശ്യമില്ല.

അതിമാനുഷികന്റെ സിരകളിലാകെ ശുദ്ധരക്തം ഒഴുകിപ്പരക്കണമെന്ന് നീഷെയ്ക്ക് നിർബന്ധമുണ്ടായിരുന്നു. അവന്റെ മസ്തിഷ്കം ജ്ഞാനത്തിന്റെ ജാഗരൂകമായ കോശങ്ങൾകൊണ്ട് സമ്പന്നമായിരിക്കണമെന്നും അവന്റെ മനസ്സ് തപോവനവിശുദ്ധിപോലെ പ്രശാന്തമായിരിക്കണമെന്നും നീഷെ ശഠിച്ചു. തപോഗിരിയിൽ നിന്നിറങ്ങിവന്ന സരതുസ്ട്രനെ നോക്കി ജ്ഞാനവൃദ്ധൻ പറഞ്ഞ വാക്കുകൾ മാത്രം മതി മഹാകാലത്തിന്റെ സമർപ്പിതചേതസ്സിനെ തിരിച്ചറിയാൻ. വൃദ്ധൻ പറയുന്നു: "നോക്കൂ, ഗിരിശൃംഗത്തിലേക്ക് കയറിപ്പോകുന്ന അവനെ എനിക്ക് ശരിക്കും കാണാം. അവന്റെ പേര് സരതുസ്ട്ര എന്നായിരുന്നു. അപകടകരമായി ജീവിക്കാൻ ധൈര്യപ്പെട്ടവനായിരുന്നു അവൻ. അവൻ, അവന്റെ ചാരം ഗിരിശൃംഗത്തിലേക്ക് കൊണ്ടുപോയി. ഇപ്പോൾ അഗ്നിയുമായി അവൻ താഴ്വാരത്തേക്കിറങ്ങിവരുന്നു. പക്ഷേ, ഒരു കാര്യം എനിക്ക് തറപ്പിച്ചുപറയാനാകും. സരതുസ്ട്രയുടെ കണ്ണുകൾ വിശുദ്ധമായൊരു തടാകംപോലെ എന്നെ ക്ഷണിക്കുന്നു. അവന്റെ ചുണ്ടുകൾ ജപമണികൾ കോർത്ത സംഗീതോപകരണംപോലെ സദാ തുടിക്കുന്നു. ഒരു മനുഷ്യസ്നേഹിയെ ഞാനവനിൽ കണ്ടു. ഈ പകൽ എന്റെ വാക്കുകൾ സത്യമായി സ്വീകരിച്ചുകൊള്ളട്ടെ."

സരതുസ്ട്രയുടെ വചനങ്ങൾ പ്രസിദ്ധീകൃതമായതിന്റെ അടുത്ത വർഷം, സംഭവബഹുലമായ മറ്റൊരു കൃത്യത്തിനുവേണ്ടി കാലം നീഷെ

യെ ഒരുക്കിനിർത്തുകയായിരുന്നു. ജീവിതത്തെ ലളിതസുന്ദര നിർവചനങ്ങൾകൊണ്ട് കൊരുത്തുവയ്ക്കുകയും തീച്ചൂളപോലൊരു ഹൃദയംകൊണ്ടുനടക്കുകയും ചെയ്യുന്ന സാധാരണ മനുഷ്യനും മതപൗരോഹിത്യത്തിന്റെ പഴകിദ്രവിച്ച ആദർശങ്ങളും തമ്മിലുള്ള വിശുദ്ധയുദ്ധം നീഷെ *ദി ആന്റി ക്രൈസ്റ്റി (The Anti-Christ)* ലേക്ക് വഴി നടത്തി. നീഷെയുടെ ദിവ്യബലിയായിരുന്നു *ആന്റി ക്രൈസ്റ്റ്*. സത്യവും വിശ്വാസവും തമ്മിൽ നടത്തുന്ന മൽപ്പിടിത്തത്തിൽനിന്ന് വിശ്വാസം അത്ഭുതകരമായി രക്ഷപ്പെടുകയും ജരാനര ബാധിച്ച സത്യം വഴിയിലെവിടെയോ ഉപേക്ഷിക്കപ്പെടുകയും ചെയ്യുന്നുവെന്ന് നീഷെ എഴുതി.

ദി ആന്റി ക്രൈസ്റ്റ്

പണ്ഡിതോചിതമായ സാംസ്കാരിക വിമർശനം എന്നിൽനിന്ന് പ്രതീക്ഷിക്കേണ്ടതില്ലെന്ന് എല്ലാ താക്കീതുകൾക്കും മധ്യേനിന്ന് നീഷെ വിളിച്ചുപറയുന്നതിന്റെ ആധാരശ്രുതിയായി നമുക്കീ ആമുഖത്തെ വായിച്ചറിയാം. പുരോഹിതന്റെ വിശുദ്ധ നുണകൾ കാലനദിയിൽ മുങ്ങിമരിച്ച്, അതിനുള്ളിലെ മത്സ്യങ്ങൾക്കുപോലും മരണകാരണമായിത്തീരുന്നുവെന്നും ദൈവവും മനുഷ്യനും തമ്മിലുള്ള അകലം ക്രിസ്തു നിഷേധിച്ചുവെന്നും നീഷെ എഴുതുമ്പോൾ നാം ഹൈപ്പർബോറിയന്മാരായി മാറുന്നു. 'നമുക്ക് നമ്മുടെ ഭാഷയിൽ വിശ്വസിക്കാനും കുമ്പസരിക്കാനും മരിക്കാനും കഴിയുന്നെങ്കിൽ നാം രോഗബാധിതരല്ല. അതുകൊണ്ടുതന്നെ മുക്കിക്കൊല്ലാൻ കഴിയുകയുമില്ല.' നീഷെ എഴുതി.

സുദീർഘമല്ലെങ്കിലും സത്യസന്ധവും തീവ്രവികാര കലുഷിതവുമായൊരു പ്രബന്ധമായിരുന്നു നീഷെയുടെ ജീവിതം. *ഹൗ വൺ ബികംസ് വാട്ട് വൺ ഈസ് (How one becomes what one is)* എന്ന ആത്മകഥയിൽ സ്വന്തം ജീവിതത്തെ പേലവമായൊരു 'ഡയോണിഷ്യൻ ഗാനം' എന്നാണ് നീഷെ വിശേഷിപ്പിക്കുന്നത്. നാൽപ്പത്തിനാലാം വയസിൽ പിടിപെട്ട ഉന്മാദം അവസാനകാലംവരെ ഉറ്റസുഹൃത്തായി നീഷെയ്ക്കൊപ്പം കൂടി. കാലത്തിന്റെ ദയാഹൃദയം നീഷെയുടെ ഭ്രാന്തൻ കോശങ്ങളെ ശുശ്രൂഷിക്കാൻ സദാ സന്നദ്ധമായിരുന്നു. ഇടയ്ക്കെപ്പോഴോ

പിയാനോവിലൂടെ ഡയോണിഷ്യൻ ഗാനങ്ങൾ കൊരുത്തെടുക്കാൻ നീഷെ അതിയായി മോഹിച്ചു. പക്ഷേ, അപ്പോഴേക്കും നീഷെയുടെ തോണി തിരിച്ചുവരാനാകാത്തവിധം സമുദ്രഹൃദയത്തിൽ ഒറ്റപ്പെട്ടു കഴിഞ്ഞിരുന്നു. നീഷെ തിമിംഗലങ്ങളോടും അജ്ഞാത ദ്വീപുകളോടും ഭൂമിയിലെ ജീവിതത്തെക്കുറിച്ച് അനർഗളം സംസാരിച്ചു. സംസാരിക്കുമ്പോൾ നീഷെയുടെ മിഴികൾ കാരുണ്യത്തിന്റെ തടാകത്തെ ഓർമിപ്പിക്കുന്നുണ്ടായിരുന്നു. മാർക്ട്വയിൻ എഴുതിയതുപോലെ "ഈ പ്രപഞ്ചത്തിന് ഒരു രോഗം ബാധിച്ചിരിക്കുന്നു - 'നീഷേവിയൻ ഡിസീസ്.' രോഗവും രോഗിയും ചികിത്സകനും ഒരാൾ തന്നെയെന്നുള്ളതാണ് ചരിത്രത്തിലെ ഏറ്റവും വലിയ ഫലിതവും.

5

ജീൻ പോൾ സാർത്ര്

ജീൻ പോൾ സാർത്ര്

കാലത്തിന്റെ ഗുപ്തരഹസ്യങ്ങൾക്കു നടുവിൽ വിഷണ്ണനായിരിക്കുന്നതിൽ എന്തർഥമാണുള്ളത്. ചരിത്രത്തിനെ പോരിനുവിളിച്ചിരിക്കുംപോലെതന്നെ കാലത്തിനു നേർക്കും നമുക്ക് സമരസപ്പെടേണ്ടതുണ്ട്. ഞാൻ ഒരേകാലം ഒരസ്തിത്വവാദിയും മാർക്സിസ്റ്റുമായിരുന്നു. നിങ്ങൾ കരുതുംപോലെ അതിൽ വൈരുധ്യങ്ങളൊന്നുമില്ല. എവിടെയും മനുഷ്യനും അവന്റെ സ്വാതന്ത്ര്യവും അവന്റെ അന്തസ്സും തന്നെയാണ് പ്രധാനം. മാർക്സിസത്തിന്റെ മാനുഷികമായ മൂല്യങ്ങളും അസ്തിത്വവാദത്തിന്റെ സ്വാതന്ത്ര്യബോധവും ഒരു പതാകയിൽ കൊണ്ടുനടക്കാനാണ് ഞാൻ ധൈര്യപ്പെടുന്നത്.

ദി വേർഡ്സ്/1954

പ്രക്ഷോഭവാസനകളുടെ വീഞ്ഞുകോപ്പകൾക്ക് മുന്നിലിരുന്ന് ഫ്രാൻസിന്റെ ഭൂപടം വരച്ചുരസിക്കുന്ന ജീൻപോൾ സാർത്രിനെ, സുഹൃത്തും ചിന്തകനുമായ ഹെർബർട്ട് മാർക്വസ് *ഈറോസ് ആന്റ് സിവിലൈസേഷ*ന്റെ ആമുഖത്തിൽ ഗംഭീരമായി അവതരിപ്പിക്കുന്നുണ്ട്. ഹെർബർട്ട് മാർക്വസ് എഴുതുന്നു:

> 1968 ലെ വേനൽക്കാലം സാർത്രിനെ സംബന്ധിച്ചിടത്തോളം കടുത്ത പരീക്ഷണങ്ങളുടെ കാലമായിരുന്നു. സാർത്രിന്റെ നിർഭയത്വം ഫ്രാൻസിലെ വിദ്യാർഥി പ്രസ്ഥാനത്തിന് പുതിയ ചിന്തയും ആവേശവും സമ്മാനിച്ചു. അമേരിക്കയിലായിരുന്ന ഞാൻ ആശയപരമായ നേതൃത്വം അവർക്ക് നൽകിത്തുടങ്ങിയപ്പോൾ സാർത്ര് പാരീസ് തെരുവുകളിൽ വിദ്യാർഥികൾക്കൊപ്പം ചേർന്ന് പ്രവർത്തിക്കുകയായിരുന്നു. മിത്രങ്ങൾക്കുപോലും പ്രവേശിക്കാൻ കഴിയാത്തവിധം സുസജ്ജമായിരുന്നു സാർത്രിന്റെ മനസ്സ്.

സ്വാതന്ത്ര്യത്തെ മനുഷ്യൻ എന്ന് വിവർത്തനം ചെയ്ത സാർത്രിന്റെ മനസ്സുനിറയെ മനുഷ്യാസ്തിത്വത്തെക്കുറിച്ചുള്ള ചിന്തകൾകൊണ്ട് സമ്പന്നമായിരുന്നു. നിർവചനങ്ങളുടെ സിംഹഭാഗവും മനുഷ്യനെയും അവന്റെ സ്വാതന്ത്ര്യത്തെയും ലക്ഷ്യംവച്ച് പ്രവർത്തനസജ്ജമാകുന്ന ചിന്തകളുടേതായിരുന്നു. ശേഷഭാഗം നിറയെ മനുഷ്യത്വത്തിന് കാലങ്ങളായി സംഭവിച്ചുകൊണ്ടിരിക്കുന്ന നാശത്തെക്കുറിച്ചുള്ള കഠിനമായ ഉൽക്കണ്ഠകളും. ഇത്തരമൊരു അസ്വസ്ഥ മനസിൽനിന്ന് പ്രഭവംകൊണ്ട അനുഭവതീക്ഷ്ണതയിൽനിന്നാണ് സാർത്ര് പരമമായ മനുഷ്യസ്വാതന്ത്ര്യം പ്രഖ്യാപിക്കുന്നത്. മനുഷ്യസ്വാതന്ത്ര്യത്തെ സത്താപരമായ വിശേഷണങ്ങളിൽ ഉൾപ്പെടുത്തി വ്യാഖ്യാനിക്കുവാനും ജീവിതത്തെ സംഘർഷാതീതമായ തൃഷ്ണകളുടെ ആഢ്യത്വത്തോടെ അവതരിപ്പിക്കാനും സാർത്ര് ധൈര്യപ്പെട്ടു. സർഗാത്മകകൃതികളിൽ പ്രത്യക്ഷപ്പെടുന്ന ഉജ്വല മുഹൂർത്തങ്ങളുടെ ആഴക്കാഴ്ചകൾ മനുഷ്യാവസ്ഥയെക്കുറിച്ചുള്ള സമർപ്പണങ്ങളായിരിക്കണമെന്ന സാർത്രിന്റെ ശാഠ്യം ഇരുപതാംനൂറ്റാണ്ട് ആഹ്ലാദത്തോടെയാണ് സ്വാഗതം ചെയ്തത്. ഈശ്വരനും മതവും പരാജയപ്പെടുന്നിടത്തുനിന്നും ഫാസിസത്തിന്റെ ഉരുക്കുമുഷ്ടികൾ തകർത്തെറിയുന്നിടത്തുനിന്നും സ്വാതന്ത്ര്യത്തിന്റെ പുതിയ രക്തഞരമ്പുകൾ പിടഞ്ഞെഴുന്നേൽക്കുമെന്ന് സാർത്ര് ആൾക്കൂട്ടത്തിനുനേരെ വിളിച്ചുപറഞ്ഞു. ഹെർബർട്ട് മാർക്വസ് പറയുംപോലെ:

> രക്ഷകന്റെ കൈയിൽ കാലത്തിന്റെ വിയർപ്പും ചോരയും മണക്കുന്ന ഇഴകൾകൊണ്ടു തുന്നിയ ഒരു വലയുണ്ടായിരുന്നു. അവനത് ഈശ്വരാന്വേഷികളുടെ മുകളിലേക്ക് വലിച്ചെറിയാൻ ഒരിക്കലും ഇഷ്ടപ്പെട്ടിരുന്നില്ല. അവന്റെ വലയിൽ കുടുങ്ങിയവരെ ഓരോരുത്തരെയായി അവൻ ദൈവാധികാരമില്ലാത്ത ഇടങ്ങളിൽ

പാർക്കാനനുവദിച്ചു. പറുദീസയിൽനിന്ന് അവർക്ക് ലഭിക്കുമായിരുന്ന ശാന്തിയുടെയും ആനന്ദത്തിന്റെയും ഒഴുക്കുനിറഞ്ഞ നദികളും ഹരിതാഭയാർന്ന താഴ്‌വാരങ്ങളും അവർക്കവൻ കാണിച്ചുകൊടുത്തു. ഊർജസ്വലനായ ഒരു മനുഷ്യന്റെ അപകടകരമായ സത്യസന്ധതയായിരുന്നു ഇത്.

ചെകുത്താനും ദൈവവും (Lucifer and the Lord) എന്ന നാടകത്തിൽ സാർത്ര് മുന്നോട്ടുവയ്ക്കുന്ന നിരീശ്വരവാദത്തിന്റെ അലർച്ച നമ്മുടെ കൃമികർണങ്ങൾക്കേറ്റ കനത്ത ശിക്ഷ കൂടിയായിരുന്നു. അസ്തിത്വ ചിന്തകരിൽ ശ്രദ്ധേയനായ ഗബ്രിയേൽ മാർസലിന്റെ ധൈഷണികഗന്ധം വമിക്കുന്ന അസ്തിത്വചിന്തയുടെ ശീർഷാസനാനുഭവമാണ് സാർത്രിന്റെ ദർശനം. ദൈവനിഷേധത്തെ സാർത്ര് കൂടുതൽ ഈശ്വരോന്മുഖമാക്കുകയായിരുന്നുവെന്ന് അക്കാലത്ത് പ്രസിദ്ധീകൃതമായ ചില ദൈവശാസ്ത്രപ്രബന്ധങ്ങളിൽ അടയാളപ്പെടുത്തിയിട്ടുള്ളത് കുലീനതയാർന്ന ഒരു ഫലിതമായി വായിക്കാവുന്നതാണ്. *ലൂസിഫർ ആന്റ് ലോർഡിൽ* പ്രത്യക്ഷപ്പെടുന്ന കഥാനായകനായ ഗീറ്റ്സ്, സാർത്രിന്റെ ഒരു സ്പോക്ക്മെന്നാണ്. ഗീറ്റ്സിന്റെ ചലനങ്ങൾ, നോട്ടം, ഹെൻറിഷിനോട് സംസാരിക്കുമ്പോൾ പാലിക്കുന്ന മര്യാദ, ഈശ്വരനിഷേധം കലർന്ന വാക്കുകൾ പുറപ്പെടുവിക്കുമ്പോഴുള്ള ശബ്ദനിയന്ത്രണം. ഇത്തരം ഭിന്നവും തീക്ഷ്ണവുമായ അനുഭവങ്ങളിലൂടെ അതിസൂക്ഷ്മമായ ഒരു നിർമിതിയിലേക്ക് കടക്കുകയാണ് സാർത്ര്.

സ്വർഗത്തിലേക്ക് ഒന്നിലധികം അപേക്ഷകളയച്ചു കാത്തിരിക്കുന്ന ഗീറ്റ്സിന്റെ മുഖത്ത് ഒരു ഭൂരിപക്ഷസമൂഹത്തിന്റെ ദൈന്യതയുണ്ട്. ഗീറ്റ്സിന്റെ വിശുദ്ധകുമ്പസാരം കൊടുങ്കാറ്റിലേക്ക് വലിച്ചെറിയപ്പെട്ടവന്റെ നിമിഷങ്ങൾപോലെ ഭയാനകമാണ്. ദൈവം വലിച്ചുകീറി ഭൂമിയിലേക്ക് എറിഞ്ഞ നാമപുസ്തകം ഗീറ്റ്സിന്റെ കൈയിലിരുന്ന് ചൂടുപിടിക്കുന്നു. അയാൾ ഒരിക്കൽക്കൂടി പുസ്തകത്തിലെവിടെയെങ്കിലും തന്റെ പേര് ഒളിച്ചിരിപ്പുണ്ടോയെന്ന് സന്ദേഹിക്കുന്നു. ദൈവം എന്നെ കാണുന്നില്ല, കേൾക്കുന്നില്ല, അറിയുന്നില്ല എന്നു പറഞ്ഞ് ഗീറ്റ്സ് ഏകാന്തതയോട് കലഹിക്കുന്നു. ഗീറ്റ്സിന്റെ പിളർന്ന ശിരസിൽനിന്ന് വെളിപാടിന്റെ വചനങ്ങൾ പുറത്തേക്കൊഴുകുന്നു. "അതെ എന്റെ (നമ്മുടെ) ശിരസിനു മുകളിലെ നിശ്ശൂന്യതയിലാണ് ദൈവം വാഴുന്നത്. അവൻ പ്രജാപതിയുടെ അലങ്കാരങ്ങൾ ആവാഹിച്ച ഒരു കള്ളൻ മാത്രമാണ്. അവൻ ആകാശത്ത് നക്ഷത്രവിത്തുകൾ വിതയ്ക്കുകയും ഭൂമിയിലിരുന്ന് കൊയ്തെടുക്കുകയും ചെയ്യുന്നു. അതുകൊണ്ടുതന്നെ അവൻ നിലനിൽക്കുന്നില്ല." ഇങ്ങനെ സ്വർഗനരകങ്ങളെക്കുറിച്ചുള്ള നമ്മുടെ രോഗബാധിതമായ ഉൽക്കണ്ഠകൾക്ക് അർധവിരാമമല്ല, പൂർണവിരാമമിടുകയാണ് ഗീറ്റ്സ്.

പാരമ്പര്യത്തിലധിഷ്ഠിതമായ വിശ്വാസപ്രമാണങ്ങളെ കത്തിച്ചുകളയാനുള്ള വ്യഗ്രത സാർത്രിൽ രൂഢമൂലമായിരുന്നുവെന്നതിന്റെ രൂക്ഷവിമർശനമാണ് ഗീറ്റ്സിന്റെ വാക്കുകളിലൂടെ പൊട്ടിയൊഴുകുന്നത്.

ജർമൻ ദാർശനികനായ ഹൈഡഗർ മാർട്ടിന്റെ ചിന്താതീക്ഷ്ണമായ ദർശനത്തിന്റെ ഗഹനത സാർത്രിന്റെ ദർശനത്തിനില്ല എങ്കിൽക്കൂടിയും ആ ദർശനത്തിന്റെ വജ്രകാന്തി സാർത്രിന്റെ വിശുദ്ധക്ഷോഭത്തിലാകെ ചിതറിക്കിടപ്പുണ്ട്. ജീവിതത്തെ ലളിതവും സമഗ്രവുമായി വ്യാഖ്യാനിക്കാൻ ദൈവത്തിന് ഒരിക്കലും കഴിഞ്ഞിട്ടില്ല എന്ന സാർത്രിന്റെ മുന്നറിയിപ്പ് 'ദൈവത്തിന്റെ മരണം' ആഘോഷിച്ച നീഷെയെ ഓർമപ്പെടുത്തുന്നു. നീഷെയുടെ ഭ്രാന്തൻ (*ദി ഗേ സയൻസ്*) വിളിച്ചുപറഞ്ഞതുപോലെ,

> അനന്തതയിലേക്ക് നീങ്ങുന്ന ഒരു കപ്പലിനുള്ളിലാണ് ദൈവം. അവനെ അജ്ഞാതമായ ദ്വീപുകളിലൊന്നിൽ ഉപേക്ഷിച്ചിട്ട് കപ്പൽ മടങ്ങിവരും. നോക്കൂ, എത്ര വിദഗ്ധമായിട്ടാണ് നാം അവനെ ഭൂമിയിൽനിന്ന് ഒഴിവാക്കിയിരിക്കുന്നത്. അവന്റെ ഘാതകന്മാരായ നമ്മെ ലോകം പ്രകീർത്തിക്കും. ഞാനിതാ ദേവാലയങ്ങളിൽ കയറിയിറങ്ങി മരിച്ച ദൈവത്തിനായി ഒപ്പീസു പാടാൻ പോകുന്നു.

നീഷെയുടെ നിരീശ്വരദർശനത്തിന്റെ സമാനമായ ഒഴുക്കാണ് ഗീറ്റ്സിന്റെ വാക്കുകളിൽ പ്രോജ്ജ്വലിക്കുന്നത്. "അവൻ നിലനിൽക്കുന്നില്ല. ഞാൻ എല്ലാവരെയും രക്ഷിച്ചിരിക്കുന്നു. നോക്കൂ, ഈ ഭൂമി മാത്രം ജ്ഞാനിയുടെ ചൂണ്ടുവിരലിനു മുമ്പിൽ ദൃശ്യമാകുന്നു" - ജ്ഞാനികളുടെ അപകടകരങ്ങളായ താക്കീതുകളുടെ തുറന്നെഴുത്തുകൾക്ക് മുമ്പിൽ കാലത്തിന്റെ വിനീതമുദ്രകൾ കണ്ട് നമുക്ക് ലജ്ജിക്കേണ്ടതായി വരുന്നു.

"കലഹിക്കുമ്പോൾ നാം കൂടുതൽ സ്വതന്ത്രരാകുന്നു. കലഹം ദൈവത്തിനോടാകുമ്പോൾ നാം പൂർണസ്വാതന്ത്ര്യം നേടുന്നു'വെന്ന് ഈശ്വരവിശ്വാസത്താൽ ക്ഷയോന്മുഖമായ സമൂഹത്തിനുനേരെ സാർത്ര് വിളിച്ചുപറഞ്ഞു. സർവകലാശാല പഠനകാലത്ത് പഠനവിഷയങ്ങളിലൊന്നായി തിരഞ്ഞെടുത്ത അലേന്റയുടെ തത്വചിന്തകളിൽനിന്നാണ് സാർത്ര്, ഗുരുതരമായി രോഗം ബാധിച്ച ഒരു സമൂഹത്തെ രക്ഷിക്കേണ്ട ചുമതല ഏറ്റെടുക്കുന്നത്. ജർമൻ ദർശനങ്ങളുടെ നക്ഷത്രകാന്തികൾക്കപ്പുറത്തുനിന്ന് സാർത്ര് കണ്ടെടുത്ത നവീനദർശനത്തിന്റെ മാതൃകകൾ ഹുസോളിന്റെ പ്രാതിഭാസിക വിജ്ഞാനീയ (Phenomenology)വുമായും ഹൈഡഗറിന്റെ സത്താവിജ്ഞാനീയ (Ontology)വുമായി ചേർത്തുവച്ച് വ്യാഖ്യാനിക്കാൻ സാർത്ര് ശ്രമിച്ചു. അത്തരം ധൈഷണികവും സ്വതന്ത്രവുമായ പഠനങ്ങളിൽനിന്നാണ് പരമജ്ഞാനത്തെയും ദിവ്യജ്ഞാനത്തെയും ശാസ്ത്രജ്ഞാനത്തെയും തിരസ്കരിക്കുവാൻ സാർത്രിനെ ധൈര്യപ്പെടുത്തിയത്. 'സംശുദ്ധജ്ഞാനത്തിന്റെ ഗോവണികൾ പുതിയ ആകാശത്തേക്കാണ് ഉയർത്തിവച്ചിരിക്കുന്നത്. സ്വാതന്ത്ര്യബോധവും ഉത്തരവാദിത്വവുമുള്ള സത്യസന്ധനായ ഒരു മനുഷ്യന് അതിലൂടെ കയറാം. *എ സ്കെച്ച് റിഗാർഡിങ് എ തിയറി ഓഫ് ഇമോഷൻസി (A Sketch regarding a theory of emotions)* ൽ സാർത്ര് എഴുതി. 1945 ൽ സാർത്ര്

ആരംഭിച്ച പ്രസിദ്ധീകരണം ഈ ആശയത്തിന്റെ ഔപചാരികമായ ഉദ്ഘാടനത്തെ അടയാളപ്പെടുത്താൻ കൂടിയായിരുന്നു. ഫ്രഞ്ചുജനതയ്ക്കും അതിലൂടെ മാനവരാശിക്കും സ്വാതന്ത്ര്യത്തിന്റെ പടുകൂറ്റൻ വാതിലുകൾ ലേഖനപരമ്പരകളിലൂടെ സാർത്ര് തുറന്നിട്ടുകൊടുത്തു. ഇതിനെത്തുടർന്ന് സോവിയറ്റ് യൂണിയനും വത്തിക്കാനും സാർത്രിന് നേരെ ഒളിഞ്ഞും തെളിഞ്ഞും ആയുധങ്ങൾ ഉപയോഗിച്ചുതുടങ്ങി. ആത്മകഥയായ *വാക്കുകളിൽ (The Words)* യിൽ സാർത്ര് എഴുതുന്നു: "ആയുധങ്ങളോട് എനിക്കെന്നും പ്രണയമായിരുന്നു. അവ അകാരണമായി എന്നെ ചുംബിച്ചുകൊണ്ടേയിരിക്കും."

II

ഏകാധിപത്യത്തിനോടുള്ള സാർത്രിന്റെ കടുത്ത എതിർപ്പിൽനിന്നാണ് *ഈച്ചകൾ (The flies)* എന്ന നാടകം പിറവികൊള്ളുന്നത്. നാസികളുമായി സാർത്ര് നടത്തിയ ഒറ്റയാൾപ്പോരാട്ടം ചരിത്രത്തിനു പുറത്തുനിന്നുകൊണ്ട് നീതിയുക്തവും സത്യസന്ധവുമായ ചരിത്രമെഴുതുന്ന കാഴ്ച നമ്മെ അത്ഭുതപ്പെടുത്തുക തന്നെ ചെയ്യും. ജർമൻ ഏകാധിപത്യത്തിനുകീഴിൽ പീഡനത്തിനും സഹനത്തിനുമിടയിൽ അകപ്പെട്ടുപോയ ഫ്രഞ്ചുജനതയുടെ വിമോചനം സാർത്രിന്റെ ചരിത്രപരമായ ദൗത്യംകൂടിയായിരുന്നു. ഒറസ്റ്റീസിൽ നിയുക്തമായ കാലോചിതമായ ഇടപെടലുകളുടെ ദാർഢ്യം അതാണ് വ്യക്തമാക്കുന്നത്. ദൈവത്തെ ഒരു പൂവിറുക്കുംപോലെ പിഴുതെടുക്കുന്ന ഗീറ്റ്സിന്റെ ജാഗരൂകമായ പ്രവർത്തന സന്നദ്ധതയാണ് ഒറസ്റ്റീസിനെയും ഭരിക്കുന്നത്. അതുകൊണ്ടുതന്നെ അയാൾക്ക് മാനവികതയെക്കുറിച്ചും സ്വാതന്ത്ര്യത്തെക്കുറിച്ചും സുദീർഘമായി സംസാരിക്കുവാനും പുഴുവരിച്ചുതുടങ്ങിയ പാപബോധത്തിൽനിന്ന് എല്ലാവരെയും രക്ഷപ്പെടുത്തുവാനും കഴിയുന്നു.

ഈച്ചകൾ

സ്വാതന്ത്ര്യത്തിന്റെ പാതകൾ (The Roads to Freedom) എന്ന നോവൽ ത്രയത്തിൽ *(The Age of Reason Reprieve, Iron in the Soul)* പ്രത്യക്ഷപ്പെടുന്ന മാത്യുവിന് അഭിമുഖീകരിക്കേണ്ടിവരുന്ന ദുരന്തങ്ങളെ അപകടകരമായ മനസ്സാന്നിധ്യത്തോടെ മറികടക്കാനാണ് സാർത്ര് ആഹ്വാനം ചെയ്യുന്നത്. മനുഷ്യാസ്തിത്വത്തെയും ചരിത്രത്തെയും കാലത്തെയും കവർന്നൊഴുകുന്ന ഒരു നദിയുടെ ആകാരഭംഗിയും ദ്രുതഗമനസംഗീതവും ഈ നോവൽത്രയത്തിന്റെ വന്യസൗന്ദര്യ

ത്തെ വർധിപ്പിക്കുന്നു. പലകാലങ്ങളിലായി ജീവിക്കേണ്ടിവരുന്ന പുതിയ കാലത്തിന്റെ പ്രതിനിധിയാണ് മാത്യു. മാത്യുവിന്റെ നിശ്ശബ്ദത പലപ്പോഴും അജ്ഞാതമായ ഒരു സമുദ്രത്തിന്റെ ശാന്തതപോലെ കനപ്പെട്ട ഒന്നാണ്. മാത്യുവിന്റെ ഭയാനകമായ ഏകാന്തതയോടും തീക്ഷ്ണമായ അനുഭവങ്ങളോടും ചേർന്നുനിന്നുകൊണ്ട് ശബ്ദിക്കുന്ന വംശത്തനിമയുള്ള (Ethinic Identify) ഒരു കഥാപാത്രമാണ് *പുറത്തേക്ക് വാതിൽ ഇല്ല* (*No Exist*) എന്ന നാടകത്തിലെ, ലാറ്റിനമേരിക്കൻ വിപ്ലവകാരിയായ ഗ്രാസിൻ. ഗ്രാസിനും മുഖം നഷ്ടപ്പെട്ട രണ്ടു സ്ത്രീകളും നരകത്തണുപ്പിൽ കാത്തിരിപ്പിന്റെ അടയാളങ്ങളായി മാറുന്നു. സാമുവൽ ബക്കറ്റിന്റെ *വെയിറ്റിങ് ഫോർ ഗോദോ* (*Waiting for Godot*)യിലെ നെടുങ്കൻ കാത്തിരിപ്പിന്റെ രൂക്ഷഗന്ധം ഈ ഏകാങ്ക നാടകത്തിന്റെ ചുമരുകൾക്കുള്ളിൽ നിറഞ്ഞിരിക്കുന്നു.

ഇതേ അനുഭവത്തിന്റെ മറ്റൊരു ഫ്രെയിമിൽ ഗീറ്റ്സും ഒറസ്റ്റീസും മാത്യുവും അഭിമുഖീകരിച്ച, തിരിച്ചറിഞ്ഞ, നടപ്പിലാക്കിയ ദൈവവധത്തിൽ നിന്നുണ്ടായ പരമാനന്ദത്തെയാണ് ഇവിടെ ഗ്രാസിനും കാത്തിരിക്കുന്നത്. നീഷെയുടെയും ഷോപ്പൻ ഹോവറിന്റെയും കടുംനിറം പുരണ്ട വിഷാദചിന്തയുടെ കാമുകനായ ആൽബേർ കമ്യു ഈ ആനന്ദത്തെ, വിധിയുടെ നിർദാക്ഷിണ്യമായ നിറയൊഴിക്കലിനുമുന്നിൽ പിടഞ്ഞുവീഴുന്ന മനുഷ്യാന്തസ്സായി ഉയർത്തിക്കാട്ടുന്നു. ദൈവത്തിന്റെ മരണം മനുഷ്യന്റെ മരണംപോലെ ആഘോഷിക്കപ്പെടേണ്ട ഒന്നല്ലെന്നും നിരർഥകത എന്ന പദംതന്നെ മനുഷ്യാന്തസ്സിനെ ചോർത്തിക്കളയുന്നതാണെന്നുമാണ് കമ്യു വിളിച്ചുപറഞ്ഞത്. എന്നാൽ ഇവരിൽ നിന്നെല്ലാം അകന്ന് 'ഈശ്വരന്റെ അത്ര കിളരം എനിക്കില്ല' എന്നുപറഞ്ഞ് *സ്വാതന്ത്ര്യത്തിന്റെ പാതകൾ* (*The Roads to freedom*) സാർത്ര് തുറന്നിട്ടുതരുന്നതോടെ ഇരുട്ടുമുറിയിൽ തളയ്ക്കപ്പെട്ട കാലം വെളിച്ചത്തിന്റെ തെരുവിലേക്ക് ഇറങ്ങുന്നു. അതോടെ നമ്മുടെ കാഴ്ചയുടെ അന്തസ്സ് ഉയർത്തെഴുന്നേൽക്കുന്നു.

1943 ലാണ് സാർത്ര് *സത്തയും ശൂന്യത* (*Being and Nothingness*) യും ഫ്രഞ്ചുഭാഷയിൽ പ്രസിദ്ധപ്പെടുത്തുന്നത്. 'വിശ്വാകാരംപൂണ്ട ദാർശനികഗാഥ' എന്ന് സുവിദിതമായ ഈ കൃതിയുടെ രചനാകാലത്തിനുമുമ്പ് സാർത്ര് നടത്തിയ അപകടകരങ്ങളായ സർഗാത്മകയാത്രകളിൽ നിന്നാണ് *മനംപുരട്ടൽ* (*Nausea*) എന്ന നോവൽ പ്രഭവം കൊള്ളുന്നത്. നമുക്ക് അജ്ഞാതമായ ദാർശനിക സമുദ്രങ്ങളിലേക്ക്, അപകടകരമായി തോണിയിറക്കുകയാണ് *നോസിയ*യിലൂടെ സാർത്ര്. *നോസിയ*യിലെ ഉജ്വലമുഹൂർത്തങ്ങളുടെ ബൃഹദാഖ്യാനമാണ് *സത്തയും ശൂന്യതയും*. അന്റോനിൻ റൊകിന്റിന്റെ ഡയറിക്കുറിപ്പുകളിലൂടെയാണ് നോവൽ വികാസം പ്രാപിക്കുന്നത്. ഇവിടെ ശൂന്യതയിലേക്ക് ഒഴുകിപ്പോകുന്ന കാലത്തെ ഒരു കാട്ടുമൃഗത്തെ മെരുക്കിയെടുക്കുന്ന മിടുക്കോടെ സാർത്ര് ഉപയോഗപ്പെടുത്തിയിരിക്കുന്നു. 1932 ജനുവരി 29 തിങ്ക

ളാഴ്ച മുതൽ അഞ്ചാഴ്ചയോളം നീണ്ടുനിൽക്കുന്ന ഒരുണർച്ചയാണത്. റൊകന്റിന്റെ ആദ്യ ഡയറിക്കുറിപ്പ് പ്രത്യക്ഷപ്പെടുന്നത് 1932 ജനുവരി ഇരുപത്തിയൊമ്പതിനാണെങ്കിലും അതിനുമുമ്പ് തീയതി രേഖപ്പെടുത്താത്ത ഒരു കുറിപ്പുണ്ട്. അതൊരു നദിയുടെ പ്രഭവകേന്ദ്രംപോലെ സദാ അസ്വസ്ഥമാണ്. സുഭദ്രമല്ലാത്ത ഒരു മനസിന്റെ വന്യവും നഗ്നവുമായ ദുരന്ത മുഹൂർത്തങ്ങളുടെ നിലവിളികൾ പുറത്തേക്കൊഴുകുവാനാകാതെ അവിടെ കെട്ടിക്കിടക്കുന്നു. റൊകന്റിന്റെ മുങ്ങിമരണം സംഭവിച്ചു കഴിഞ്ഞുവെന്ന് ആ കുറിപ്പ് വിളിച്ചുപറയുന്നു. പക്ഷേ, ഏകാന്തതയുടെ പുഴുവരിച്ച ഇടനാഴികളിലൂടെ ഇഴഞ്ഞ് 'മനംപുരട്ട'ലോടെ റൊകന്റിൻ ഒരു തിങ്കളാഴ്ചയിലേക്ക് എത്തുന്നു. നിന്ദയുടെയും പരിഹാസത്തിന്റെയും സ്മൃതിനാശത്തിന്റെയും അപകടഘട്ടത്തിലേക്കാണ് താനെത്തുന്നതെന്ന് റൊകന്റിൻ തിരിച്ചറിയുന്നില്ല. സമുദ്രത്തിലേക്ക് നാവുനീട്ടിനിൽക്കുന്ന ഒരു കടൽപ്പാലത്തിലേക്ക് റൊകന്റിൻ പ്രവേശിക്കുന്നതോടെ ചരിത്രത്തിലേക്ക് കാലം ഉയർത്തിവച്ച ഗോവണി ഭൂമിയിലേക്ക് തകർന്നുവീഴുന്നു.

റൊകന്റിന്റെ വിവേകവിശുദ്ധി ലളിതമായ നമ്മുടെ ജീവിതനിർവചനത്തെ നിർദാക്ഷണ്യം അട്ടിമറിക്കുന്നു. അയാളുടെ അകത്തും പുറത്തും സംഭവിച്ചുകൊണ്ടിരിക്കുന്ന പരിണാമങ്ങൾ പ്രബലവേഗത്തോടെ മറ്റുള്ളവരുടെ കാഴ്ചകളിൽ പ്രത്യക്ഷപ്പെടുന്നതായി അയാൾക്കനുഭവപ്പെടുന്നു. റൊകന്റിന്റെ സുബലത്വം ക്രമേണ അയാളിൽനിന്ന് ഊർന്നുപോകുന്നു. ചിരപരിചിതനായ ഒരു സുഹൃത്തിനെ തിരിച്ചറിയാൻ അയാൾ പതിനഞ്ച് മിനിട്ടോളം സമയമെടുക്കുന്നു. തിരിച്ചറിഞ്ഞ നിമിഷംതന്നെ സുഹൃത്തിന്റെ മുഖം കൂടുതൽ അജ്ഞാതമായിത്തീരുകയും ഹസ്തദാനത്തിനിടയിൽ അയാളുടെ വിരലുകൾ തന്റെ കൈകൾക്കിടയിൽ പുഴുക്കളെപ്പോലെ അരിച്ചുനടക്കുന്നതായും റൊകന്റിന് അനുഭവപ്പെടുന്നു. ഭൂതകാലത്തെ അജ്ഞാതമായ ഏതോ ഒരു ദുർഗത്തിൽവച്ച് നഷ്ടപ്പെടുകയും വികൃതമാക്കപ്പെടുകയും ചെയ്ത അയാളുടെതന്നെ മുഖമാണ് സുഹൃത്തിൽ റൊകന്റിൻ തിരയുന്നത്. കഫേയിലും ലൈബ്രറിയിലും കടൽത്തീരത്തും അയാൾ എന്തെന്നില്ലാത്ത ആവേശത്തോടെ നടക്കുന്നു. പക്ഷേ, സാധാരണതയിൽ കവിഞ്ഞൊരു പൗരുഷം അയാളുടെ നടപ്പിലും നോട്ടത്തിലും ഇല്ലാതിരുന്നതിനാൽ ആൾക്കൂട്ടത്തിനിടയിൽ അയാൾ ഒരിക്കൽക്കൂടി ഒറ്റപ്പെടുകയും അന്യഥാബോധം ഒരു പെരുമ്പാമ്പിനെപ്പോലെ അയാളെ വലിച്ചുമുറുക്കുകയും ചെയ്യുന്നു.

നിരർഥകമായ യാത്രയ്ക്കിടയിൽ റൊകന്റിൻ ലൈബ്രറിയിൽവച്ച് ഓജിയർപി എന്നൊരാളെ പരിചയപ്പെടുന്നുണ്ട് (ഓജിയർപിയെ റൊകന്റിൻ വളരെ മുമ്പ് പരിചയപ്പെട്ടിരുന്നു). അയാളുടെ സംഭാഷണം ഊഷ്മളമായ ഒരാകാശത്തെ അനുഭവപ്പെടുത്തുന്നുവെന്ന് റൊകന്റിൻ ആദ്യം തന്നെ തിരിച്ചറിയുന്നുണ്ടെങ്കിലും മനുഷ്യസ്നേഹത്തെക്കുറിച്ച് അയാൾ പറയുന്ന നിർവചനങ്ങളുടെ അകംപൊള്ളയായ നിലപാടുകൾ റൊകന്റിനെ ക്ഷീണിപ്പിക്കുന്നു. ഒടുവിൽ മിടുക്കനായ സുഹൃത്തിന്റെ അമിത

സ്നേഹം അയാൾക്കുതന്നെ ഭീഷണിയായിത്തീരുകയും വാച്ച്മാന്റെ പ്രഹരമേറ്റ് റൊകന്റിന്റെ മുന്നിൽക്കിടന്ന് അയാൾ നിലവിളിക്കുകയും ചെയ്യുന്നു. മറ്റൊരു ദിവസം റൊകന്റിന്റെ ഏകാന്തതയിലേക്ക് ഒഴുകി വരുന്ന പേലവസുഗന്ധം - ആനിയെ യാത്ര അയയ്ക്കാൻ സ്റ്റേഷനിലെത്തുമ്പോൾ, അവളുടെ വലതുകരം ഗ്രഹിച്ച് കവിളുകളിൽ അമർത്തി ചുംബിക്കുന്ന കാമുകന്റെ പ്രണയലീല കണ്ട് റൊകന്റിന്റെ ഹൃദയം വല്ലാതെ നുറുങ്ങിപ്പോവുകയും കണ്ണുകളിലേക്ക് ഇരുൾച്ചിറകുകൾ താഴ്ന്നിറങ്ങുകയും ചെയ്യുന്നു. റെസ്റ്റോറന്റുകളിലും ലൈബ്രറികളിലും കഫേകളിലും കടൽത്തീരങ്ങളിലും ചുംബിച്ചുനിൽക്കുകയും നൃത്തമാടുകയും ചെയ്യുന്ന കമിതാക്കളെകണ്ട് റൊകന്റിന് മനംപുരട്ടലുണ്ടാകുന്നു. തന്റെ ശരീരത്തിൽനിന്ന് പുറത്തേക്ക് വമിക്കുന്ന രൂക്ഷഗന്ധം, ഇത്തരം ദൃശ്യങ്ങൾ കണ്ടതിന്റെ വിഴുപ്പുകളിൽ നിന്നുണ്ടായതാണെന്ന് റൊകന്റിൻ കഠിനമായി വിശ്വസിക്കുന്നു. ഈ വിശ്വാസത്തിന്റെ അപരിചിതവഴികളിൽക്കിടന്ന് അയാൾ അയാൾക്ക് മാത്രം കേൾക്കാവുന്ന ശബ്ദത്തിൽ ഛർദിക്കുകയും ബോധക്ഷയം ബാധിച്ച് മറിഞ്ഞുവീഴുകയും ചെയ്യുന്നു.

റൊകന്റിന്റെ 'മനംപുരട്ടൽ' നമ്മുടെ ലളിതബോധത്തിനപ്പുറം നിൽക്കുന്ന ഒരനുഭവമാണ്. മനുഷ്യസ്നേഹം, മനുഷ്യസ്നേഹം എന്ന് ആവർത്തിച്ചുകേൾക്കുമ്പോഴും ഞാൻ നിന്നെ അഗാധമായി പ്രണയിക്കുന്നു എന്നുപറയുമ്പോഴും മുനിസിപ്പൽ പാർക്കിലെ ബഞ്ചിൽക്കിടന്ന് നീലക്കണ്ണുകളെ ഓർത്ത് പുഞ്ചിരിക്കുമ്പോഴും ട്രാമിലെ അപരിചിതമായ സീറ്റിൽ കൈവയ്ക്കുമ്പോഴും വെള്ളം കയറി വീർത്ത് അഴുകിത്തുടങ്ങിയ ഒരു കഴുതയുടെ ശവം നദിയിലൊഴുകി നടക്കുംപോലെയാണ് എനിക്കനുഭവപ്പെട്ടതെന്ന് റൊകന്റിൻ വിളിച്ചുപറയുന്നുണ്ട്. ഇവിടെയെല്ലാം അസ്തിത്വദുഃഖത്തെ നമ്മുടെ പരിചിതസ്ഥലങ്ങളിൽ നിന്നിറക്കിവിട്ട് ജനസഞ്ചയമില്ലാത്ത തെരുവുകളിലെത്തിക്കുക എന്ന ചരിത്രപരമായ ദൗത്യമാണ് റൊകന്റിലൂടെ സാർത്ര് നേടിയെടുക്കുന്നത്. റഷ്യൻ പ്രഭുവായ റോൾബോണിന്റെ ചരിത്രമെഴുതാൻ സന്നദ്ധത പ്രകടിപ്പിക്കുകയും എഴുതിത്തുടങ്ങുകയും ചെയ്ത റൊകന്റിൻ ദിവസങ്ങൾക്കുള്ളിൽ ആ കൃത്യത്തിൽനിന്ന് പിൻവാങ്ങുകയും വിഴുപ്പ് നിറഞ്ഞതും ദുർഗന്ധം വമിക്കുന്നതുമായ ചരിത്രത്തെ പർവതമുനയിൽനിന്ന് ഭൂതകാലത്തിലേക്ക് വലിച്ചെറിയുകയും ചെയ്യുന്നു. 'ഒരസ്തിത്വത്തിന് മറ്റൊരസ്തിത്വത്തെ വിലയിരുത്താനാവില്ല' എന്ന റൊകന്റിന്റെ നിർവചനം കാലാതീതമായ സംഗീതംപോലെ ഇപ്പോഴും ഒഴുകിപ്പരക്കുന്നു.

സെർച്ച് ഫോർ എ മെത്തേഡ് (Search for a Method) എന്ന കൃതിയിൽ സാർത്ര് എഴുതുന്നു:

> മനുഷ്യന് ലഭിച്ച ശിക്ഷകൾ - അതൊരു നദീ സ്നാനംപോലെ ആദ്യന്തം സുഖകരമായ അനുഭവമാണ്. ഓരോ ശിക്ഷയും അവനെ മുക്കിക്കൊല്ലാൻ ശ്രമിക്കുന്നു. പക്ഷേ, അവൻ നദിയുടെ ആഴങ്ങളിലേക്ക് നീന്തി, ജലവിരലുകളിൽപിടിച്ച് സുരക്ഷിതനായി ജലോ

പരിതലത്തിലേക്ക് വരുന്നു. മനുഷ്യന് ദൈവത്തെ ആവശ്യമില്ലാത്തതിനാൽ അവനെ സ്മരിക്കേണ്ട നിമിഷങ്ങളും അപ്രസക്തമാണ്. ദൈവമാകാൻ കഴിയുന്ന മനുഷ്യന് മുന്നിൽ ശുദ്ധയുക്തിക്ക് ഒരു പ്രസക്തിയുമില്ല. അനുഭവമാണ് അവന് ചിറകുകൾ നൽകുന്നത്.

സാർത്രിന്റെ ധൈഷണികവചനങ്ങൾക്ക് വജ്രസൂചിയുടെ കാഠിന്യവും ഭംഗിയുമുണ്ട്. 1965 ൽ സാഹിത്യത്തിനുള്ള നോബൽ സമ്മാനത്തിനായി തിരഞ്ഞെടുത്തപ്പോൾ സാർത്ര് പറഞ്ഞ വിശുദ്ധവചനങ്ങൾ മാത്രംമതി സാർത്രിലെ അഗ്നിപർവതത്തെ അടയാളപ്പെടുത്താൻ. 'ജീൻപോൾ സാർത്ര് എന്നെഴുതുന്നതും നോബൽ സമ്മാന ജേതാവായ ജീൻപോൾ സാർത്ര് എന്നെഴുതുന്നതും ഒരുപോലല്ല.'

6

വെർജീനിയ വൂൾഫ്

കഴിഞ്ഞ ദശകത്തിലെ ശ്രദ്ധേയരായ എഴുത്തുകാരികൾ സാഫോ, മുറാസാകീഷികീബു, എമിലി ബ്രോൻഡി തുടങ്ങിയവരുടെ രചനാസങ്കേതങ്ങൾ നിങ്ങൾ പിന്തുടരുകയാണെങ്കിൽക്കൂടി അവർ നിങ്ങൾക്ക് സ്ത്രീത്വത്തിന്റെ ഭിന്നരുചികൾ സമ്മാനിച്ചിട്ടുണ്ടാകണം. അവരുടെ എഴുത്ത് ജന്മസിദ്ധമാണ്. ആർജവത്തായ ആ അനുഭവമാണ് അവരുടെ അസ്തിത്വം. എഴുതിത്തുടങ്ങുമ്പോൾ നിങ്ങൾക്കോരോരുത്തർക്കും ഇത്തരം ആർജിത വ്യക്തിത്വമുണ്ടാകണം. അതു പിന്നീട് പിന്നീട് വരുമ്പോൾ നിങ്ങളുടെ നിലപാടുകൾ സർഗാത്മകതയുമായിചേർന്ന് മൂല്യവത്തായ ഒരനുഭവമായിത്തീരും.

വെർജീനിയ വൂൾഫ്

എഴുത്തുകാരിയുടെ മുറി/1929

സമുദ്രോന്മാദങ്ങളിൽനിന്ന് രക്ഷപ്പെട്ട ദ്വീപുപോലെയായിരുന്നു വെർജീനിയ വൂൾഫിന്റെ ജീവിതം. ഒരേകാലം നിശ്ശബ്ദതയുടെ ഹിമശിരസും അശാന്തിയുടെ മഹാസങ്കടങ്ങളും വെർജീനിയായുടെ ഹൃദയത്തെ മാറിമാറി ഭരിച്ചു. വന്യമായ ഒരരങ്ങിൽ കെട്ടിയുയർത്തിയ നൃത്ത

ശാലയിൽ വെർജീനിയ മാത്രമായിരുന്നു നൃത്തക്കാരിയും ആസ്വാദകയും. പർവതശൃംഗങ്ങളിൽനിന്ന് സമാരംഭിക്കുന്ന ഒരു രക്തനദി വരണ്ടുണങ്ങിക്കൊണ്ടിരിക്കുന്ന തന്റെ ഞരമ്പുകളിലൂടെ ഒഴുകിത്തീരുമെന്ന് വെർജീനിയ ഒന്നിലധികം തവണ സ്വപ്നം കണ്ടിരുന്നു. "അജ്ഞാത രോഗം ബാധിച്ച ഒരവയവം പോലെയായിരുന്നു എനിക്ക് സ്വപ്നം" എന്ന് വെർജീനിയ എഴുതിയിട്ടുണ്ട്. "പകരംവയ്ക്കാൻ വാക്കുകളില്ലാതെ വരുന്ന ഒരു നിമിഷം-രോഗബാധിതമായ എന്റെ സ്വപ്നാവയവം ജീർണിച്ചു തുടങ്ങിയെന്ന് നിങ്ങൾ കരുതുക" എന്ന് തന്നെ ചികിത്സിച്ച ഡോ. സാവേജിന് വെർജീനിയ എഴുതി. ചിറകുകളുള്ള ഉന്മാദം വെർജീനിയായുടെ

ദി വോയേജ് ഔട്ട്

സർഗാത്മകതയ്ക്ക് മുകളിൽ നക്ഷത്രാലംകൃതമായ മറ്റൊരാകാശം ഒരുക്കി. മേഘങ്ങളിൽ നിന്നൂർന്ന് ഭൂമിയിലേക്ക് വിരുന്നുവരുന്ന വെള്ളിൽപ്പക്ഷികളുടെ പേലവകാന്തി വെർജീനിയായുടെ രചനകൾക്കുണ്ടായിരുന്നു.

"ആത്മഭാഷണങ്ങൾകൊണ്ടു നിറച്ച വിചിത്രമായൊരു തുകൽപ്പെട്ടിയാണ് എന്റെ ഹൃദയം" എന്ന് *ദി വോയേജ് ഔട്ടി (The Voyage Out)*ന്റെ ആമുഖത്തിൽ വെർജീനിയ കുറിച്ചിട്ടു. "എഴുതുമ്പോൾ മാത്രമല്ല, ഉറങ്ങുമ്പോഴും എന്തിന് മരണത്തിനു തൊട്ടുമുമ്പുപോലും സദാജാഗരൂകമായ മനസ്സ് തൃഷ്ണകൾക്കൊപ്പം മേയാനിറങ്ങണം. അവിടെനിന്നാണ് ജീവിതത്തിന് ആത്മാർഥമായ വസന്തചിന്ത ഉണ്ടാകുന്നത്." വെർജീനിയ എഴുതിയ *ദി വോയേജ് ഔട്ടിലും നൈറ്റ് ആന്റ് ഡേ (Night and Day)*യിലും *ജേക്കബ്സ് റൂമിലും (Jacob's Room) ടു ദി ലൈറ്റ് ഹൗസ് (To the Light House)* ലും *മിസിസ് ഡോളോവെ (Mrs. Dolloway)*യിലും സ്വതന്ത്രവും ആപൽക്കരവുമായ ആത്മാന്വേഷണത്തിന്റെ പാതയിലൂടെയാണ് ജീവിതത്തെ നോക്കിക്കാണാൻ വെർജീനിയ ധൈര്യപ്പെട്ടത്. ഭൂതകാലത്തിനും തിളച്ചുപൊന്തിയ വർത്തമാനകാലത്തിനും ഇടയിൽ നിന്ന് ഗുരുതരമായി പൊള്ളലേറ്റ തന്റെ ഹൃദയമെടുത്തുകൊണ്ട് ജേക്കബ് വിലപിക്കുന്നു. വിലാപത്തിനുള്ളിലെ ധ്വനിസാന്ദ്രമായ മൗനം വെർജീനിയായുടെതന്നെ ഇരുണ്ട ഭൂതകാലനോവുകളിൽനിന്ന് രൂപപ്പെട്ടതാണ്.

1895 ആരംഭത്തിലാണ് ചിത്തഭ്രമത്തിന്റെ അസ്വസ്ഥതകൾ വെർജീനിയായിൽ കണ്ടുതുടങ്ങുന്നത്. പതിമൂന്നാം വയസിൽ, അപ്രതീക്ഷിത

മായി അമ്മയുടെ മരണം കാണേണ്ടിവന്ന വെർജീനിയയ്ക്ക് ആഴത്തിലൊരു മുറിവ് സമ്മാനിച്ചുകൊണ്ടാണ് മരണം മടങ്ങിപ്പോയത്. വെർജീനിയ എഴുതുന്നു:

> ശൈത്യകാലത്തെ ഒടുവിലത്തെ ദുർദിനങ്ങളിലൊന്നായിരുന്നു അത്. നിശ്ശബ്ദതയ്ക്ക് നടുവിൽ, മരണത്തിന്റെ ആക്രമണങ്ങളിൽ അകപ്പെട്ടുപോയ അമ്മ ഏറെ പരിക്ഷീണിതയായിരുന്നു. അമ്മയുടെ ചുണ്ടുകളിലും കവിളുകളിലും ഇളംചൂടുണ്ടായിരുന്നു. നിമിഷങ്ങൾക്കുള്ളിൽ അമ്മ നിശ്ചലയായി. അപ്പോഴും മരണത്തിന്റെ കൈയിൽനിന്ന് ഊരിത്തെറിച്ച ഒരു മഞ്ഞക്കോടാലി ആ മുറിയിൽ കിടപ്പുണ്ടായിരുന്നു. അതിന്റെ മൂർച്ചയിൽ ഹൃദയരക്തം പടർന്നിട്ടുണ്ടായിരുന്നു.

ആ മഞ്ഞുകോടാലിയാകണം തന്റെ ഹൃദയത്തെയും നടുവെ പിളർത്തിയതെന്ന് വെർജീനിയ അവസാനകാലംവരെ വിശ്വസിച്ചിരുന്നു.

1904 ൽ പിതാവുംകൂടി മരിച്ചതോടെ വെർജീനിയ തികച്ചും ഒറ്റപ്പെട്ടു. ചിത്തരോഗത്തിന്റെ കോശങ്ങൾക്ക് തീപിടിച്ച കാലംകൂടിയായിരുന്നു അത്. വെർജീനിയ തന്റെ കൈകാലുകളിൽ കൂർത്ത ആണികൾ അടിച്ചുകയറ്റി. കാലത്തിന്റെ പാപങ്ങൾക്ക് മുന്നിൽ സ്വയം ബലിയർപ്പിക്കുകയായിരുന്നില്ല വെർജീനിയ. അതിർത്തി കടന്നുപറക്കുന്ന തന്റെ വിചിത്രഭാവനകൾക്ക് മുന്നിൽ സ്വയം ക്രൂശിതയാകുകയായിരുന്നു അവർ. ഡോക്ടർ സാവേജിന് എഴുതിയ സ്വകാര്യ കത്തിൽ വെർജീനിയ കുറിക്കുന്നു: “ഉള്ളം കൈയിലേക്ക് ആണികൾ തുളച്ചുകയറുമ്പോൾ ഞാനൊന്നു ശ്രദ്ധിച്ചിരുന്നു, കൈയിൽനിന്ന് രക്തം വരുന്നുണ്ടായിരുന്നില്ല. ഞാനൊരു രക്തമില്ലാത്ത സ്ത്രീയാണോ എന്നുപോലും തോന്നി. എനിക്ക് വേദന ഉണ്ടായിരുന്നില്ല. എന്റെ പ്രിയപ്പെട്ട ചുറ്റിക നിരാശപ്പെട്ടിട്ടുണ്ടാകണം. കുറച്ചുനേരത്തെ അധ്വാനം കഴിഞ്ഞ് ചുറ്റിക താഴേക്ക് തളർന്നുവീണു.” അനിയന്ത്രിതമായ ഭാവനകൾക്കു മുന്നിൽ നിഷ്കളങ്കയായി നമസ്കരിച്ചു നിൽക്കുന്ന വെർജീനിയായെ ജീവിതത്തിലുടനീളം കാണാം. ഉന്മാദത്തിന്റെ ഭ്രാന്തൻ കോശങ്ങൾ മത്സരിച്ച് വെർജീനിയായെ മരണത്തിലേക്ക് ക്ഷണിച്ചുകൊണ്ടിരുന്നു. *ദി വോയേജ് ഔട്ട്* എഴുതുന്നതിന് മുമ്പും പിമ്പും വെർജീനിയ ആത്മഹത്യക്ക് ശ്രമിച്ച് പരാജയപ്പെട്ടിരുന്നു. പരാജയങ്ങൾ വെർജീനിയയ്ക്ക് പുതിയ മരണവഴികൾ കണ്ടെത്താനുള്ള ഇടവേളകളായിരുന്നു. *ദി വോയേജ് ഔട്ട്* എഴുതിക്കഴിഞ്ഞ് വെർജീനിയ നേരെ പോയത് രോഗബാധിതയായിക്കിടക്കുന്ന കൂട്ടുകാരിയെ ശുശ്രൂഷിക്കാനായിരുന്നു. മരണത്തിന്റെ വഴിയമ്പലങ്ങളിലൊന്നാണ് ആശുപത്രിയെന്നും ലളിതവും ക്രൂരവുമായി മരിക്കാനുള്ള സാഹചര്യങ്ങൾ അവിടെയുണ്ടെന്നും വെർജീനിയയ്ക്ക് അറിയാമായിരുന്നു. കൂട്ടുകാരിയുടെ ശ്രദ്ധയിൽനിന്ന് മാറി, മുറിയിലുണ്ടായിരുന്ന ഉറക്കഗുളികമാത്രം വിഴുങ്ങി വെർജീനിയ മരണത്തിനെ കാത്തിരുന്നു. മരണം അതു

എഴുത്തുകാരിയുടെ മുറി

വഴി വന്നതേയില്ല. സുദീർഘമായൊരു നിദ്രയ്ക്കുശേഷം വെർജീനിയ ജീവിതത്തിലേക്ക് പരിഭവമില്ലാതെ മടങ്ങിവന്നു.

കടുത്ത ഉന്മാദത്തിനിടയിലും സദാ ജാഗരൂകമായ സർഗാത്മകാനുഭവം വെർജീനിയയ്ക്കുണ്ടായിരുന്നു. ആത്മഹത്യാ ശ്രമങ്ങൾക്കിടയിലെ എഴുത്തുദൂരം എന്നാണ് വെർജീനിയയായുടെ ഭർത്താവ് ലിയോനാർഡ് വൂൾഫ് അതിനെ വിശേഷിപ്പിക്കുന്നത്. ആത്മഹത്യാശ്രമങ്ങൾക്കിടയിലെ ഹ്രസ്വദൂരത്തിനിടയിൽ സർഗാത്മകതയുടേതായ ഒരരങ്ങ് ഒരുക്കാൻ വെർജീനിയായ്ക്ക് കഴിഞ്ഞു. *ടു ദി ലൈറ്റ് ഹൗസ്, മിസിസ് ഡോളോവേ* എന്നീ നോവലുകൾ കടുത്ത ഉന്മാദരോഗങ്ങൾക്കിടയിൽ രചിക്കപ്പെട്ടവയായിരുന്നു. എന്നാൽ അസ്വസ്ഥതകളുടെയോ അശാന്തിയുടെയോ ഒരു ജാലകംപോലും ഈ രണ്ട് നോവലുകളിലും വെർജീനിയ തുറന്നിടുന്നില്ല എന്നത് അത്ഭുതകരമാണ്. റാംസേ കുടുംബത്തിന്റെ കഥ പറയുന്ന *ടു ദി ലൈറ്റ് ഹൗസ്* വെർജീനിയായിലെ പ്രതിഭയുടെ ജ്വലിച്ച മുഹൂർത്തങ്ങൾകൊണ്ട് സമ്പന്നമാണ്. റാംസേയും ഭാര്യയും കുടുംബസുഹൃത്തും ചിത്രകാരിയുമായ ബ്രിഡ്കോലിലിയും ഒക്കെ ചേർന്ന് ഒരു കുടുംബപുരാണമൊരുക്കാൻ വെർജീനിയ പ്രത്യക്ഷത്തിൽ ശ്രമിക്കാതെ തന്നെ, ഈ കഥാപാത്രങ്ങളുടെ ആത്മബന്ധങ്ങളിലൂടെയും മാനസിക സംഘർഷങ്ങളിലൂടെയും ജീവിതത്തിന്റെ അടയാളങ്ങളും ആഴക്കാഴ്ചകളും സുവ്യക്തമാക്കുന്നു.

*മിസിസ് ഡോളോവേ*യിലും ഇത്തരം ഇടപെടലുകളിലൂടെ ജീവിതത്തെ അടയാളപ്പെടുത്താനാണ് വെർജീനിയ ധൈര്യപ്പെടുന്നത്. നോവലിലെ മുഖ്യകഥാപാത്രമായ ക്ലാരിസ് ഡോളോവേയിൽ നമ്മുടെ പരിചിത സമൂഹത്തിൽനിന്ന് കണ്ടുമടുക്കാത്ത ഒരനുഭവമുണ്ട്. തികച്ചും വ്യക്തിപരമെന്നോ ആത്മനിഷ്ഠമെന്നോ പ്രത്യക്ഷത്തിൽ പറഞ്ഞ് ഈ നോവലിലെ കഥാപാത്രങ്ങളുടെനേരെ നമുക്ക് മുഖം തിരിക്കാനാവില്ല. വിവിധ ആംഗിളുകളിലൂടെ ഒരനുഭവത്തെ ക്യാമറാമാൻ ഒപ്പിയെടുക്കും പോലെയാണ് വെർജീനിയ കഥാപാത്രങ്ങളെ അവതരിപ്പിക്കുന്നതും വിലയിരുത്തുന്നതും. ഖേദഹർഷങ്ങൾക്കിടയിൽപ്പെട്ട് നിശ്ശബ്ദമാകുന്ന മനസിന്റെ സൂക്ഷ്മചലനങ്ങൾപോലും അതിസൂക്ഷ്മമായാണ് വെർജീനിയ കൈകാര്യം ചെയ്യുന്നത്. *ടു ദി ലൈറ്റ് ഹൗസ്, മിസിസ് ഡോളോവേ* എന്നീ നോവലുകളുടെ രചനാകാലത്ത് വെർജീനിയായുടെ മനസിൽ പടർന്നുപിടിച്ച തീക്ഷ്ണചിന്തകളിൽനിന്നാണ് *എഴുത്തുകാരിയുടെ മുറി*

(*A Room of Ones Own*) എന്ന കൃതി രൂപംകൊള്ളുന്നത്. 1929ൽ കേംബ്രിഡ്ജ് സർവകലാശാലയിലും അനുബന്ധപ്രഭാഷണ പരമ്പരകളിലുമെല്ലാം തന്റെ മനസിനെ വേട്ടയാടിക്കൊണ്ടിരുന്ന ചോദ്യങ്ങളുടെ മറുപടി എന്ന നിലയ്ക്കാണ് വെർജീനിയ അവതരിപ്പിച്ച പ്രബന്ധസമാഹാരമായ *എഴുത്തുകാരിയുടെ മുറി*യുടെ പ്രസക്തി. മഹത്തായ ചോദ്യങ്ങൾകൊണ്ടും അതിമഹത്തായ ഉത്തരങ്ങൾകൊണ്ടും സമ്പന്നമാണ് ഈ ഗ്രന്ഥം എന്നാണ് അക്കാലത്തെ വിമർശകർ അഭിപ്രായപ്പെട്ടത്. വെർജീനിയ എഴുതുന്നു:

> എന്റെ വഴി പുൽമൈതാനത്തിനു നടുവിലൂടെ ആയിരുന്നില്ല. പാറക്കെട്ടുകളും കാട്ടുമൃഗങ്ങളും നിറഞ്ഞ ചെങ്കുത്തായ ഒറ്റവഴി. ആവേശത്തോടെയുള്ള എന്റെ നടത്തം കണ്ട് ഒരുപാട് പേർ എന്നോടൊപ്പം ചേർന്നു. പണ്ഡിതന്മാരും അക്കാദമിഷ്യന്മാരും എന്റെ വേഗതയ്ക്കൊപ്പം എത്താൻ കഴിയാതെ നിലവിളിക്കുന്നത് ഞാൻ ശരിക്കും കേട്ടു. അതെന്റെ ആസ്വാദനശീലത്തെ പ്രോത്സാഹിപ്പിച്ചിരുന്ന കാര്യം വിസ്മരിക്കുന്നില്ല.

സങ്കുചിതത്വത്തിന്റെ പാറക്കല്ലുകൾകൊണ്ട് കെട്ടിയൊരുക്കിയ യൂറോപ്പിന്റെ സാമൂഹിക ജീവിതത്തിനെതിരെ സന്ധിയില്ലാസമരം പ്രഖ്യാപിച്ചുകൊണ്ടാണ് വെർജീനിയ തന്റെ പ്രബന്ധങ്ങൾ അവതരിപ്പിച്ചത്. സ്ത്രീ-സമൂഹം, സ്ത്രീ-എഴുത്ത്, സ്ത്രീ-സ്വാതന്ത്ര്യം എന്നിങ്ങനെ വിവിധ വിഷയങ്ങളിൽ വെർജീനിയ അവതരിപ്പിച്ച കരുത്ത് പാരമ്പര്യത്തിലധിഷ്ഠിതമായ വിശ്വാസപ്രമാണങ്ങളിൽ മുഴുകിക്കിടന്ന യൂറോപ്പിനെ വിറപ്പിക്കുകമാത്രമല്ല, പഴകിയ മാമൂലുകളുടേതായ ഗോപുരങ്ങളെ നിലംപതിപ്പിക്കുകയും ചെയ്തു. ജനക്കൂട്ടത്തിനു നടുവിലേക്കുചെന്ന് അവരുടെ നിലപാടുകളും എഴുത്തനുഭവങ്ങളും വ്യക്തമാക്കാൻ പ്രതിഭകളായ സ്ത്രീകൾക്ക് വെർജീനിയായുടെ എഴുത്ത് ധൈര്യംകൊടുത്തു. അധികാര ചിഹ്നങ്ങൾകൊണ്ട് പുരുഷന്മാർ അലങ്കരിച്ചുവച്ചിരുന്ന ഗ്രന്ഥാലയങ്ങൾ ഒന്നൊന്നായി സ്ത്രീകളുടെ മുന്നിൽ തുറക്കപ്പെട്ടു. 'സ്ത്രീസമത്വസ്വാതന്ത്ര്യവാദത്തിന്റെ അനശ്വരമായ മുഴക്കം' എന്നാണ് വെർജീനിയായുടെ സമകാലികർ ഈ അനുഭവത്തെ വിശേഷിപ്പിച്ചത്.

പ്രധാനമായും മൂന്ന് വ്യത്യസ്ത അനുഭവങ്ങളുടെ തീക്ഷ്ണ വ്യക്തിത്വം വെർജീനിയ ഈ ഗ്രന്ഥത്തിലൂടെ അവതരിപ്പിക്കുന്നു. ജെയിൻ ഓസ്റ്റിന്റെയും ചാർലറ്റ് ബ്രോൻഡിലിയുടെയും സർഗാത്മകാനുഭവം അത്യന്തം വിശാലമാണെങ്കിലും എന്തുകൊണ്ടാണ് ഈ എഴുത്തുകാരികൾക്ക് ലിയോ ടോൾസ്റ്റോയിയുടെ *യുദ്ധവും സമാധാനവും* എന്ന കൃതിക്ക് തുല്യമായൊരു കൃതി രചിക്കാൻ കഴിയാതെ പോയതെന്ന് ആദ്യം വെർജീനിയ അന്വേഷിക്കുന്നു. രണ്ടാമതായി വെർജീനിയായുടെ കാഴ്ചകൾ ചെന്നെത്തുന്നത് ഒരു സാങ്കൽപ്പിക കഥയിലേക്കാണ്. മഹാനായ വില്യം ഷേക്സ്പിയറിന് ജൂഡിത്ത് എന്ന പേരിൽ ഒരു സഹോദരി ഉണ്ടെന്നും

അവർ സർഗാത്മകതയിൽ ഷേക്സ്പിയറിനോളംതന്നെ എത്താൻ ശ്രമിച്ചിരുന്നെങ്കിൽ സങ്കുചിത വിശ്വാസങ്ങളിൽ അഭിരമിച്ചിരുന്ന യൂറോപ്പിലെ പുരുഷമേധാവിത്വസമൂഹം അവളെ ആട്ടിയോടിച്ചേനെ എന്നും വെർജീനിയ അടയാളപ്പെടുത്തുന്നു. ചാരിത്ര്യത്തിന്റെയും ദാരിദ്ര്യത്തിന്റെയും സ്വാധീനത ഒരു എഴുത്തുകാരിയുടെ സർഗാത്മകതയെ എങ്ങനെയൊക്കെ സ്പർശിക്കുന്നു എന്നതിന്റെ അന്വേഷണത്തിലേക്കാണ് വെർജീനിയായുടെ അടുത്ത കാഴ്ച ചെന്നെത്തുന്നത്. സിമോൺ ഡി ബുവാ അഭിപ്രായപ്പെട്ടിട്ടുള്ളതുപോലെ പുരുഷാധിപത്യസമൂഹത്തിന്റെ ശിരസിനേറ്റ ആദ്യ ആഘാതമായിരുന്നു *എഴുത്തുകാരിയുടെ മുറി.* ആ മുറിവ് സുഖപ്പെടുത്താൻ യോഗ്യമായ ഔഷധങ്ങളൊന്നും ഇപ്പോഴും കണ്ടുപിടിച്ചിട്ടില്ല എന്നത് കാലത്തിന്റെ സംശുദ്ധമായ ഫലിതങ്ങളിൽ ഒന്നാണ്.

*എഴുത്തുകാരിയുടെ മുറി*യുടെ ഖ്യാതി യൂറോപ്പിലെ സ്ത്രീവിമോചന പ്രസ്ഥാനത്തിനു നൽകിയ നവോന്മേഷം സാഹിത്യചരിത്രത്തിലിപ്പോഴും സജീവ ചർച്ചാവിഷയമാണ്. *എഴുത്തുകാരിയുടെ മുറി*ക്കുശേഷം വെർജീനിയ എഴുതിയ *ത്രീ ഗിനീസ്* (*Three Guineas*) എന്ന ഗ്രന്ഥത്തിലും സ്ത്രീ സമൂഹം നേരിടുന്ന സാമ്പത്തിക/സർഗാത്മകസ്വാതന്ത്ര്യത്തെക്കുറിച്ചും കലാരംഗങ്ങളിൽ പ്രവർത്തിക്കുന്ന സ്ത്രീകളുടെ നിലനിൽപ്പും സാമ്പത്തികഭദ്രതയും സുസജ്ജമാക്കേണ്ടുന്നതിന്റെ ആവശ്യകതയെക്കുറിച്ചും വെർജീനിയ ചർച്ചചെയ്യുന്നുണ്ട്. ഇതേ കാലയളവിൽ വെർജീനിയ രചിച്ച *ഓർലാൻഡോ*യിൽ (*Orlando*) കഥാപാത്രമായ ഹെസ്സിന് ഒരു സ്ത്രീയായതുകൊണ്ടുമാത്രം നിഷേധിക്കപ്പെടുന്ന അവകാശങ്ങളെക്കുറിച്ച് വെർജീനിയ സുശക്തമായ ഭാഷയിലാണ് സംസാരിക്കുന്നത്. ഫെമിനിസ്റ്റ് കാഴ്ചപ്പാടുകളിൽ രചിക്കപ്പെട്ട മുൻഗ്രന്ഥങ്ങളിൽനിന്നുള്ള ശക്തമായ ഒഴുക്ക് *ഓർലാൻഡോ*യിലും ജ്വലിച്ചുനിൽക്കുന്നത് കാണാം.

വേവ്സ് (*Waves*), *ദി ഇയേഴ്സ്* (*The Years*) എന്നീ കൃതികളിലെത്തുമ്പോൾ വെർജീനിയ മുന്നോട്ടുവയ്ക്കുന്ന നിലപാടുകളുടെ ആന്തരികശോഭ കാലത്തിന്റെ ഒഴുക്കിനെ മുറിപ്പെടുത്തുന്നതുകാണാം. അനുഭവങ്ങളോട് വെർജീനിയ പുലർത്തുന്ന അഭിജാത ബന്ധത്തിന്റെ ജ്വാലമുഖങ്ങളാണ് *വേവ്സി*നെ ശ്രദ്ധേയമാക്കുന്നത്. ജീവിതത്തെ ഏഴ് ഖണ്ഡങ്ങളുള്ള ഒരു സിംഫണിയായി കണ്ടുകൊണ്ട് കഥാപാത്രങ്ങളുടെ വ്യത്യസ്തരംഗാനുഭവങ്ങളെ ശുദ്ധീകരിക്കുകയാണ് *വേവ്സിൽ* വെർജീനിയ ചെയ്യുന്നത്. ഖേദഹർഷങ്ങൾക്ക് കാരണമാകുന്ന അനുഭവങ്ങളെക്കുറിച്ച് വെർജീനിയ, ഭർത്താവ് ലിയോനാർഡ് വൂൾഫിനെഴുതിയ കുറിപ്പ് ഇവിടെ ഓർമിക്കാവുന്നതാണ്. വെർജീനിയ എഴുതുന്നു:

> അനുഭവങ്ങളുടെ നിശ്ശബ്ദമായൊരൊഴുക്ക് ഞാനൊരിക്കലും ജീവിതത്തിൽനിന്ന് പ്രതീക്ഷിക്കുന്നില്ല. എന്റെ അനുഭവങ്ങൾ ഒരിക്കലും ലളിതമായൊരു നിർവചനം ആവശ്യപ്പെടുന്നില്ല. ഒരു മനു

> ഷ്യന്റെ പൗരുഷവും സ്ത്രീത്വവും ഒരേയളവിൽ ഓരോ അനുഭവത്തിനുണ്ടാകും. എന്റെ കഥാപാത്രങ്ങൾ ജീവിച്ചിരിക്കുന്നത് ശബ്ദലോകത്താണ്. അതുകൊണ്ടാണ് അവർ പൊട്ടിച്ചിരിക്കുന്നതും പൊട്ടിക്കരയുന്നതും.

ജീവിതത്തിൽ എത്രത്തോളം ആഴത്തിൽ നിശ്ശബ്ദയാകാമോ അത്രത്തോളം നിശ്ശബ്ദയാകുകയും എഴുത്തിൽ എത്രത്തോളം ശബ്ദമുയർത്താമോ അത്രത്തോളം ശബ്ദിക്കുകയും ചെയ്ത എഴുത്തുകാരിയാണ് വെർജീനിയ വൂൾഫ്. നിശ്ശബ്ദമായതെന്തിലും വൻ അപകടങ്ങൾ പതിയിരിപ്പുണ്ടെന്ന് വെർജീനിയ വിശ്വസിച്ചിരുന്നു. 1940 കളുടെ അവസാന പകുതിയിൽ ഇംഗ്ലീഷ് സാഹിത്യത്തിൽ പ്രസിദ്ധീകൃതമായ എല്ലാ കൃതികളും തേടിപ്പിടിച്ചു വായിക്കാൻ വെർജീനിയ ധൈര്യപ്പെട്ടത് അതുകൊണ്ടാണ്. ഡോക്ടർ സാവേജിനെഴുതിയ കത്തിൽ വെർജീനിയ ഇക്കാര്യം തുറന്നുപറഞ്ഞിട്ടുണ്ട്. വെർജീനിയ എഴുതുന്നു:

> എന്റെ ബുക്ക് ഷെൽഫ് എന്നെപ്പോലെ ഭയചകിതയും ദുർബലയുമാണ്. എനിക്ക് വായിക്കാൻ കഴിയാത്ത പുസ്തകങ്ങൾ അവ ഏതു വിഭാഗത്തിൽ ഉൾപ്പെടുന്നതുമാകട്ടെ എനിക്ക് ഉറക്കം തരുന്നില്ല. ഉറങ്ങുന്നതിനുമുമ്പ് എനിക്കവയെല്ലാം വായിച്ച് തീർക്കണം. അപകടങ്ങളിലേക്ക് തോണിയിറക്കാൻ എനിക്കാഗ്രഹമില്ല.

വായനയ്ക്കുവേണ്ടി മാറ്റിവച്ച രാപ്പകലുകൾ വെർജീനിയായെ കൂടുതൽ ഉന്മാദിയാക്കി. വെർജീനിയ വീണ്ടും ചിത്തരോഗാശുപത്രിയിലായി. മരുന്നുകളോടും ചികിത്സാവിധികളോടും അവർ കടുത്ത എതിർപ്പ് പ്രകടിപ്പിച്ചു. ലിയോനാർഡിന്റെ ആത്മകഥയിൽ വെർജീനിയായും ഉന്മാദവും തമ്മിൽ നടന്ന മഹാസമരങ്ങളുടെ ദിനങ്ങൾ സുദീർഘമായി വിവരിക്കുന്നുണ്ട്. വ്യോമാക്രമണങ്ങളും ജർമൻ അധിനിവേശഭീഷണിയുംകൊണ്ട് അക്കാലം അപകടങ്ങളിലൂടെ കടന്നുപോകുകയായിരുന്നു. സ്വന്തം ജീവിതമെന്നപോലെ ഒരു രാജ്യംതന്നെ നഷ്ടപ്പെട്ടു പോയേക്കുമോ എന്ന് എല്ലാവരും ഭയപ്പെട്ടിരുന്നു. വെർജീനിയായെയും ഈ ഭയം ബാധിച്ചിരുന്നു. അവർ ഒരു പക്ഷിക്കുഞ്ഞിനെപ്പോലെ പറക്കുവാനാകാതെ വിലപിക്കുന്നുണ്ടായിരുന്നു. ഉന്മാദത്തിന്റെ എണ്ണിയാലൊടുങ്ങാത്ത ഗുഹാമുഖങ്ങളും അവയിൽ തിങ്ങിനിറഞ്ഞ അന്ധകാരവും വെർജീനിയായുടെ കണ്ണുകളിൽ കാണാമായിരുന്നു.

ചിത്തരോഗത്തിന്റെ ബലിഷ്ഠമായ ഇടപെടലുകളിൽനിന്ന് വെർജീനിയ ഒരിക്കൽക്കൂടി അത്ഭുതകരമായി രക്ഷപ്പെട്ടു. എല്ലാവരെയും അത്ഭുതപ്പെടുത്തിക്കൊണ്ട് അവർ വീണ്ടും സർഗാത്മകതയുടെ അഭിജാതവേദിയിലേക്ക് മടങ്ങിവന്നു. ശൈത്യകാലത്തിന്റെ അവസാന ദിനങ്ങളിൽ അവർ *ബിറ്റ്‌വീൻ ദി ആക്ടി* (*Between the Act*) ന്റെ രചനയിലായിരുന്നു. നിശ്ചിതദിനങ്ങൾക്കുള്ളിൽ പൂർത്തിയാക്കിയ *ബിറ്റ്‌വീൻ ദി ആക്*

ടിൽ ചരിത്രത്തിന്റെ പ്രാക്തനമായ കുമ്പസാരങ്ങളും ജീവിതത്തെക്കുറിച്ചുള്ള പുതിയ നിർവചനങ്ങളുമുണ്ടായിരുന്നു. *ബിറ്റ്വീൻ ദി ആക്ട്* എഴുതിത്തീരുംവരെ വെർജീനിയ ഉത്സാഹവതിയും നിഷ്കളങ്കയുമായിരുന്നു. ഷെവിയറ്റ് ഹിൽസ് ആനന്ദംകൊണ്ടൊരുക്കിയ ഒരു മാളികയായി മാറിയതിൽ ഭർത്താവ് എന്ന നിലയിൽ ഞാനേറെ സന്തുഷ്ടനായിരിക്കുന്നുവെന്ന് ആത്മകഥയിൽ ലിയോനാർഡ് എഴുതിയിട്ടുണ്ട്. എന്നാൽ ഈ കൃതി പ്രസിദ്ധീകരിക്കുവാൻ വെർജീനിയയ്ക്ക് ഒരു താൽപ്പര്യവുമുണ്ടായിരുന്നില്ല. ഇതിനെ ചൊല്ലി ലിയോനാർഡുമായി വെർജീനിയ നടത്തിയ കലഹം അവരെ ചിത്തരോഗത്തിന്റെ ആഴങ്ങളിലേക്ക് ഒഴുക്കിവിട്ടു. ജീവിതത്തിനും ഉന്മാദത്തിനുമിടയിൽ അല്ലെങ്കിൽ ജീവിതത്തിനും മരണത്തിനുമിടയിൽ എവിടെയോ ആയിരുന്നു അപ്പോൾ വെർജീനിയ. "സമുദ്രം, തന്റെ മത്സ്യക്കുഞ്ഞുങ്ങളെ ഉപേക്ഷിച്ച് കരയിലേക്ക് കയറി വരുന്നതുപോലെ എനിക്കനുഭവപ്പെടുന്നുവെന്ന്" വെർജീനിയ ഈ നാളുകളിൽ വിളിച്ചു പറഞ്ഞതായി ലിയോനാർഡ് രേഖപ്പെടുത്തിയിട്ടുണ്ട്.

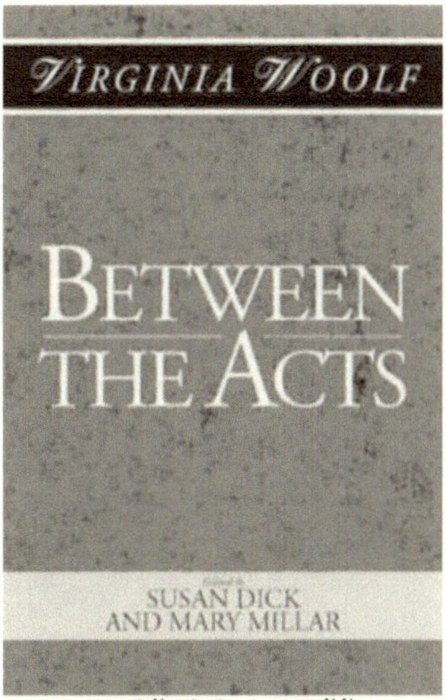

ബിറ്റ്വീൻ ദി ആക്ട്

ലിയോനാർഡിനും സ്വന്തം സഹോദരിക്കും ആത്മഹത്യാക്കുറിപ്പുകൾ എഴുതിവച്ചശേഷം വേനൽക്കാലത്തിന്റെ ആരംഭദിനങ്ങളൊന്നിൽ വെർജീനിയ മുഴുഭ്രാന്തിന്റെ കിരീടം ചൂടി ഷെവിയറ്റ് ഹിൽസ് വിട്ടിറങ്ങി. ഔസ് നദിയിലെ ആഴങ്ങളിൽ അവരൊരു പരൽമീനിനെപ്പോലെ നീന്തി. ജലോപരിതലത്തിൽ ഒന്നു പൊന്തി ഇത്തിരിപ്പോന്ന വായുവിന്റെ ഊഷ്മളത വലിച്ചുകുടിക്കാൻ അവർ ആഗ്രഹിച്ചതേ ഇല്ല. ആഴങ്ങളിൽ ഒഴുകിപ്പരന്ന ജലവിരലുകൾക്കുള്ളിൽ അവർ ഭൂമിയിലേതിനേക്കാൾ സുരക്ഷിതയായിരുന്നു. സമുദ്രോന്മാദങ്ങളിൽനിന്ന് രക്ഷപ്പെട്ട ഒരു ദ്വീപ് പോലെ അവർ തികച്ചും ഒറ്റപ്പെട്ടു. നിർവചനങ്ങളുടെ ആളകമ്പടികളില്ലാത്ത ജലസമാധി.

7

ഡി എച്ച് ലോറൻസ്

ഡി എച്ച് ലോറൻസ്

നോക്കൂ, എത്ര ദയാരഹിതവും സങ്കടകരവുമായ ഒരു കാലമാണ് നമ്മുടേത്. അതുകൊണ്ടുതന്നെ ഇതിനെ ദാരുണമായ കാലം എന്ന് നമുക്ക് വിശേഷിപ്പിക്കാനാവില്ല. ഒന്നിനുപിറകെ ഒന്നായി സംഭവിച്ചു കഴിഞ്ഞ ദുരന്തങ്ങൾ. കനത്ത നാശനഷ്ടങ്ങൾ. തകർന്നടിഞ്ഞ മണ്ണടരുകൾക്കിടയിലാണ് നാമിപ്പോഴും. പക്ഷേ, നമുക്കിപ്പോഴും പ്രതീക്ഷകളുണ്ട്. പുതിയ ശീലങ്ങളും സ്വപ്നങ്ങളും നമുക്കൊരുമിച്ച് പടുത്തുയർത്തേണ്ടതായുണ്ട്. അതിനുവേണ്ടി ശരീരവും മനസും ഒരുപോലെ സമർപ്പിക്കേണ്ടതുണ്ട്. ഭാവിയിലേക്ക് തുറന്നുകിടക്കുന്ന ഒരൊറ്റ വഴി ഇപ്പോൾ നമ്മുടെ മുമ്പിലില്ല. ആകാശം തകർന്നുവീണാലും, നമ്മുടെ ജീവിതം - അത് ലക്ഷ്യത്തിലേക്ക് എത്തിക്കുകതന്നെ വേണം.

ലേഡിചാറ്റർലിയുടെ കാമുകൻ/1928

നോട്ടിങ്ഹാംഷയറിലെ ഇടുങ്ങിയതും വൃത്തികുറഞ്ഞതുമായ തെരുവുകളിലൂടെ നടക്കുമ്പോൾ ഒരു പതിമൂന്നുവയസുകാരൻ ഒന്നോർത്തു. 'കാലം, തന്റെ ചായപ്പെട്ടി തുറന്ന് ഒരിക്കൽ ഈ തെരുവുകൾക്ക് നേരെ പുതുനിറങ്ങൾ വച്ചുനീട്ടും. തെരുവുകളിലേക്ക് പടർന്നുകയറുന്ന

നിറങ്ങൾകണ്ട് ദൈവം വിളിച്ചുപറയും ഇതാ വസന്തം വന്നിരിക്കുന്നുവെന്ന്. തെരുവിൽ നിന്നുയരുന്ന വസന്തസംഗീതം കേട്ട് ഞാൻ ഹർഷോന്മാദിയാകും.' *ലവ് പോയംസ് ആന്റ് അദേഴ്സി* (*Love poems and others*)ന്റെ ആമുഖത്തിൽ ദാരിദ്ര്യത്തിനും വിശപ്പിനുമിടയിൽ നോട്ടിങ്ഹാംഷയറിൽ കഴിച്ചുകൂട്ടിയ രാപ്പകലുകളെക്കുറിച്ച് ഡി എച്ച് ലോറൻസ് എഴുതിയിട്ടുണ്ട്. കാലങ്ങൾക്കുശേഷം ലോറൻസ് ഒരിക്കൽക്കൂടി നോട്ടിങ്ഹാംഷയർ സന്ദർശിച്ചു. ഫ്രീഡാവീക്ക്‌ലിയുമായുള്ള പ്രണയത്തിന്റെ ആദ്യ സ്മാരകം തേടിയായിരുന്നു ലോറൻസിന്റെ യാത്ര. ലോറൻസ് എഴുതുന്നു:

> ഫ്രീഡായെ ആദ്യം കണ്ടുമുട്ടിയത് നേട്ടിങ്ഹാംഷയറിലെ അനാകർഷകമായൊരു തെരുവിൽ വച്ചായിരുന്നു. അതെ, എനിക്ക് ശരിക്കും ഓർമിക്കാനാകും. ഫ്രീഡാ നിന്നിടത്ത് പേരറിയാത്തൊരു ചെടി ഉടൽനിറയെ പൂക്കളുമായി നിന്നിരുന്നു. പൂവുകൾക്കും ഫ്രീഡയുടെ മിഴികൾക്കും ഒരേ നിറമായിരുന്നു. എനിക്കത് ഒരിക്കൽക്കൂടി കാണണമെന്നുണ്ട്. ഞാനത് കാണുകതന്നെ ചെയ്യും.

ലോറൻസിന്റെ സ്വപ്ന വ്യാഖ്യാനങ്ങൾക്ക് മുന്നിൽ മുട്ടുകുത്തി നിൽക്കുന്ന ഫ്രീഡായെ നമുക്കൊരുപാട് സന്ദർഭങ്ങളിൽ കാണാനാകും. 'ഗുരുതരമായ സ്വപ്നരോഗങ്ങളുള്ള മനുഷ്യൻ' എന്നാണ് ലോറൻസിനെ ഫ്രീഡാ വിശേഷിപ്പിക്കുന്നത്. *ഇംഗ്ലീഷ് റിവ്യൂ (English Review)*വിൽ പ്രസിദ്ധീകൃതമായ ലോറൻസിന്റെ ആദ്യകാല രചനകളിൽ നിറയെ സ്വപ്നരോഗത്തിന്റെ താരുണ്യമുണ്ടായിരുന്നു. *ലവ് പോയംസ് ആന്റ് അദേഴ്സി*ൽ ലോറൻസ് തന്റെ സ്വപ്നരോഗത്തെക്കുറിച്ച് സുദീർഘമായി പറയുന്നുണ്ട്:

> ഇടിഞ്ഞു വീഴാറായ ഭൂതകാലത്തിന് ഒത്തനടുവിലായിരുന്നു എന്റെ ബാല്യം. ദാരിദ്ര്യവും രോഗവും എന്റെ ക്ഷണിക്കപ്പെടാത്ത അതിഥികളായിരുന്നു. ഭൂതകാലം ഇടിഞ്ഞുവീഴും മുമ്പ് എനിക്ക് രക്ഷപ്പെടണമായിരുന്നു. രക്ഷപ്പെടും മുമ്പ് ഞാൻ സ്വപ്നങ്ങളുടെ സചിത്രപുസ്തകം ഹൃദയത്തിലേക്ക് ചേർത്തുവച്ചിരുന്നു.

1911 ൽ പ്രസിദ്ധീകൃതമായ *വൈറ്റ് പീകോക്കാ*ണ് (*The White Peacock*) ലോറൻസിലെ എഴുത്തുകാരനെ ആദ്യം അടയാളപ്പെടുത്തിയ നോവൽ. സ്വപ്നങ്ങളുടെ ഉഴുതുമറിച്ചിലുകൾക്കിടയിൽ അജ്ഞാതമായ ഏതോ ഒരു ഗുഹാമുഖത്തുനിന്ന് പുറത്തേക്കു കടന്ന ഗന്ധം നോവൽ രചനയ്ക്കു മുമ്പ് എന്നെ തകർത്തുകളഞ്ഞിരുന്നുവെന്ന് ലോറൻസ് *വൈറ്റ് പീകോക്കി*ന്റെ രചനാവേളയെക്കുറിച്ച് ഓർമിക്കുന്നുണ്ട്. ഹൃദയത്തിനു തീ പിടിക്കുമ്പോൾ ഉണരുന്ന ഒരനുഭവമായിരുന്നു ലോറൻസിന് എഴുത്ത്. "അഗ്നിയുടെ മയൂരനൃത്തങ്ങൾ ഒന്നൊന്നായി ആടിത്തുടങ്ങു

മ്പോൾ ഞാനത് സ്വപ്നങ്ങൾകൊണ്ടാണ് ശമിപ്പിക്കാൻ ശ്രമിക്കാറ്. പലപ്പോഴും അഗ്നിയാകും ജയിക്കുക. എന്റെ ഉള്ളിലെ കാട്ടുമൃഗം അഗ്നിയുടെ പഴുത്ത ചുംബനമേറ്റ് നിലവിളിക്കുന്നത് എനിക്കുമാത്രം കേൾക്കാവുന്ന ഒരാനന്ദനാദമായിരുന്നു." സുഹൃത്ത് ബിർക്കൻസണിനു ലോറൻസ് എഴുതിയ സ്വകാര്യകത്തിൽ സൂചിപ്പിക്കുന്നുണ്ട്.

എഴുത്തും പ്രണയവും മാറിമാറി ഭരിച്ച ലോറൻസിന്റെ ഹൃദയം സന്ദർശകരില്ലാത്ത ഒരു സ്വീകരണമുറിപോലെയായിരുന്നു. "ജീവിതത്തിലെ നെടുങ്കൻകലഹങ്ങൾക്ക് കാതോർത്തിരിക്കാൻ എനിക്ക് താൽപ്പര്യമില്ല. ജീവിതം ഒഴുക്കുനിറഞ്ഞ ഒരു നദിയാകണം." ഫ്രീഡാവീക്ക്ലിയെ സ്വന്തം ജീവിതത്തിലേക്ക് കൂട്ടിക്കൊണ്ടുവരുമ്പോൾ ലോറൻസ് തുറന്നുപറഞ്ഞു. ലോറൻസിനെക്കാൾ ആറുവയസ്സ് കൂടുതലുണ്ടായിരുന്നു ഫ്രീഡയ്ക്ക്. "ഫ്രീഡ കൂടെയുള്ളപ്പോൾ ഞാൻ കൂടുതൽ സുരക്ഷിതനാകുന്നു. ഫ്രീഡ എന്നിലേക്കും ഞാൻ ഫ്രീഡയിലേക്കും സ്നേഹത്തിന്റെ തോണികൾ തുഴയാറുണ്ടായിരുന്നു"വെന്ന് പിൽക്കാലത്ത് ലോറൻസ് തുറന്നെഴുതി. ഉദാത്തമായ ആ ദാമ്പത്യജീവിതത്തിന്റെ ആനന്ദലഹരിയിൽനിന്നാണ് *പുത്രന്മാരും കാമുകന്മാരും (Sons and Lover's)* എന്ന നോവൽ പിറവികൊള്ളുന്നത്. ലോറൻസിന്റെ വൈയക്തികവും സത്യസന്ധവുമായ ജീവിതാനുഭവത്തിന്റെ ശരിപ്പകർപ്പായിരുന്നു *പുത്രന്മാരും കാമുകന്മാരും*. പോൾ മോറൽ എന്ന തൊഴിലാളിയുടെ ജീവിതത്തിലെ ആകസ്മികതകളിലേക്കും അനുഭവപരമ്പരകളിലേക്കും ലോറൻസ് നടത്തുന്ന നിരന്തരയാത്രകളുടെ ജാഗ്രതയാണ് ഈ നോവൽ. പോൾ മോറലിൽനിന്ന് അധികം ദൂരമില്ല ലോറൻസിലേക്ക്. ലോറൻസിന്റെ സ്വകാര്യനിമിഷങ്ങളുടെ ഏകാന്തതപോലും പോൾ മോറലിന്റെ ചലനങ്ങളിലുണ്ട്. പോൾ മോറലിന്റെ കാമുകിയായയെത്തുന്ന ക്ലാര ഡേവിസിന്റെ ഇടപെടലുകൾപോലെ ശക്തവും സുന്ദരവുമാണ് ഫ്രീഡാവീക്ക്ലിയുടെ അഭിജാത നിമിഷങ്ങൾ.

പുത്രന്മാരും കാമുകന്മാരും പ്രസിദ്ധീകരിച്ചതിനുശേഷമുള്ള വിശുദ്ധമായൊരു ഇടവേള കഴിഞ്ഞിട്ടാണ് ലോറൻസ് *കങ്കാരു (Kangaroo)* പ്രസിദ്ധപ്പെടുത്തുന്നത്. ഒന്നാംലോകമഹായുദ്ധത്തിന്റെ വിഴുപ്പുകൾ സ്വന്തം ജീവിതത്തിലേക്ക് പ്രവേശിക്കുന്നവിധം നിശിതഭാഷയിൽ ലോറൻസ് *കങ്കാരുവിൽ* അവതരിപ്പിക്കുന്നുണ്ട്. ഇതേ കാലയളവിൽ എഴുതപ്പെട്ട *റെയ്ൻബോ (Rainbow)* യിലെത്തുമ്പോൾ ലോറൻസിന്റെ ഭാഷയും ഭാവനയും വന്യമായൊരു അനുഭ

വിമൺ ഇൻ ലൗവ്

വത്തിലേക്ക് കടക്കുന്നത് കാണാം. ബ്രാങ്ങ്വൻ കുടുംബത്തിന്റെ ഇതിഹാസമാണ് *റെയിൻബോ*യിലൂടെ ലോറൻസ് പറയുന്നത്. ഉറുസല എന്ന പ്രധാന കഥാപാത്രം ജീവിതത്തിന്റെ വിവിധ അനുഭവപരമ്പരകളിലൂടെ സഞ്ചരിച്ച് കാലത്തിന്റെ ഒഴിവാക്കാനാകാത്ത ഒരടയാളമായി മാറുന്നു. ജീവിതത്തെ നീതിയുക്തമെന്നോ മര്യാദ നിറഞ്ഞതെന്നോ വിശേഷിപ്പിക്കാൻ ഞാനൊരുക്കമല്ല എന്ന് ലോറൻസ് പ്രഖ്യാപിച്ച കാലത്താണ് *റെയ്ൻബോയും* *വിമൺ ഇൻ ലൗവും* (*Women in Love*) പ്രസിദ്ധീകരിക്കപ്പെടുന്നത് എന്നതുകൂടി ഇതിനൊപ്പം ചേർത്ത് വായിക്കേണ്ടതുണ്ട്.

കുട്ടിക്കാലം മുതൽക്കേ വന്യമായൊരരങ്ങ് മനസിൽ സൃഷ്ടിക്കാനും അതിൽനിന്ന് മാറിനിന്ന് അരങ്ങിൽ വന്നു പോകുന്നവരെ നിരീക്ഷിക്കാനും ലോറൻസിന് ഉത്സാഹമുണ്ടായിരുന്നുവെന്ന് നിരൂപകനായ റിച്ചാർഡ് ഹൊഗ്ഗാർട്ട് പിൽക്കാലത്ത് അഭിപ്രായപ്പെട്ടിട്ടുള്ളത് ശ്രദ്ധേയമാണ്. *ദ പ്ലംഡ് സെർപ്പന്റ്* (*The plumed serpant*) എന്ന കൃതിയുടെ ആമുഖത്തിൽ ലോറൻസ് തന്റെ എഴുത്തിന്റെ പെരുമാറ്റശാസ്ത്രത്തെപ്പറ്റി കുറഞ്ഞ വാക്കുകളിൽ വ്യക്തമാക്കുന്നുണ്ട്:

> നോട്ടിങ്ഹാംഷയറിലെ ഇടുങ്ങിയതും വരണ്ടതും അനാകർഷകവുമായ തെരുവ് എനിക്ക് വന്യമായൊരു അലങ്കാരമായിരുന്നു. പ്രണയത്തിനും രതിക്കുമിടയിൽ വന്നു പോകുന്ന നഗ്നകാമിനികളെ ഞാൻ നിശ്ശബ്ദം ആരാധിച്ചിരുന്നു. നഗ്നമായ ഉടലിൽ കോമളസർപ്പംപോലെ അഗ്നി പടർന്നുകയറുന്നത് എന്റെ സചിത്രസ്വപ്നപുസ്തകത്തിലുണ്ട്.

അശ്ലീലത്തിന്റെ പേരിൽ *റെയ്ൻബോ* ആദ്യമായി നിരോധിക്കപ്പെട്ടപ്പോൾ ലോറൻസിന്റെ മനസ്സ് തീക്ഷ്ണമായ മറ്റൊരരങ്ങിനുവേണ്ടി ദാഹിക്കുകയായിരുന്നു. സങ്കുചിത നിർവചനങ്ങളുടെ യന്ത്രക്കുരുക്കിൽ അമർന്നുകിടന്ന ലൈംഗികതയ്ക്ക് പുതിയൊരു അനുഭവസാന്നിധ്യമൊരുക്കാൻ ലോറൻസ് സദാ സന്നദ്ധനായിരുന്നു. റിച്ചാർഡ് ഹൊഗ്ഗാർട്ട് അഭിപ്രായപ്പെടുംപോലെ സ്ഫോടനത്തിനു മുമ്പുള്ള ഒരു ശാന്തതയായിരുന്നു അത്. ലോറൻസിന്റെ ഹൃദയം പുതു വിത്തുകൾക്കുവേണ്ടി ദാഹിച്ചുകിടന്ന ഒരു വയലായിരുന്നു. അനുഭവങ്ങളുടെ കലപ്പ പല കാലങ്ങളിലായി ഉഴുതുമറിച്ചിട്ട ഒരു വയൽ.

നാൽപ്പതാംവയസിൽ ക്ഷയരോഗബാധിതനായ ശേഷം ലോറൻസ് എഴുതിത്തീർത്ത *സെന്റ്മോറിൽ* (*St' Mawr*) അനുഭവങ്ങളുടെ തീക്ഷ്ണമായ അടയാളങ്ങളുണ്ട്. ലോറൻസ് എഴുതുന്നു: "രോഗം എന്റെ ആയുസിന് കിട്ടിയ പാരിതോഷികമായിരുന്നു. എന്റെ വിരലുകൾക്ക് മുകളിൽ നക്ഷത്രങ്ങളുടെ പടുകൂറ്റൻ വിരുന്നുശാല ഉണ്ടായിരുന്നു. ഞാനവയെ സ്പർശിച്ചാണ് എഴുതിയിരുന്നത്." നക്ഷത്രങ്ങളുടെ നയനാനന്ദകരമായ കാഴ്ചപ്പുറങ്ങളിൽ നിന്നകന്ന് പ്രണയത്തിനും ലൈംഗിക ജീവിതത്തിനുമിടയിലെവിടെയോ തളയ്ക്കപ്പെട്ടിരുന്ന മനുഷ്യതൃഷ്ണയെ അതിന്റെ

നഗ്നതയോടെ അവതരിപ്പിക്കുകയായിരുന്നു ലോറൻസിന്റെ അടുത്ത ദൗത്യം. രോഗമോ രോഗഭീതിയോ ലോറൻസിന്റെ പ്രതിഭയ്ക്ക് എതിരാളികളായിരുന്നില്ല. *ലേഡി ചാറ്റർലിയുടെ കാമുകൻ* (*Lady Chatterley's Lover*) എഴുതിത്തുടങ്ങുമ്പോൾ ലോറൻസിന് ഒന്നുമാത്രം വ്യക്തമായിരുന്നു. "അഗ്നിപർവതത്തിന് മുകളിലാണ് ഞാനീ വാക്കുകൾ കുഴിച്ചിടുന്നത്. വാക്കുകൾക്ക് തീപിടിക്കുമ്പോൾ മാത്രം അതെടുത്തെഴുതുക." ലോകത്തിന്റെ കാപട്യംനിറഞ്ഞ നല്ലനടപ്പിന് ലോറൻസ് നൽകിയ കനത്ത ശിക്ഷയായിരുന്നു *ലേഡി ചാറ്റർലിയുടെ കാമുകൻ.*

ക്രിസ്തുമതം മുന്നോട്ടുവച്ച പാരമ്പര്യത്തിലധിഷ്ഠിതമായ വിശ്വാസപ്രമാണങ്ങളുടെ നേർക്ക് ഈ നോവൽ പുതിയൊരാകാശവും പുതിയൊരു ഭൂമിയും സൃഷ്ടിക്കുകയായിരുന്നു. പ്രണയവും ലൈംഗികതയും കടുത്ത പാപമാണെന്നും ആ പാപബോധം നൂറ്റാണ്ടുകളോളം നമ്മെ വേട്ടയാടിക്കൊണ്ടിരിക്കുമെന്നും വിളിച്ചുപറഞ്ഞ സമൂഹത്തിന്റെ സങ്കുചിത വിശ്വാസത്തിനുനേരെ ലോറൻസ് നടത്തുന്ന പോരാട്ടമാണ് *ലേഡി ചാറ്റർലിയുടെ കാമുകൻ.* അരക്കെട്ടിനുതാഴെ തളർന്നുപോയ ക്ലിഫോർഡ് ചാറ്റർലിയുടെ ഭാര്യ (കോണി)ക്ക് ശാരീരികാവശ്യത്തിന്റെ പേരിൽ തൊഴിലാളിവർഗത്തിൽപ്പെട്ട ഒലിവർമെല്ലറുമായി ലൈംഗികബന്ധം നടത്താൻ അധികാരമുണ്ടെന്ന് നോവലിലൂടെ ലോറൻസ് അസന്ദിഗ്ധമായി പ്രഖ്യാപിക്കുന്നു. "ബ്രിട്ടനു മുകളിലേക്ക് ആകാശത്തിന്റെ ഒരുഭാഗം ഇടിഞ്ഞിറങ്ങുകയായിരുന്നു"വെന്ന് ഇ എം ഫോസ്റ്റർ ഉൾപ്പെടെയുള്ള എഴുത്തുകാരുടെ കൂട്ടായ്മ ഈ നോവലിനെ സാക്ഷ്യപ്പെടുത്തുകപോലുമുണ്ടായി. ഉന്നത കുടുംബത്തിൽനിന്നു വരുന്ന സ്ത്രീയും തൊഴിലാളിവർഗത്തിൽനിന്നുവരുന്ന പുരുഷനും ഇണചേരുമ്പോൾ സദാചാരത്തിന്റെ പേലവ നിർവചനങ്ങൾക്കേൽക്കുന്ന കനത്തപ്രഹരം ബ്രിട്ടനെയാണ് ആദ്യം ചൊടിപ്പിച്ചത്. 1928 ൽ എഴുതപ്പെട്ട ഈ നോവൽ ബ്രിട്ടനിൽ പ്രസിദ്ധപ്പെടുത്തുന്നത് 1960 ലാണ്. അക്കാലമത്രയും 'വിശുദ്ധമായ ഭ്രഷ്ട്' ദിവ്യമായൊരു ആവരണം ചാർത്തി ഈ നോവലിനെ സംരക്ഷിക്കുകയായിരുന്നു.

റിച്ചാർഡ് ഹൊർഗ്ഗാർട്ട് അഭിപ്രായപ്പെട്ടതുപോലെ ഈ നോവൽ ഇണചേരലിന്റെ മഹത്വം വാഴ്ത്തുന്ന ഒരു സദാചാര പുസ്തകം മാത്രമല്ല. ലൈംഗികരംഗങ്ങളുടെ സ്വതന്ത്രമായ ആവിഷ്കാരഭംഗിയാലും യോജ്യവും ഊഷ്മളവുമായ അശ്ലീലപദങ്ങളാലും ഒരുക്കിയെടുത്ത സുന്ദരശിൽപ്പമാണ്. സങ്കുചിതമായ സദാചാരബോധത്തിന്റെ വജ്രസൂചികൊണ്ട് കീറിമുറിക്കുന്നതോടെ നോവലിന്റെ യഥാർഥസൗന്ദര്യം നാം കാണാതെപോകുന്നു. നോവൽ മുന്നോട്ടുവയ്ക്കുന്ന ആശയതലം അറുപതുകൾക്കു ശേഷമാണ് സജീവ ചർച്ചാവിഷയമായി എഴുത്തുകാർക്കിടയിൽ സ്വീകരിക്കപ്പെടുന്നത്. അതുവരെയും ബ്രിട്ടനിലെ സദാചാരവാദികൾ നോവലിനെ ഒരു 'അശ്ലീലപുസ്തകം' എന്ന മുദ്രചാർത്തി തമസ്കരിച്ചുവയ്ക്കുകയായിരുന്നു.

ദി മാൻ ഹു ഡൈ

വന്യവും സുന്ദരവുമായ ആത്മ ഹർഷങ്ങൾ കൊണ്ടൊരുക്കിയ എഴു ത്തുജീവിതമായിരുന്നു ഡി എച്ച് ലോറൻസിന്റേത്. ഒരേകാലം ഭൂമിയി ലേക്കും ആകാശത്തേക്കും പറക്കാൻ കഴിയുന്ന ഒരു പക്ഷിയുടെ ജന്മം പോലെയായിരുന്നു ലോറൻസിന്റെ ഭാവനകൾ. *ദി മാൻ ഹു ഡൈഡ് (The Man who died)* എന്ന ദീർഘകഥ യിൽ ലോറൻസിന്റെ വന്യഭാവനയുടെ അതിരുകടന്ന അനുഭവപരമ്പരകൾ കാണാനാകും. ലൈംഗികവർണനക ളിലും വിചിത്രങ്ങളായ സ്വപ്ന വിശദീ കരണങ്ങളിലും ലോറൻസ് പുലർ ത്തുന്ന അനാർക്കിസം പുതിയ കാല ത്ത് പുതിയ വായനകൾ ആവശ്യപ്പെടേ ണ്ടതും തിരിച്ചറിയപ്പെടേണ്ടതുമാണ്. തിരഞ്ഞെടുത്ത കവിതകളുടെ ആമുഖത്തിൽ എഴുത്തിനും ജീവിതത്തി നുമിടയിൽ ലോറൻസ് മുന്നോട്ടുവയ്ക്കുന്ന വിശുദ്ധ നിലപാടുകൾ കാലം ഇന്നേറെ ശരിവച്ചു കഴിഞ്ഞു. ലോറൻസ് എഴുതുന്നു:

> ജീവിതം മുഴുവൻ ഇരതേടി ഉഴറിയ ഒരു കാട്ടുമൃഗമായിരുന്നു ഞാൻ. പക നിറഞ്ഞ ഇരുൾ വനങ്ങളിലൂടെയായിരുന്നു യാത്ര. ആത്മാനന്ദത്തിന്റെ കന്യാവനങ്ങൾ തേടിയുള്ള ഒടുങ്ങാത്ത അല ച്ചിൽ. മെരുക്കിയെടുത്ത കാട്ടുമൃഗങ്ങളുടെ ചലനങ്ങൾ എന്റെ കൃതികൾ നിങ്ങളിൽ ഉണർത്തുന്നുവെങ്കിൽ അതിലെന്ത് അത്ഭുത മാണുള്ളത്. ഞാനൊരിക്കലും ഈ വനത്തിൽനിന്ന് പുറത്തുകട ക്കാൻ പ്രാർഥിക്കില്ല.

8

ടി എസ് എലിയറ്റ്

ടി എസ് എലിയറ്റ്

'Sign are taken for wonders,
'we would see a sign!'
The word within a word,
Unable to speak a word,
Swaddled with darkness.
In the juvescence of the year
Came christ the tiger......'
Gerontion/1920

വേനൽക്കാലത്തിന്റെ ഒറ്റമുറിയിൽ ഞാൻ തപസുചെയ്യുന്നകാലം. എന്റെ ശരീരത്തിലെ മുറിവുകൾ വസന്തത്തിന്റെ നിറങ്ങൾ എടുത്തണിഞ്ഞിരിക്കുന്നു. എന്റെ ഹൃദയം ഒരു യോദ്ധാവിനെപ്പോലെ കയർത്തുകൊണ്ടിരുന്നു. ഒരായുധപ്പുര ഉള്ളിൽ സൂക്ഷിക്കുന്ന നല്ല ഇടയനായിരുന്നു ഞാൻ. തളിർത്ത മേഘശകലങ്ങൾക്കപ്പുറം ആകാശം വിളറി നിൽക്കുന്നുണ്ടായിരുന്നു. ആരോ ഇന്നെനിക്ക് അതിഥിയായി വന്നെത്തുമെന്ന് മനസ്സ് പറഞ്ഞുകൊണ്ടിരുന്നു. എന്റെ ഒറ്റമുറിയിൽ വന്നെത്തിയ അതിഥിയെ പരിചയപ്പെടുത്തട്ടെ.

- ടി എസ് എലിയറ്റ്

ആയിരത്തിതൊള്ളായിരത്തി ഇരുപത്തി ഒന്നിലെ ഗ്രീഷ്മക്കുറി

തരിശുഭൂമി

പ്പുകളിൽ എസ്രാപൗണ്ട് എഴുതി. പൗണ്ടിലെ നല്ല ഇടയനിൽനിന്ന് അതിഥിയിലേക്കുള്ള ദൂരം എഫ് ആർ ലീവിസിനെപ്പോലുള്ളവർ അളന്നെടുത്തിട്ടുണ്ട്. ഹേമന്തത്തിൽ തരിശാവുകയും വസന്തത്തിൽ ഫലഭൂയിഷ്ഠമാവുകയും ചെയ്യുന്ന, ഭൂമിയിൽ ഒരേ കാലം ജീവിച്ച രണ്ടുപേർ. ഇരുവരെയുംകുറിച്ച് വാൾട്ടൺലിസ്റ്റിന്റെ കാൽപ്പനികമായൊരു വചനമുണ്ട്: "ഭൂമിയോളം പഴക്കമുള്ള പ്രണയത്തിലായിരുന്നു ഇരുവരും. ഇവർ വാക്കുകൾകൊണ്ട് ഉദ്യാനങ്ങളൊരുക്കുകയും നക്ഷത്രങ്ങൾകൊണ്ട് പൂവുകൾ സൃഷ്ടിക്കുകയും ശൈത്യമൂർച്ഛയാൽ അവ ഇറുത്തെടുക്കുകയും ചെയ്തിരുന്നു."

നക്ഷത്രാലംകൃതമായ ആകാശത്തിനു ചുവട്ടിൽ പീഡിതയായ ഭൂമിയുടെ മനസ്സ്. അതായിരുന്നു ടി എസ് എലിയറ്റിന്റെ *തരിശുഭൂമി (The Waste Land).* വാൾട്ടൺ ലിസ്റ്റ് പറയുന്നു:

> ഇരുപതാം നൂറ്റാണ്ടിന്റെ ഒത്ത നടുവിലാണ് ഈ ഭൂമി. കാവ്യസംസ്കാരത്തിന്റെയും സർഗാത്മകാനുഭവത്തിന്റെയും ഇടതൂർന്ന മഴക്കാട്ടിലേക്ക് മിന്നലിന്റെ രജതഖഡ്ഗങ്ങൾ ഒന്നൊന്നായി വന്നു വീഴുകയായിരുന്നു. മിന്നലേറ്റ ശിഖരങ്ങളിൽനിന്ന് പുതിയ തുടിപ്പുകൾ പുതിയ ആകാശം കാണാൻ ഉത്സാഹിച്ചുകൊണ്ടിരുന്നു. *തരിശുഭൂമി* ഒരേകാലം പാരിതോഷികങ്ങളുടെയും തിരസ്കാരങ്ങളുടെയും വാഗ്ദത്ത ഭൂമിതന്നെയായിരുന്നു.

ജോർജിയൻ കവിതയുടെ റൊമാന്റിക് ഗോപുരങ്ങൾ തകർന്നു വീഴുന്ന ദശയിലാണ് എലിയറ്റ് കവിതയുടെ പുതിയ കുതിരയുമായി രംഗത്തുവരുന്നത്. പാരമ്പര്യത്തിന്റെ വീണയിൽ അപാരമ്പര്യത്തിന്റെ രാഗങ്ങൾ സൃഷ്ടിക്കുകയായിരുന്നു എലിയറ്റ്. പാരമ്പര്യത്തിന്റെ കടുംനിറങ്ങളിൽനിന്ന് മനുഷ്യാത്മാവിന്റെ സംഘർഷസ്ഥലികളിലേക്ക് ഒഴുകിപ്പരന്ന നീരൊഴുക്ക്. അതായിരുന്നു എലിയറ്റിന്റെ കവിതയും നിർവചനവും. ഹാർവാർഡ് സർവകലാശാലയിലെ ചിന്തകന്മാരായ ഐർവിങ് ബാബിറ്റിന്റെയും ജോർജ് സന്തായനയുടെയും എഫ് എച്ച് ബ്രാഡ്ലിയുടെയും തത്വചിന്തകൾ എലിയറ്റിന്റെ റൊമാന്റിക് ലോകത്തെ തീപിടിപ്പിച്ചു. എലിയറ്റ് എഴുതുന്നു:

> മധുരമായി പാടുന്ന പക്ഷികൾ, പുഞ്ചിരിക്കുന്ന പൂമരങ്ങൾ, നീലാകാശം, മഴവില്ലുകൾ, തൃണാഗ്രങ്ങളിൽ വിരിഞ്ഞ മഞ്ഞുതുള്ളി

കൾ, തെന്നലിന്റെ സന്ദർശനങ്ങൾ - എല്ലാം എരിഞ്ഞമരുകയായിരുന്നു. അതൊരു സ്നേഹക്കൂടാരമായിരുന്നില്ല. ജീവിതത്തെ അടയാളപ്പെടുത്താൻ അവിടെ ഒന്നുമുണ്ടായിരുന്നില്ല. കീറ്റ്സും ഷെല്ലിയും വേഡ്സ്വർത്തും അവരുടെ ശവകുടീരങ്ങളിൽനിന്ന് നമ്മെ ശിക്ഷിക്കുംമുമ്പ് നമുക്ക് രക്ഷപ്പെടേണ്ടതായുണ്ട്.

വിക്ടോറിയൻ യുഗത്തിന്റെ തകർന്നുവീണ ഭദ്രാസനപ്പള്ളിയിൽ നിന്നാണ് എലിയറ്റ് ആത്മസംഘർഷങ്ങളുടെ *തരിശുഭൂമി*യിലേക്ക് വരുന്നത്. യാത്രയ്ക്കിടയിൽ ലാഫോർഗിന്റെയും ബോദ്‌ലയറിന്റെയും ജോൺ ഡണ്ണിന്റെയും പാരമ്പര്യവും ആധുനികവുമായ കാവ്യനിർവചനങ്ങളിൽ എലിയറ്റ് ജ്ഞാനസ്നാനം ചെയ്തു. "അഗാധസ്പർശിയായ നവീകരണം" എന്നാണ് ഐ എ റിച്ചാർഡ്സ് ഈ അനുഭവത്തെ വിശേഷിപ്പിച്ചത്.

1917 ൽ പ്രസിദ്ധീകരിച്ച *ആൽഫ്രഡ് ജെ പ്രൂഫോക്കിന്റെ പ്രേമഗാന (The Love Song of Alfred J Prufrock)* ത്തിൽ ഇമേജറിയുടെ കാൽപ്പനികസാധ്യതകളെ എലിയറ്റ് ആദ്യം തന്നെ തകർക്കുന്നു. ഇവിടെ പ്രൂഫോക്ക് എന്നു വിളിക്കപ്പെടുന്ന ആൾ നിങ്ങളിൽ ആരുമാകാം. അയാൾ പ്രേമഗാനം മധുരമായി ആലപിക്കുന്നില്ല. സ്വയംകൃതനരകത്തിൽ നിന്നയാൾ ആഗ്രഹങ്ങളുടെ ചരമഗീതങ്ങൾ ഒന്നൊന്നായി പാടുന്നു. പാട്ട് അയാളുടെ ആത്മഗതമാണ്. രോഗഭീതി നിറഞ്ഞ കണ്ണുകൾ. നിർവികാരമായ തെരുവുകൾ. ഭഗ്നസങ്കൽപ്പങ്ങളിൽ തളയ്ക്കപ്പെട്ട രതി. അവിടെ 'നീയും ഞാനും' വിലാപത്തിന്റെ മറ്റൊരു തെരുവിലേക്കിറങ്ങുന്നു. അപ്പോഴും ഭയത്തിന്റെയും ഭീരുത്വത്തിന്റെയും നൃത്തങ്ങൾ പ്രൂഫോക്കിൽനിന്ന് വിട്ടൊഴിയുന്നില്ല. ആത്മീയ മരണത്തിന്റെ അഭിജാത വേദിയിൽ അയാൾ തനിച്ചാകുന്നു.

*പ്രൂഫോക്കിന്റെ പ്രേമഗാന*വും *ജറോൺഷ്യ*നും (*Gerontion*) തരിശുഭൂമിയിലേക്ക് തുറക്കുന്ന വേനൽവഴികളായിരുന്നു. ആധുനിക ജീവിതത്തിന്റെ ശൈഥില്യം അനുഭവപ്പെടുത്തുന്ന കനൽവഴികൾ. ഈ വഴികളിലൂടെ ആദ്യം നടന്നയാൾ എസ്രാപൗണ്ടായിരുന്നു. 1921 ലെ ഒരു ഗ്രീഷ്മാന്ത്യത്തിലാണ് എലിയറ്റ് *തരിശുഭൂമി*യുടെ കൈയെഴുത്തുപ്രതി എസ്രാപൗണ്ടിനെ ഏൽപ്പിക്കുന്നത്. *ഗ്രീഷ്മക്കുറിപ്പു*കളിൽ പൗണ്ട് എഴുതുന്നു: "തിളച്ചുമറിയുന്ന ഒരു ഗ്രീഷ്മസായാഹ്നത്തിലിരുന്നാണ് ഞാനതു വായിച്ചത്. പഴുത്ത ഒരു ലോഹക്കഷണം സിരകളിലൂടെ ഒഴുകി നടക്കുന്ന ഒരനുഭവം. ഒഴുക്കിനെ ഞാൻ മുറിവേൽപ്പിച്ചിരുന്നില്ല. ചില പ്രവാഹങ്ങൾക്ക് ഞാൻ സമുദ്രത്തിലേക്കുള്ള വഴി കാണിച്ചുകൊടുത്തു." പൗണ്ടിന്റെ ഉപദേശപ്രകാരം എലിയറ്റ് *തരിശുഭൂമി*യുടെ ആരംഭമായി ചേർക്കാനുദ്ദേശിച്ചിരുന്ന *ജറോൺഷ്യൻ* പാടെ ഒഴിവാക്കി. വരിഷ്ഠശിൽപ്പിയായ എസ്രാപൗണ്ടിന് (For Ezra pound it miglior fabbro) എന്ന് *തരിശുഭൂമി*യുടെ സമാരംഭത്തിൽ എലിയറ്റ് കൊത്തിവച്ചു. ഒന്നാം ലോകമഹായുദ്ധം യൂറോപ്പിനേൽപ്പിച്ച മുഴക്കം *തരിശുഭൂമി*യുടെ മഹാമുഴക്കത്തിനുമുമ്പിൽ നിർവീര്യമാകുകയായിരുന്നു.

കൃത്യമായൊരു ഇതിവൃത്തമോ കഥാപാത്രങ്ങളോ ആഖ്യാനമര്യാദകളോ പാലിക്കാത്ത കാവ്യമാണ് *തരിശുഭൂമി.* സർഗാത്മകമാനസത്തിലൂടെ മിത്തുകൾ കടന്നുപോകുമ്പോൾ അനുഭവവേദ്യമാകുന്ന ആനന്ദം *തരിശുഭൂമി*യിലാകെ തളിർത്തുനിൽക്കുന്നു. ഒരുപാട് മൂർച്ചകളുള്ള ഏകാഗ്രതയായാണ് മിത്ത് ഇവിടെ പ്രത്യക്ഷപ്പെടുന്നത്. ഒരേകാലം ഇത് ആത്മീയതയിലേക്കും ജീവിതത്തിലേക്കും ലൈംഗികതയിലേക്കും മരണത്തിലേക്കും പുനർജന്മത്തിലേക്കും ജാലകങ്ങൾ തുറന്നിടുന്നു. യുദ്ധാനന്തരയൂറോപ്പിലെ മനുഷ്യജീവിതത്തിന്റെ ഹൃദയഭേദകമായ ദൃശ്യങ്ങളാണ് അഞ്ചുഭാഗങ്ങളിലായി എലിയറ്റ് വരച്ചിടുന്നത്. കടുത്ത നിരാശയുടെ രൂപം ധരിച്ച മനുഷ്യർ വേട്ടയാടപ്പെട്ട മൃഗങ്ങളെപ്പോലെ തെരുവുകളിൽ അലഞ്ഞുനടക്കുന്നു. സംഘർഷങ്ങളുടെ ഭാണ്ഡങ്ങൾ അവരുടെ മസ്തിഷ്കങ്ങളെ തകർക്കുന്നു. വെയിലിന്റെ മൂർച്ചകൾ അവരെ തളർത്തുന്നു. ക്ഷോഭവൃക്ഷത്തിന്റെ ചുവടുകളിൽ അവർ ഒറ്റയൊറ്റ സംഘർഷങ്ങളായി പരിണമിക്കുന്നു.

കവിതയുടെ ആദ്യഭാഗം 'ശവസംസ്കാരം' (The Burial of the Dead) മരണാനന്തരജീവിതത്തിന്റെ സൗന്ദര്യാന്വേഷണവും മരണസദൃശ്യമായ ജീവിതത്തിന്റെ ദാരുണവും ഭയാനകവുമായ നിമിഷങ്ങളും കൊണ്ട് നിറഞ്ഞിരിക്കുന്നു. ഇവിടേക്കാണ് വസന്തം കടന്നുവരുന്നത്. തരിശുഭൂമിയിലെ പൊള്ളമനുഷ്യർ വസന്തത്തെ ഭയാനകതയോടെ കാണുന്നു. അവർ വസന്തത്തെ അന്ധകാരത്തിന്റെ നിറംകൊണ്ട് അടയാളപ്പെടുത്തുന്നു. മോഹങ്ങളുടെയും ഓർമകളുടെയും നെടുങ്കൻവേരുകൾ അവരുടെ സ്വപ്നങ്ങളെ വരിഞ്ഞുമുറുക്കുന്നു. പുതിയ ചക്രവാളം അവരുടെ സ്വപ്നങ്ങളിൽനിന്നും വളരെ അകലെയാണ്. ഇത്തരം ഭയാനകമായ അനുഭവങ്ങളിലേക്കാണ് *മനുഷ്യപുത്രൻ (Son of Man)* കടന്നുവരുന്നത്. അഭയമുദ്രകൾ നഷ്ടപ്പെട്ട മനുഷ്യപുത്രന്റെ സങ്കടമൂർച്ചകൾ കാലഹൃദയത്തിലേക്ക് ആഴ്ന്നിറങ്ങുന്നു.

"What are the roots that clutch,
What branches grow
Out of this stony rubbish? Son of Man,
You cannot say, or guess, for you know only
A heap of broken images, where the Sun beats....."

ഒടുങ്ങാത്ത മൃത്യുദാഹത്തിന്റെ അടയാളമാണ് ശവസംസ്കാരത്തിൽ പ്രത്യക്ഷപ്പെടുന്ന സിബിൽ. അപ്പോളോദേവന്റെ അനുഗ്രഹാശിസുകളാൽ മരണഭയം നഷ്ടപ്പെട്ട പ്രവാചകനായ സിബിൽ. മരണമില്ലായ്മയുടെ കാലം അവളുടെമേൽ പൂർണസ്വാതന്ത്ര്യമെടുക്കുന്നു. യൗവനം പെട്ടെന്ന് കൊഴിഞ്ഞുപോവുകയും വാർധക്യത്തിന്റെ നരച്ച ഏകാന്തതകളിൽ അവൾ തളയ്ക്കപ്പെടുകയും ചെയ്യുന്നു. അവൾ മൃത്യുസാഗരത്തെ കോരിക്കുടിക്കാൻ കാത്തിരിക്കുകയാണ്. *തരിശുഭൂമി*യിലെ ഭഗ്നമനസുകളുടെ പ്രതിനിധിയാണ് സിബിൽ. പ്രവാചകത്വം നഷ്ടപ്പെട്ട

സിബിലിന്റെ പിന്നാലെ യൂറോപ്പിലെ പ്രസിദ്ധയായ പ്രശ്നക്കാരി മാഡം സൊസോസ്ട്രീസ് പ്രത്യക്ഷപ്പെടുന്നു. അവളുടെ ക്ഷുദ്രച്ചീട്ടുകളിൽ കാലം വിശ്വാസങ്ങളുടെ ആൾരൂപങ്ങളായി പ്രത്യക്ഷപ്പെടുന്നു. മുങ്ങി മരിച്ച ഫിനീഷ്യൻ നാവികൻ പ്ലീബനായും ഫെർഡിനാണ്ടായും ഒറ്റക്കണ്ണനായും തെരുവിലൂടെ നടന്നുവരുന്നു. ഇവർക്ക് പിന്നാലെ നിത്യവന്ധ്യതയുടെ പ്രതീകമായ ബല്ലഡോ വരുന്നു. മൃത്യുഭയത്തിന്റെ അകാൽപ്പനിക നൃത്തങ്ങൾ *തരിശുഭൂമി*യിൽ തുടർന്നുകൊണ്ടേയിരിക്കുന്നു. ലണ്ടൻ പാലത്തിലൂടെ ഒഴുകുന്ന ആൾക്കൂട്ടം മൃത്യുവിന്റെ ഗുഹയിലേക്ക് ചെന്നെത്തുന്നു.

“Unreal City,
Under the brown fog of a winter dawn,
A cround flowed over London Bridge, so many,
I had not thought death had undone, so many,”

രണ്ടാം ഭാഗത്തിൽ ‘ഒരു ചതുരംഗക്കളി’ (A game of chess)യിൽ ഭയത്തിന്റെ മൂർച്ചകൾ സ്നേഹത്തിന്റെ അവസാനകോശത്തെയും കീഴടക്കിക്കൊണ്ട് പ്രജാപതിയായി അട്ടഹസിക്കുന്നു. സ്നേഹത്തിലുള്ള വിശ്വാസരാഹിത്യം രതിയെപ്പോലും തെരുവിലേക്ക് വലിച്ചെറിയാൻ നിർബന്ധിതമാക്കുന്നു. സ്ത്രീത്വത്തിന്റെ ദയനീയമായ പരാജയങ്ങൾ, അർഥശൂന്യമായ ദാമ്പത്യബന്ധങ്ങൾ, വിഴുപ്പുകൾ നിറഞ്ഞ സ്വപ്നങ്ങൾ എല്ലാം കൂടിച്ചേർന്നൊരു ചതുരംഗക്കളിയായി ഈ ജീർണിച്ച ലോകം മാറുന്നു. ലണ്ടനിലെ വിഴുപ്പുനിറഞ്ഞ ഒരു ഇടത്തരം മദ്യശാലയിലിരുന്ന് സംസാരിക്കുന്ന ലെന, ലിൽ, മെയ് എന്നീ ദരിദ്രസ്ത്രീകളിലൂടെ പഴുത്തുവീർത്ത വ്രണം കൊണ്ടലങ്കരിച്ച ലോകത്തിന്റെ വിവിധ മുഖങ്ങൾ നമ്മുടെ മുമ്പിൽ നൃത്തം ചവിട്ടുന്നു. മുപ്പത്തൊന്ന് വയസിനിടയിൽ അഞ്ചു പ്രസവവും അബോർഷനുംകൊണ്ട് തകർക്കപ്പെട്ട ഗർഭപാത്രവുമായി ‘ജീവിച്ചിരിക്കുന്ന’ ലിൽ അകാല വാർധക്യത്തിലേക്ക് കൂപ്പുകുത്തുന്നു. ആഴത്തിൽ മുറിവേറ്റ ഇത്തരം അനുഭവങ്ങളിലൂടെയാണ് ‘ചതുരംഗക്കളി’ അതിന്റെ പൂർണതയിലേക്ക് എത്തിച്ചേരുന്നത്.

‘ചതുരംഗക്കളി’യുടെ തുടർച്ചയായി വായിച്ചെടുക്കാവുന്ന ഒരനുഭവമാണ് മൂന്നാം ഭാഗത്തെ ‘അഗ്നി പ്രഭാഷണം’ (The Fire Sermon) പിംഗളഭൂമിയിലാകെ വീശുന്ന കാറ്റിന്റെ അവസാന ഉണർച്ചയിൽ ആത്മനിയന്ത്രണത്തിന്റെയും ത്യാഗസന്നദ്ധതയുടെയും വിശുദ്ധമായ കലർപ്പ് തപസ്സ് ചെയ്യുന്നുണ്ട്. കാലത്തിനു കുറുകെ പണിതിട്ട ജ്ഞാനത്തിന്റെ അഭയമുദ്രകൾകൊണ്ട് ഈ രംഗം നിത്യതയിലേക്ക് പ്രവേശിക്കുന്നു.

"The river's tent is broken: the last fingers of leaf
Clutch and sink into the wet bank. The wind
Crosses the brown land, unheard
The nymphs are departed."

"I can connect
Nothing with nothing
The broken fingernails of dirty hands.
My people, humble people who expect
Nothing."

നിർമലമായ ഗ്രീഷ്മരാവിന്റെ അരികുചേർന്ന് കവിക്കൊപ്പം നമ്മളും നടക്കുന്നു. ലിമൻ തടാകക്കരയിലൂടെ, പ്രിയപ്പെട്ട തെംസിന്റെ പുളിനങ്ങളിലൂടെ പുതിയൊരു ഹേമന്ത സന്ധ്യ തേടിയാണ് യാത്ര. പീഡനത്തിനും സഹനത്തിനും മധ്യേ ആരോ കൊത്തിയുണ്ടാക്കിയ ഒറ്റവഴി. ശ്രീബുദ്ധനും സെന്റ് അഗസ്റ്റിനും ഇതുവഴി പോയവർ. ഇവിടെനിന്നാണ് അന്ധപ്രവാചകനായ ടൈറേസ്യാസ് തിരിഞ്ഞുനടക്കുന്നത്. തെംസിന്റെ തീരത്തിരുന്ന് പാടുന്ന തെരുവു ഗായകന്റെ നാദവും മുക്കുവരുടെ ഹൃദ്യമായ പുഞ്ചിരിയും കേട്ടും കണ്ടും ടൈറേസ്യാസ് ആനന്ദചിത്തനാകുന്നു. എന്നാൽ അടുത്തനിമിഷം ഉയർന്നുകേൾക്കുന്ന വിലാപത്തിന്റെ മാരിയിൽ അയാൾ അലിഞ്ഞുപോകുന്നു. യാതൊന്നും യാതൊന്നുമായി ബന്ധിപ്പിക്കാൻ കഴിയാത്ത *തരിശുഭൂമി*യിലെ പൊള്ളമനുഷ്യരുടെ മധ്യത്തിൽ നിന്നുകൊണ്ട് ടൈറേസ്യാസ് ഉറക്കെപ്പാടുന്നു.

പ്രശാന്തിലേക്കുള്ള പലായനമാർഗങ്ങളിലൊന്നായി ജലം മൂന്നാം ഭാഗത്തിൽ 'ജലം മൂലം മൃത്യു' (Death by water) ഒഴുകിപ്പരക്കുന്നു. ഫിനീഷ്യക്കാരനായ ഫ്ളീബസിന്റെ മരണത്തിലൂടെ ആ ജലനിർവാണത്തിന്റെ വിശുദ്ധി പ്രത്യക്ഷാനുഭവമാക്കുകയാണ് എലിയറ്റ്. സമുദ്രാഴങ്ങളിലെ ഒഴുക്ക്, ഫ്ളീബസിന്റെ എല്ലുകൾ ശേഖരിച്ച് ഉയരുകയും താഴുകയും ചെയ്യുന്നതിലൂടെ വാർധക്യയൗവനങ്ങൾ അയാൾ സാഹസികമായി മറികടക്കുന്നു. അയാൾ ചെന്നെത്തുന്ന നീർച്ചുഴി കാലത്തിന്റെ ഒഴിഞ്ഞ ഒരരങ്ങാണ്.

"O you who turn the wheel and look to windward,
Consider Phlebas, who was once handsome and tall as you!"

ഫ്ളീബസിനെ കണ്ടുപഠിക്കുക എന്ന് പറയുന്നിടത്തുനിന്ന് ആത്മവിശുദ്ധിയുടെ പവിത്രപാഠങ്ങൾ ഒന്നൊന്നായി ഇതൾ വിരിയുന്നു.

*തരിശുഭൂമി*യുടെ അവസാനഭാഗം 'ഇടിനാദം പറഞ്ഞത്' (what the thunder said) പ്രത്യാശയുടെ ദീപക്കാഴ്ചകൾകൊണ്ട് സമ്പന്നമാണ്. എന്നാലത് വെളിച്ചത്തിന്റെ തുറന്ന ഒരു ലോകത്തേക്ക് കടക്കുന്നില്ല. എമ്മാവൂസിലേക്കുള്ള യാത്രയും അപകടങ്ങളുടെ ചാപ്പലിലേക്കുള്ള പലായനവും കിഴക്കൻ യൂറോപ്പിന്റെ അധഃപതനവും വെളിച്ചത്തിലേക്കുള്ള വിശുദ്ധയാത്രയ്ക്കു മുമ്പിൽ പർവതംപോലെ വന്നുനിൽക്കുന്നു. വെളിച്ചം ഇവിടെ പുനരുത്ഥാനത്തിന്റെ നിർവചനം ചുമക്കുന്നു. *തരിശുഭൂമി*യിലെ ജീവിത നിഘണ്ടുവിൽനിന്ന് പുനരുത്ഥാനത്തിന്റെ വിശ്വാസ്യത അപ്രത്യക്ഷമായിരിക്കുന്നു. അതുകൊണ്ടാണ് പൂന്തോപ്പുകളിലെ മഞ്ഞ

ണിഞ്ഞ മൗനംകഴിഞ്ഞ്, പാറപ്രദേശങ്ങളിലെ പീഡാനുഭവം കഴിഞ്ഞ്, വസന്തത്തിന്റെ ഇടിമുഴക്കമേൽപ്പിച്ച അനുരണനവും കഴിഞ്ഞ് ജീവനോടിരുന്നവർ ഇപ്പോൾ മൃതനായിരിക്കുന്നു എന്ന് വിളിച്ചുപറയേണ്ടി വരുന്നത്. ജീവനോടിരുന്നവൻ ക്രിസ്തു മാത്രമല്ല; താമൂസ്, അഡോണിസ്, ഓർഫ്യൂസ് എന്നീ പ്രവാചകരും ഇതിലുൾപ്പെടും. ഈ പ്രവാചകർക്ക് നേരെ മൃത്യു നടപ്പിലാക്കുന്ന വിധിപ്രമാണങ്ങൾ *തരിശുഭൂമി*യിലുള്ളവരെക്കൂടി ബാധിക്കുന്നു.

"He who was living is now dead
We who were living are now dying
With a little patience"

ക്ഷമയോടെയുള്ള മരണം അതിന്റെ ആഴങ്ങളിൽ വസന്തം വിരിയിക്കുന്നു. മരണം ഇവിടെ ആരെയും ഒഴിവാക്കുന്നില്ല. മരിച്ച ദൈവങ്ങളുടെ ഓരോ ഘോഷവും ഓരോ തുടർച്ചയാണ്.

പെർസിവാളിന്റെ യാത്രയിലും ഇതിന്റെ തുടർച്ച കാണാം. ജീവജലം തേടിയുള്ള യാത്ര. കയർത്തുനിൽക്കുന്ന മണലാരണ്യം. നീന്തിത്തളരുന്ന വേരുകൾ. ഒടുങ്ങാത്ത ദാഹം.

“Drip drip drip drip drip drip drip
But there is no water.”

കോശങ്ങളിലെ അവസാന ജലാശയവും വറ്റിവരണ്ടിരിക്കുന്നു. അത്ഭുതങ്ങളൊന്നും ഇനി സംഭവിക്കില്ലെന്ന് അവർക്കറിയാം. നാഗങ്ങളെപ്പോലെ ഇഴഞ്ഞിഴഞ്ഞ് ഈ മരുഭൂമി കടക്കാനാകുമോ എന്നവർക്കറിയില്ല. പക്ഷേ, വളരെ മുമ്പിൽ നടന്നുപോകുന്ന ‘ഒരാളെ’ പെർസിവാളും കൂട്ടുകാരും കാണുന്നുണ്ട്. ഉയർത്തെഴുന്നേറ്റ ക്രിസ്തുവിന്റെ ഛായ അവരുടെ കാഴ്ചയിലേക്ക് കടന്നുവരുന്നില്ല. അതൊരു പുരുഷനോ സ്ത്രീയോ എന്നുപോലും അവർക്ക് തിരിച്ചറിയാനാകുന്നില്ല. എങ്കിലും ആ രൂപം അൽപ്പായുസായ പ്രതീക്ഷയുടെ പ്രകാശഗോപുരമാണെന്ന് അവർ നടുക്കത്തോടെ തിരിച്ചറിയുന്നുണ്ട്.

പെർസിവാളും കൂട്ടുകാരും അപകടങ്ങളുടെ ചാപ്പലിലെത്തുമ്പോഴേക്കും പ്രകാശത്തിന്റെ തോരണങ്ങൾ അപ്രത്യക്ഷമാവുകയും ശൂന്യതയുടെ ഭയാനകമായ രംഗങ്ങൾ ഒന്നൊന്നായി പ്രത്യക്ഷപ്പെടുകയും ചെയ്യുന്നു. നരച്ച ചന്ദ്രൻ, പ്രാർഥനയുടെ ജീർണസ്ഥലികളിൽ ചിതറിക്കിടക്കുന്ന അസ്ഥികൾ, സന്ദർശകരില്ലാത്ത ശവകുടീരങ്ങൾ, ഒരു പൂവൻകോഴിയുടെ കനത്ത ശബ്ദം, തണുത്തുവിളറിയ കാറ്റ് - ഭയാനകതയുടെ ഒരു ഘോഷയാത്ര *തരിശുഭൂമി*യിലൂടെ കടന്നുപോകുന്നു.

ദാഹാർത്തയായ ഭൂമിയുടെ കുറുകെ വരണ്ട ഗംഗയുടെ നിഴൽ ഭയത്തിന്റെ മറ്റൊരരങ്ങ് സൃഷ്ടിക്കുന്നു. മേഘമാർഗങ്ങളിൽ നിന്നൊഴുകിയെത്തുന്ന പ്രചണ്ഡതയുടെ നാദം, കീഴടങ്ങലിന്റെയും സ്വാതന്ത്ര്യത്തിന്റെയും സുഖാനുഭവത്തിന്റെയും നിമിഷങ്ങൾ (ദത്ത, ദയധ്വം, ദാമ്യത) ഇടി

നാദത്തിന്റെ വിശുദ്ധസന്ദേശങ്ങൾ - ഇവയൊന്നും തിരിച്ചറിയാനാകാത്ത പെർസിവാളിന്റെ യാത്ര പരാജയത്തിലെത്തുന്നു. ചൂണ്ടയിട്ടുകൊണ്ട് കടൽത്തീരത്തിരിക്കുന്ന മുക്കുവരാജാവിനു പിന്നിലെ വെന്തുമലർന്ന ഭൂമിയുടെ ദാഹം അയാൾ അറിയുന്നുണ്ട്. ലണ്ടൻ പാലം തകർന്നു വീഴുന്ന ശബ്ദം ഒരു നടുക്കത്തോടെ അയാൾ കേൾക്കുന്നുണ്ട്. തകർന്നു തരിപ്പണമായ കാലത്തിന്റെ അരങ്ങുകൾ.

മുക്കുവരാജാവ് ശാപമോക്ഷത്തിനുവേണ്ടി വീണ്ടും യാത്ര തുടരുന്ന ചിത്രം ഭീകരദൃശ്യങ്ങളിലൊന്നാണ്. ഭ്രാന്തനായി അഭിനയിക്കുന്ന ഇയറോണിമോയുടെ കടന്നുവരവ് രംഗത്തിനു പുതിയൊരു ഉന്മാദം സൃഷ്ടിക്കുന്നു. ടൈറേസ്യാസിന്റെ ജൽപ്പനങ്ങൾക്കുമേൽ ഇയറോണിമോയുടെ ഉന്മാദം നിമിഷങ്ങൾക്കുള്ളിൽ പടർന്നുകയറുന്നു. അന്ധപ്രവാചകന്റെ ശാന്തിപാഠങ്ങൾ വസന്തത്തിന്റെ ചില്ലകൾപോൽ തളിർത്തുനിൽക്കുന്നു. *തരിശുഭൂമി*യിലെ ഭദ്രാസനപ്പള്ളികൾക്കുമേൽ നരച്ചമേഘങ്ങളുടെ പലായനങ്ങൾ കണ്ടുതുടങ്ങുന്നു.

9

ബെർതോൾഡ് ബ്രെഹ്ത്

ബെർതോൾഡ് ബ്രെഹ്ത്

ല്യൂക്കലസ്: നാം പറയുന്നു, മാസിഡോണിലെ അലക്സാണ്ടറെ വിളിക്കുവിൻ. നമ്മുടേതുപോലത്തെ ഒരു വിദഗ്ധനെന്ന നിലയ്ക്ക് അദ്ദേഹം നിങ്ങളോട് സംസാരിക്കട്ടെ.
മൂന്നുമടങ്ങുള്ള ശബ്ദം: മാസിഡോണിലെ അലക്സാണ്ടർ ഹാജരുണ്ടോ! (നിശ്ശബ്ദത)
മരി. ന്യായാ: ഭാഗ്യംകെട്ട മനുഷ്യാ! ഇവിടെ വലിയ വലിയ പേരുകൾ കേട്ട് ആരും നടുങ്ങുന്നില്ല. ഇവിടെ അവരുടെ ഭീഷണികൾക്ക് വിലയില്ല. അവരുടെ മൊഴികൾ ഇവിടെ നുണകൾ. അവരുടെ അപദാനങ്ങൾ ഇവിടെ രേഖപ്പെടുത്തിയിട്ടില്ല. അവരുടെ പുകൾ, ഒരിക്കൽ ഒരു തീയെരിഞ്ഞിരുന്നു എന്നു കാണിക്കുന്ന പുക മാത്രം. നിഴലേ, നിന്റെ ഭാവം കണ്ടാലറിയാം, ഏറെ വീരകൃത്യങ്ങൾ നിന്റെ നാമധേയവുമായി ബന്ധപ്പെട്ടിരിക്കുന്നുവെന്ന്. ഇവിടെ അതെല്ലാം അജ്ഞാതമാണ്.
ല്യൂക്കലസ്: എങ്കിൽ നാം നിർദേശിക്കുന്നു, നമ്മുടെ ജൈത്രയാത്ര കൊത്തിവച്ചിട്ടുള്ള സ്മാരകശില ഇവിടേക്ക് കൊണ്ടുവരട്ടെ. പക്ഷേ, അതെങ്ങനെ കൊണ്ടുവരും? അതു വലിക്കുന്നത് അടിമകളാണ്. ഇവിടെ ജീവനുള്ളവർക്ക് പ്രവേശനമില്ലല്ലോ.

മരി. ന്യായാ: പക്ഷേ, അടിമകൾക്കു വരാം. അവർക്ക് ജീവിതവും മരണവും ഒരുപോലെയാണ്. അവർക്ക് മുകളിലെ ലോകത്തുനിന്ന് താഴെ നിഴലുകളുടെ നാട്ടിലേക്കുള്ള പടവ് എത്രയോ ചെറുത്.

ല്യൂക്കലസിന്റെ വിചാരണ/1938

'**ആ**നന്ദത്തെ മൂർച്ചയേറിയ ഒരു വാളിനാൽ ഞാൻ വേദനിപ്പിക്കുന്നു. ഒരു പകുതി ഞാൻ യുദ്ധക്കളത്തിലേക്ക് വലിച്ചെറിയുന്നു. മറുപകുതി എന്റെ മാംസത്തിലേക്ക് തുന്നിച്ചേർക്കുന്നു. എനിക്കറിയാം, തുന്നിച്ചേർത്ത മാംസത്തിനുള്ളിലെ ഭ്രാന്തൻ കോശങ്ങൾ എന്നെ അൽപ്പാൽപ്പമായി രുചിച്ചുനോക്കുമെന്ന്. ഒന്നാംലോകമഹായുദ്ധത്തിന്റെ കെടുതികൾക്ക് നടുവിൽ താൽക്കാലികമായി കെട്ടിയുയർത്തിയ സൈനികാശുപത്രിയിൽവച്ച് ബെർതോൾഡ് ബ്രെഹ്ത് എഴുതി. ആശുപത്രിയെ ബ്രെഹ്ത് 'മരണത്തിന്റെ ഇരുണ്ട ഉദ്യാനം' എന്നാണ് വിശേഷിപ്പിക്കുന്നത്. കടുത്ത യുദ്ധവിദ്വേഷത്തിന്റെ നട്ടുച്ചകളിൽനിന്നാണ് ബ്രെഹ്ത് കവിതയുടെ മൂർച്ചകളെ മെരുക്കിയെടുത്തത്. 'ഇരുണ്ട ഉദ്യാനത്തിൽനിന്ന് ഇരുണ്ട കവിതകളെ ഞാൻ സൃഷ്ടിക്കുന്നു'വെന്ന് *ഇൻ ദി ജംഗിൾ ഓഫ് സിറ്റീസി*ന്റെ (*In the Jungle of Cities*) ആമുഖത്തിൽ ബ്രെഹ്ത് കുറിച്ചിട്ടു. ഇരുപതാം നൂറ്റാണ്ടിന്റെ തെളിഞ്ഞ ആകാശത്തിനുനേരെ നേരിന്റെ പുതിയ പതാക ഉയർത്തിയ കവിയും നാടകകൃത്തുമായിരുന്നു ബ്രെഹ്ത്.

പതിനാറാം വയസിലാണ് ബ്രെഹ്തിന്റെ ആദ്യകവിത പ്രസിദ്ധീകൃതമാകുന്നത്. നിശ്ശബ്ദതയുടെ താഴ്വരയിൽ മേഞ്ഞുനടക്കുന്ന കൊടുങ്കാറ്റ് ഒരു മനുഷ്യനെ കണ്ടുമുട്ടുന്നതാണ് പ്രമേയം. ബ്രെഹ്തിന്റെ മനുഷ്യൻ ഉൽപ്പത്തിചരിതത്തിന്റെ ആഴങ്ങളിൽ നിന്നുവരുന്ന ഒരാളാണ്. അയാളുടെ കണ്ണുകൾ ഗോളങ്ങളെപ്പോലെ പുറത്തേക്ക് ഉന്തിനിന്നിരുന്നു. നഖങ്ങൾ പ്രാക്തനമായ കാട്ടുവള്ളികൾപോലെ മണ്ണിൽ പുതഞ്ഞുകിടന്നിരുന്നു. നൂറ്റാണ്ടുകൾക്കുശേഷം കണ്ടുമുട്ടിയ ഒരു സുഹൃത്തിനെ എന്നപോലെ കൊടുങ്കാറ്റ് മനുഷ്യനെ അമർത്തി ചുംബിക്കുന്നതോടെ ആകാശം ഇടിഞ്ഞുതാഴുകയും സമയത്തിന്റെ വജ്രസൂചികൾ ഒടിഞ്ഞുവീഴുകയും ചെയ്യുന്നു. ബ്രെഹ്തിന്റെ ആദ്യകാല കവിതകളിൽ പ്രത്യക്ഷപ്പെടുന്ന പുരാതന മനുഷ്യൻ കത്തോലിക്കനായ പിതാവിന്റെയും കത്തോലിക്ക വിരുദ്ധയായ മാതാവിന്റെയും വിരുദ്ധവിശ്വാസ നിർവചനങ്ങളിൽനിന്ന് രൂപപ്പെടുത്തിയതാണെന്ന് ബ്രെഹ്ത് പിൽക്കാലത്ത് തുറന്നു പറഞ്ഞിട്ടുണ്ട്.

ഇരുപതാംവയസിൽ ഇൻഡിപെൻഡന്റ് സോഷ്യൽ ഡെമോക്രാറ്റിക് പാർട്ടിയിൽ അംഗമായതോടെയാണ് ബ്രെഹ്ത് വായനയുടെയും എഴുത്തിന്റെയും തുറമുഖങ്ങളിൽ എത്തപ്പെടുന്നത്. "ഒരു കടൽക്കൊള്ളക്കാരന്റെ ആവേശവും ചെന്നായയുടെ വിശപ്പുംപോലെ എഴുത്തും വായനയും എന്നെ മാറിമാറി ഭരിച്ചു' എന്ന് ഇക്കാലത്തെക്കുറിച്ച് ബ്രെഹ്ത് എഴുതി. ജർമൻ മുതലാളിത്തത്തിനും സങ്കുചിതവും ആപൽക്കരവുമായ

ദേശീയവാദത്തിനും ഇടയിൽനിന്നുകൊണ്ട് സ്തുതി പാടിയ ക്രിസ്തുമതത്തെ ബ്രെഹ്ത് രൂക്ഷമായി വിമർശിക്കുന്നതും ഇക്കാലത്താണ്. വൈദ്യവും പ്രകൃതിശാസ്ത്രവും പഠിക്കാൻ മ്യൂണിക് സർവകലാശാലയിലെത്തിയ ബ്രെഹ്തിന്റെ നവീനചിന്തകൾക്ക് തീപിടിച്ചകാലം കൂടിയായിരുന്നു ഇത്. പാഠപുസ്തകങ്ങൾക്ക് മുകളിൽ *ദാസ് ക്യാപ്പിറ്റൽ* ബ്രെഹ്ത് എടുത്തുവച്ചു. കമ്യൂണിസ്റ്റ് ആശയത്തിന്റെ ആദ്യപേജിൽ സ്വന്തം ജീവരക്തംകൊണ്ടാണ് ബ്രെഹ്ത് കയ്യൊപ്പിട്ടത്.

ബ്രെഹ്തിന്റെ ആദ്യനാടകമായ *ബാൽ* (*Ball*) കമ്യൂണിസ്റ്റ് ആശയത്തിലേക്ക് എത്തും മുമ്പുള്ള ആദ്യ അരങ്ങായിരുന്നുവെന്ന് നിരൂപകർ അഭിപ്രായപ്പെട്ടിട്ടുണ്ട്. പതിവ് രാഷ്ട്രീയ നിർവചനങ്ങൾക്കപ്പുറം നിന്നുകൊണ്ടാണ് ബ്രെഹ്ത് *ബാൽ* രചിക്കുന്നത്. ഒരിരുപതു വയസുകാരന്റെ തീരുമാനങ്ങൾക്ക് കൊടുങ്കാറ്റിന്റെ വന്യത ഉണ്ടായിരിക്കുമെന്ന് *ബാലി*നെ പുരസ്കരിച്ചെഴുതിയ ആസ്വാദനത്തിൽ നാടകരംഗത്തെ കുലപതികൾ അടയാളപ്പെടുത്തി. ഒരു മരംവെട്ടുകാരന്റെ കൊച്ചുവീട്ടിൽക്കിടന്നു മരിക്കേണ്ടിവരുന്ന, പ്രതിനായകസ്ഥാനത്തുനിൽക്കുന്ന കഥാപാത്രമാണ് ബാൽ. ഡെന്മാർക്കിൽ കഴിയുന്ന കാലത്ത് 'ലുത്ത്ഓട്ടോ'യ്ക്ക് നൽകിയ അഭിമുഖത്തിൽ ബ്രെഹ്ത് തന്റെ ആദ്യ നാടകത്തെക്കുറിച്ച് വികാരാധീനനായി സംസാരിച്ചിട്ടുള്ളത് ശ്രദ്ധേയമാണ്. ബ്രെഹ്ത് പറയുന്നു:

> *ബാൽ* എഴുതും മുമ്പുള്ള ഒരു പകൽ ഞാൻ ശരിക്കും ഓർമിക്കുന്നുണ്ട്. ഓഗസ്ബർഗിനുമുകളിലെ ആകാശം നരച്ച ചിറകുകളുള്ള ഒരു പക്ഷിയെപ്പോലെ തോന്നിപ്പിച്ചു. ആകാശത്തിന്റെ ഒരു ഭാഗം

ഡ്രംസ് ഇൻ ദി നൈറ്റ്/ ഒരു രംഗഭാഷ്യം

> നീണ്ട കൊക്കുയർത്തി ഭൂമിയെ വിഴുങ്ങാൻ ഭാവത്തിൽ ശബ്ദമുണ്ടാക്കിക്കൊണ്ടിരുന്നു. ഭയത്തിന്റെ വിളറിവെളുത്ത കുപ്പായം ഇതിനകം ഞാൻ എടുത്തണിഞ്ഞിരുന്നു. എന്നിൽനിന്ന് '*ബാലി*ലേക്കും *ബാലിൽ*നിന്ന്' എന്നിലേക്കുമുള്ള ദൂരം കുറവായതിനാൽ എനിക്കിത് വേഗം എഴുതിത്തീർക്കാനായി.

ബ്രെഹ്തിലെ ചെറുപ്പക്കാരന് എഴുത്തിന്റെ പുതിയ വൻകരകൾ കാണാനുള്ള ആവേശവും കരുത്തും *ബാൽ* നേടിക്കൊടുത്തു. *ബാലി*നെത്തുടർന്ന് 1928 ൽ രചിച്ച *ഡ്രംസ് ഇൻ ദി നൈറ്റി* (*Drums in the Night*) ലാണ് ബ്രെഹ്തിന്റെ പ്രതിഭയുടെ ആദ്യജ്വാലാമുഖം കാണാൻ കഴിയുന്നത്. എന്നാൽ *ബാലി*ലും *ഡ്രംസ് ഇൻ ദി നൈറ്റി*ലും ബ്രെഹ്ത് ചിന്തിച്ചുറപ്പിച്ചിരുന്ന ആശയത്തിന്റെ മൗലികത, ആഴത്തിൽ വേരോടിയിട്ടുള്ള ജീവിതനിർവചനമോ അനുഭവങ്ങളുടെ അഗാധതയോ ഈ നാടകത്തിൽ കണ്ടില്ലെന്ന് പറഞ്ഞ് ആസ്വാദകർ വേദിവിടും മുമ്പ് *ദി മെഷേഴ്സ് ടേക്കൺ* എന്ന നാടകവുമായി ബ്രെഹ്ത് രംഗത്തെത്തി. ചൈനീസ് വിപ്ലവസമരങ്ങളുടെ ജ്വാലാമുഹൂർത്തങ്ങളിൽനിന്നാണ് ബ്രെഹ്ത് ഈ നാടകം രൂപപ്പെടുത്തിയെടുത്തത്.

ദി മെഷേഴ്സ് ടേക്കൺ ബ്രെഹ്തിലെ കമ്യൂണിസ്റ്റ് വിശ്വാസിയുടെ ഉണർന്ന അഭിമാനത്തിൽനിന്ന് രൂപപ്പെട്ടതായിരുന്നുവെങ്കിലും ജർമനിയിലെ യാഥാസ്ഥിതിക കമ്യൂണിസ്റ്റുകാരുടെ നിലപാടുകളിൽനിന്ന് ഈ നാടകത്തിന്റെ മുഖ്യപ്രമേയം അകന്നുനിന്നു. കമ്യൂണിസ്റ്റുകാരനായ ഒരു ചെറുപ്പക്കാരൻ കമ്യൂണിസ്റ്റ് പാർട്ടിയുടെതന്നെ ഇരയായിമാറുന്ന കാഴ്ചയായിരുന്നു *ദി മെഷേഴ്സ് ടേക്കണി*ന്റെ മുഖ്യപ്രമേയം. നാടകത്തിനെതിരെ കമ്യൂണിസ്റ്റുകാർ പരസ്യമായി രംഗത്തുവരികയും ബ്രെഹ്തിന്റെ നാടകങ്ങൾക്ക് നിരോധനം ഏർപ്പെടുത്തുകയും ചെയ്തു. ഇക്കാലത്ത് ബ്രെഹ്ത് പ്രസിദ്ധീകരിച്ച *ത്രീ പെനി ഓപ്പറ* എന്ന ആക്ഷേപഹാസ്യപ്രധാനമായ നാടകംകൂടി ജർമനിയിൽ ചർച്ചാവിഷയമായതോടെ ബ്രെഹ്തിന് സ്വന്തം രാജ്യത്തുള്ള ജീവിതം ഒരു ചോദ്യചിഹ്നമായി മാറി.

1933 ൽ ജർമനിയുടെ പരമാധികാരം ഹിറ്റ്ലറിന്റെ സ്വേച്ഛാധിപത്യത്തിന്റെ കീഴിലായതോടെ ബ്രെഹ്ത് ജർമനിയിൽനിന്ന് പലായനം ചെയ്തു. ആദ്യം ഡെന്മാർക്കിലേക്കും അവിടെനിന്ന് റഷ്യ, കാലിഫോർണിയ, ഫിൻലാൻഡ്, സ്വീഡൻ, സ്വിറ്റ്സർലന്റ് എന്നീ രാജ്യങ്ങളിലുമായി പതിനഞ്ച് വർഷക്കാലം ബ്രെഹ്ത് കഴിച്ചുകൂട്ടി. പ്രവാസനാളുകളെക്കുറിച്ച് *ബർലിൻ* സാഹിത്യമാസികയിൽ ബ്രെഹ്ത് തുറന്നെഴുതിയിട്ടുണ്ട്:

> സഹാനുഭൂതി, കാരുണ്യം എന്നീ പദങ്ങളുടെ അർഥമില്ലായ്മയെക്കുറിച്ച് എനിക്ക് ശരിക്കും ബോധ്യമുണ്ടായിരുന്നു. അതുകൊണ്ടായിരിക്കണം ആരെങ്കിലും എന്നോട് സ്നേഹത്തോടെ സംസാരിക്കാൻ തുടങ്ങുമ്പോൾത്തന്നെ ഞാൻ ഭയപ്പെടുന്നത്. ഒരു പ്രവാസിയുടെ ജീവിതം സമുദ്രത്തിൽ ഒറ്റപ്പെട്ട ഒരു ദ്വീപുപോലെയാണ്.

എപ്പോൾ വേണമെങ്കിലും സമുദ്രത്തിനത് വിഴുങ്ങാൻ പാകത്തിൽ ഭയപ്പെടുത്തിക്കൊണ്ടിരിക്കും.

പ്രവാസജീവിതകാലത്ത് ബ്രെഹ്ത് എഴുതിയ നാടകങ്ങൾക്കെല്ലാം ചരിത്രപരമായ സത്യസന്ധതയും സ്വാതന്ത്ര്യത്തിന്റെ ഒടുങ്ങാത്ത ആവേശവുമുണ്ടായിരുന്നു. *ദി ലൈഫ് ഓഫ് ഗലീലിയോ, മദർ കറേജ്, ദി ഗുഡ് വിമൺ ഓഫ് സെറ്റ്സ്വാൻ, കൊക്കേഷ്യൻ ചോക്ക്സർക്കിൾ* തുടങ്ങിയ നാടകങ്ങളെല്ലാം ഒരേകാലം ജീവിതത്തിലേക്കും ചരിത്രത്തിലേക്കും തുറന്നുവച്ച നെടുങ്കൻ വഴികൾകൊണ്ടാണ് ബ്രെഹ്ത് പൂർണമാക്കുന്നത്. ബ്രെഹ്ത് പറയുന്നു: "അലഞ്ഞുനടക്കുന്ന ഒരു കടൽക്കുതിരയെ ഈ രചനകളിലെങ്ങും നിങ്ങൾക്ക് കണ്ടെത്താനാവില്ല. കാരണം പ്രവാസജീവിതം എനിക്ക് അഗ്നിപർവതങ്ങളുടെ ജന്മമാണ് തന്നത്. കാലത്തിനോട് എനിക്ക് പകയില്ല. കാരണം സ്വേച്ഛാധിപത്യത്തിന്റെ ഇരുണ്ട ഗുഹകളെ പൊളിച്ചുകളയുവാൻ എന്നോടൊപ്പം ചേർന്നത് കാലമായിരുന്നു."

രണ്ടാം ലോകമഹായുദ്ധത്തിനുശേഷം ജർമനിയിൽ തിരിച്ചെത്തിയ ബ്രെഹ്ത് പൂർണമായും നാടകരചനയിലേക്കും തീയേറ്റർ പ്രവർത്തനങ്ങൾക്കുമായി ശ്രദ്ധകേന്ദ്രീകരിച്ചു. 1949 ൽ എപ്പിക് തീയേറ്റർ സമ്പ്രദായത്തിന്റെ ഈടുറ്റ ഒരരങ്ങായി മാറിയ 'ബർലിനോർ എൻസെംബിൾ' എന്ന നാടകവേദി, ഭാര്യ ഹെലൻ വീയ്ഗയുമൊത്ത് ബ്രെഹ്ത് സമാരംഭിച്ചതോടെ ആധുനിക നാടകപ്രസ്ഥാനങ്ങൾക്കൊരു നവോന്മേഷം കൈവന്നു. ലോകനാടകരംഗത്തും പ്രമേയസ്വീകരണത്തിലും ശ്രദ്ധേയമായ മാറ്റങ്ങൾക്ക് ചുക്കാൻ പിടിച്ചതും പ്രവർത്തനസജ്ജമാകാൻ പ്രോത്സാഹിപ്പിച്ചതും 'ബർലിനോർ എൻസെംബിൾ' നാടകവേദിയായിരുന്നു.

കമ്യൂണിസ്റ്റ് ആശയത്തിലടിയുറച്ച വിശ്വാസത്തിനും കാലത്തിനും സ്വീകാര്യമായൊരു സൗന്ദര്യശാസ്ത്രനിർവചനം രൂപപ്പെടുത്തിയെടുക്കാൻ ബ്രെഹ്ത് ആദ്യം മുതലേ ശ്രദ്ധിച്ചിരുന്നു. എന്നാൽ ബർലിനോർ എൻസെംബിൾ നാടകവേദിയുടെ പ്രവർത്തനങ്ങൾ സജീവമായതോടെ മാർക്സിസ്റ്റ് ചിന്താഗതിയെ അടിസ്ഥാനമാക്കി ബ്രെഹ്ത് രൂപപ്പെടുത്തിയെടുത്ത സൗന്ദര്യശാസ്ത്ര നിർവചനം കൂടുതൽ ശക്തവും ലക്ഷ്യവേധിയുമായി. ഇതിനെത്തുടർന്നാണ് ബ്രെഹ്ത് 'അന്യവൽക്കരണം' (Alientation Effect) എന്ന നാടകസിദ്ധാന്തം അവതരിപ്പിക്കുന്നതും ചർച്ചകളിലേക്കത് കൂട്ടിക്കൊണ്ടുവരുന്നതും.

ദി റൗണ്ട് ഹെഡ്സ് ആന്റ് പീക്ക് ഹെഡ്സ് (*The Round Heads and Peak Heads*) എന്ന നാടകത്തിലാണ് 'അന്യവൽക്കരണ'ത്തെ സംബന്ധിച്ചുള്ള ആദ്യ ആശയം അവതരിപ്പിക്കുന്നത്. അരിസ്റ്റോട്ടിലിന്റെ താദാത്മ്യവാദത്തിനും സിദ്ധാന്തങ്ങൾക്കും എതിരുനിൽക്കുന്ന നാടകസങ്കൽപ്പമാണ് ബ്രെഹ്തിന്റെ തീയേറ്റർ നിർവചനം. പ്രേക്ഷകരെ കഥാപാത്രങ്ങളാക്കി അവരുടെ സ്വത്വവും സ്വാതന്ത്ര്യവും ഹനിക്കുന്നതിനോട് ബ്രെഹ്ത് കടുത്ത എതിർപ്പ് പുലർത്തിയിരുന്നു. ബ്രെഹ്ത് പറയുന്നു:

"പ്രേക്ഷകരുടെ സ്വാതന്ത്ര്യത്തെ ചാട്ടവാറുപയോഗിച്ച് കീഴടക്കുന്നതിൽ ഒരാനന്ദവുമില്ല. പ്രേക്ഷകരെ ചിന്തയുടെ ഉദാത്തതലങ്ങളിലെത്തിച്ചുകൊണ്ടും പുരോഗമനാശയങ്ങളുടെ വക്താക്കളാക്കിക്കൊണ്ടും വേണം സ്വീകരിക്കാൻ." ഇതിനുവേണ്ടിയാണ് ബ്രെഹ്ത് തന്റെ നാടകങ്ങളിലെല്ലാം ക്ലാസിക്കുകളിൽനിന്ന് കടംകൊണ്ട കവിതകളും ഉദ്ധരണികളും ബോധപൂർവം ഉപയോഗപ്പെടുത്തി അവതരിപ്പിച്ചത്.

1954 ൽ വിശാലമായൊരു തീയേറ്റർ സമുച്ചയവും ലൈബ്രറിയും ഉൾപ്പെടുന്ന ഒരു നാടകശാല ഒരുക്കിക്കൊടുത്തുകൊണ്ടാണ് ബ്രെഹ്തിന്റെ പ്രതിഭയെ ജർമൻ ഗവൺമെന്റ് ആദരിച്ചത്. അടുത്തവർഷം സ്റ്റാലിൻ സമാധാനപുരസ്കാരം ബ്രെഹ്തിന് ലഭിച്ചതോടെ ജർമനി ബ്രെഹ്തിനോട് കൂടുതൽ അടുക്കുകയും 'ചരിത്രപരമായ തെറ്റുതിരുത്തലി'നു മുന്നിൽ പശ്ചാത്തപിക്കുകയും ചെയ്തു. ഇത്തരമൊരു കാലത്തിന്റെ വരവിനെക്കുറിച്ചും പശ്ചാത്താപത്തെക്കുറിച്ചും 1948 ൽ ബ്രെഹ്ത് രംഗത്തെത്തിച്ച *എ ലിറ്റിൽ ഓർഗാനം ഫോർ ദി തീയേറ്റർ* എന്ന നാടകത്തിന്റെ ആമുഖത്തിൽ ബ്രെഹ്ത് എഴുതിയിട്ടുള്ളത് ശ്രദ്ധേയമാണ്: "ചരിത്രത്തിലെ പുരാതനമായ നാഴികമണികളിൽനിന്ന് ശബ്ദം ഇപ്പോഴും മടങ്ങിപ്പോയിട്ടില്ല. നമ്മൾ നാഴികമണികളുടെ സൗന്ദര്യം കണ്ട് മടങ്ങിപ്പോകുന്നു. എന്റെ ശബ്ദം ഇപ്പോഴും കാലഘടികാരത്തിനുള്ളിൽ ഉണർന്നിരിപ്പുണ്ട്. പശ്ചാത്താപം പേറുന്നവരുടെ പ്രാർഥനകളെ ഞാനൊരിക്കലും ശല്യപ്പെടുത്തുകയില്ല. കാരണം അവർ പ്രാർഥിക്കുന്നത് എനിക്കുകൂടി വേണ്ടിയാണല്ലോ." അതെ, ബ്രെഹ്തിന്റെ ശബ്ദം ഇപ്പോഴും ഉണർന്നിരിക്കുന്നു.

10

ഖലീൽ ജിബ്രാൻ

ഞാൻ മടങ്ങിവരിക തന്നെ ചെയ്യും.
അതു നിങ്ങൾ മറക്കരുത്.
അൽപ്പനിമിഷങ്ങൾക്കുള്ളിൽ
പേലവസുഗന്ധം പേറുന്ന എന്റെ തൃഷ്ണ
തളിർത്ത പതയും പൊടിയും ശേഖരിക്കും.
ഇളം തെന്നലിൽ, വിശ്രമാനന്തരം
മറ്റൊരു സ്ത്രീ എന്നെ ഗർഭത്തിലേക്ക് ക്ഷണിക്കും.
നിങ്ങൾക്കും
നിങ്ങൾക്കൊപ്പം പെയ്തിറങ്ങിയ
എന്റെ യൗവനകാന്തിക്കും വിട.

പ്രവാചകൻ/1919

ഏകാന്തതകളിൽ ലെബനോൺ പർവതങ്ങളെ നോക്കിയിരിക്കുന്ന കൊച്ചു ജിബ്രാനെ അവതരിപ്പിച്ചുകൊണ്ടാണ് പത്രപ്രവർത്തകയും ജിബ്രാന്റെ കാമുകിയുമായിരുന്ന ബാർബറാ യംഗ് ഖലീൽ ബിൻ ജിബ്രാന്റെ ജീവചരിത്രം സമാരംഭിക്കുന്നത്. പളുങ്കുനൂലുകളാൽ ദൈവം തുന്നിയെടുത്ത ഒരു സ്വപ്നം പോലെയായിരുന്നു ജിബ്രാൻ ജനിച്ചുവളർന്ന ബിസ്ഹാരി ഗ്രാമം. ബിസ്ഹാരിയിൽനിന്ന് നോക്കിയാൽ മേഘങ്ങളോടു

ഖലീൽ ജിബ്രാൻ

ദി ഗാർഡൻ ഓഫ് ദി പ്രോഫറ്റ്

രുമ്മി പ്രണയസല്ലാപം നടത്തുന്ന പർവതശൃംഗങ്ങളെ കാണാം. അതിനും മേലെ ഇന്ദ്രിയോന്മാദസുഗന്ധം പൊഴിക്കുന്ന നക്ഷത്രമുഖരിതമായ നീലരാവുകൾ. മേഘങ്ങൾ നെയ്യാമ്പലുകളായി പർവതകാമനകളിൽ അഭിരമിക്കുന്നതും മുന്തിരിവള്ളികൾ ശൃംഗപൗരുഷങ്ങളിലേക്ക് പടർന്നുകയറുന്നതും കുട്ടിക്കാലം മുതൽക്കേ കണ്ടുവളരാൻ ജിബ്രാനെ ദൈവം അനുവദിച്ചിരുന്നു. സ്വപ്നങ്ങളുടെ കുടമാറ്റങ്ങളെക്കുറിച്ച് ജിബ്രാൻ പിൽക്കാലത്ത് എഴുതി:

> ദൈവവും ഞാനും ആ നാളുകളിൽ കടുത്ത പോരാട്ടത്തിലായിരുന്നു. ഒടുവിൽ മുന്തിരിച്ചാറിൽ വീണ സ്വപ്നങ്ങളും നഗ്നതയിൽ ഉണർത്തിയെടുത്ത പ്രണയവും പാരിതോഷികങ്ങൾപോലെ ദൈവം എനിക്കുനേരെ വച്ചുനീട്ടി. ഞാൻ ആത്മാവിന്റെ നഗ്നതയെ ഒരു രാവ് പെയ്തിറങ്ങുംവരെ നക്കി കുടിച്ചു. അതോടെ ദൈവം ഖജനാവിൽ സൂക്ഷിച്ചിരുന്ന സ്വപ്നങ്ങളെയെല്ലാം എനിക്കു പെറുക്കിത്തന്നു.

സ്വപ്നങ്ങളുടെ ഋതുഭേദങ്ങൾ ഭൂമിക്ക് സമർപ്പിച്ച പാരിതോഷികമായിരുന്നു ഖലീൽ ബിൻ ജിബ്രാൻ. 1883 ൽ വടക്കൻ ലെബനോണിലെ ബിസ്ഹാരി ഗ്രാമത്തിലാണ് ജിബ്രാൻ ജനിച്ചത്. കുട്ടിക്കാലം മുതൽക്കേ ഏകാന്തതയോട് മല്ലിടാനായിരുന്നു ജിബ്രാന് താൽപ്പര്യം. പർവത താഴ്വാരങ്ങളിൽ ഏകാകിയായി, പ്രകൃതിയെ ഓർത്തോർത്ത് വിലപിച്ചുകൊണ്ടുനടക്കുന്ന ജിബ്രാനെ അതീവ ഹൃദ്യമായിട്ടാണ് ബാർബറാ യംഗ് അവതരിപ്പിക്കുന്നത്. ഏകാന്തതയെക്കുറിച്ച് എത്ര എഴുതിയാലും തീരാത്തത്ര നിർവചനങ്ങൾ ജിബ്രാൻ പലകാലങ്ങളിലായി കുറിച്ചുവച്ചിട്ടുണ്ട്. *ദി ഗാർഡൻ ഓഫ് ദി പ്രോഫറ്റ്* (*The Garden of the Prophet*) എന്ന വിശുദ്ധ വചനപുസ്തകത്തിൽ ജിബ്രാൻ എഴുതി

> എന്റെ പ്രിയപ്പെട്ടവളേ, ഞാൻ നിന്നെ ചുംബിക്കുമ്പോഴെല്ലാം ഭൂമിയിൽ നിന്നൊരു മുന്തിരിവള്ളി നമ്മുടെ ഹൃദയങ്ങളെ തഴുകി സ്വർഗത്തിലേക്ക് ഒഴുകാറുണ്ട്. ഈ താഴ്വാരത്തിലെ പകലുകൾ നിന്നെ ഓർത്തു കിന്നരം മീട്ടുന്നു. ഈ പ്രപഞ്ചത്തിലെ ഏക ഭാഗ്യ

വാനാണ് ഞാൻ. ദൈവം നിന്നോടു മാത്രമായി സല്ലപിക്കാൻ എനിക്കു നാവു തന്നിരിക്കുന്നു.

ഏകാന്തതയോടുള്ള കടുത്ത പ്രണയം ജിബ്രാനെ ഉന്മാദിയാക്കി മാറ്റി. ഈ കാലയളവിലാണ് ജിബ്രാനിൽ ചിത്രം വരയ്ക്കാനും കവിത എഴുതാനുമുള്ള സർഗവിസ്മയമുണരുന്നത്. കവിതയോടും ചിത്രം വരയോടുമുള്ള അഭിനിവേശത്തെ മൗനത്തിന്റെ ഭയപ്പെടുത്തുന്ന മുദ്രകൾ കൊണ്ടാണ് ജിബ്രാൻ സ്വാഗതം ചെയ്തത്. കൊടുങ്കാറ്റുകളെയും മഞ്ഞു താഴ്വാരങ്ങളെയും ഒരുപോലെ സ്നേഹിച്ച ജിബ്രാന്റെ കടുത്ത മൗനം അമ്മ കാമിലയെ ഏറെ ഭയപ്പെടുത്തി. ജിബ്രാന്റെ ആപൽക്കരമായ ചിത്ത വൃത്തികൾ കാമിലയെ ഏറെ പരിക്ഷീണിതയാക്കിയിരുന്നു.

മകനെ ജീവിതത്തിലേക്ക് മടക്കിക്കൊണ്ടുവരാനുള്ള കാമിലയുടെ എല്ലാ ശ്രമങ്ങളും പരാജയപ്പെട്ടു. അവർ നിത്യമായ പ്രാർഥനകളിൽ മാത്രമായി ഒതുങ്ങി. അവിചാരിതമായി കാമിലയുടെ മധുരാർദ്രമായ പ്രാർഥനാലാപനം കേൾക്കാനിടവന്ന ജിബ്രാൻ അമ്മയിൽനിന്ന് സംഗീതം അഭ്യസിക്കാൻ അതിയായി ആഗ്രഹിച്ചു. 'എന്നിലേക്ക് മടങ്ങി വരാനുള്ള ഇച്ഛ, അവനിൽ ഈ സ്വരമുകുളങ്ങൾ ഒരുക്കിക്കൊടുത്തു' വെന്ന് കാമില പിന്നീട് തുറന്നുപറഞ്ഞിട്ടുണ്ട്. കാമിലയുടെ സംഗീതപാരമ്പര്യത്തിന്റെ ഉണർച്ചകൾ തുടക്കം മുതൽക്കേ ജിബ്രാനിലുണ്ടായിരുന്നു. 'പാടുമ്പോൾ എനിക്ക് ചിറകുകൾ മുളയ്ക്കുന്നതുപോലെ തോന്നും. അതേ, ഞങ്ങൾ തടാകത്തിനു മുകളിലൂടെ ചക്രവാളത്തിലേക്ക് ഒഴുകുകയാണ്. താഴെ നെയ്യാമ്പലുകൾ സ്വപ്നഭൂമിയിലാകെ വിരിഞ്ഞു നിൽക്കുന്നു.' ജിബ്രാൻ എഴുതി.

ലെബനോണിന്റെ പാരമ്പര്യാനുഭവങ്ങളിലേക്ക് ജിബ്രാനെ വഴി നടത്തിയത് കാമിലയായിരുന്നു. കഥകളുടെ മഞ്ഞുതാഴ്വാരങ്ങളിലേക്ക് അമ്മയും മകനും ഇറങ്ങി നടന്നു. *ബൈബിളി*ലെ വചനാനുഭവങ്ങളിൽ ഇരുവരും പ്രാർഥനാനിമഗ്നരായിരുന്നു. വചനങ്ങളിൽ ഒരേകാലം ഏകാന്തതയും സ്വപ്നങ്ങളും ധ്യാനിച്ചിരിക്കുന്നതായി ജിബ്രാൻ കണ്ടു. കവിതയിലേക്കുള്ള ജിബ്രാന്റെ വരവിന് അരങ്ങൊരുക്കിയത് ഈ വചനോത്സവങ്ങളായിരുന്നു. കവിതയ്ക്കും സംഗീതത്തിനുമൊപ്പം ചിത്രംവരയിലും ജിബ്രാൻ ഉത്സാഹം കാണിച്ചുതുടങ്ങി.

ജിബ്രാന് പന്ത്രണ്ടു വയസുള്ളപ്പോൾ ജിബ്രാന്റെ കുടുംബം അമേരിക്കയിലെ ബോസ്റ്റണിലേക്കു പലായനം ചെയ്തു. ലെബനോൺ പർവതനിരകളും മൗനത്തിന്റെ മഹാമുഴക്കങ്ങൾ സമ്മാനിച്ച പ്രാക്തനവനസ്ഥലികളും അതോടെ ജിബ്രാന് നഷ്ടമായി. 'എന്റെ സ്വപ്നങ്ങളാരംഭിക്കുന്നത് സ്വർഗകവാടമായ ലെബനോണിൽ നിന്നാണ്. അവസാനിക്കുന്നതാകട്ടെ സ്വർഗാതിർത്തിയായ ലെബനോണിലും' ജിബ്രാൻ എഴുതി. സ്വപ്നസഞ്ചാരിയായ ജിബ്രാന് പുതിയ നാട് കടുത്ത സംഘർഷങ്ങളൊന്നും നൽകിയില്ല. ബോസ്റ്റണിൽ ജീവിക്കുമ്പോഴെല്ലാം ജിബ്രാൻ മന

സുകൊണ്ട് ലെബനോണിലായിരുന്നു. അച്ഛനോടൊപ്പം ലെബനോൺ കുന്നുകൾ കയറിയിറങ്ങിയ പകലുകൾ, താഴ്വാരങ്ങളിൽ ഒഴുകി നടക്കുന്ന ആട്ടിടയന്മാരുടെ സംഗീതധാരകൾ, വെയിൽ കായുന്ന ഒറ്റയൊറ്റ മരങ്ങൾ, ആകാശത്ത് ചിത്രം വരയ്ക്കുന്ന പക്ഷിക്കൂട്ടങ്ങൾ - കാൽപ്പനികതയിൽ ഒരുക്കിയെടുത്ത ഓരോ നിമിഷവും ജിബ്രാനെ വല്ലാതെ സങ്കടപ്പെടുത്തിക്കൊണ്ടിരുന്നു. സങ്കടങ്ങളെ ജിബ്രാൻ മറികടന്നത് കവിതകളിലൂടെയായിരുന്നു. മനുഷ്യനും പ്രകൃതിയും ഒരേകാലം പതഞ്ഞൊഴുകുന്നത് അക്കാലത്ത് ജിബ്രാൻ എഴുതിക്കൂട്ടിയ കവിതകളിലാകെ കാണാം. *പ്രിയപ്പെട്ട ലെബനോൺ* എന്ന കവിതയിൽ ജിബ്രാൻ പാടുന്നു.

പ്രിയപ്പെട്ട ലെബനോൺ
ലില്ലിപ്പൂക്കളുടെ പ്രിയപ്പെട്ട ലെബനോൺ
നക്ഷത്രമുകുളങ്ങൾ ഉണരുമ്പോഴെല്ലാം
നിന്റെ മഞ്ഞച്ചിറകിൽ
പറ്റിച്ചേർന്ന് കിടക്കാൻ ഞാൻ കൊതിക്കും.
നീ എന്റെ വെള്ളാരംകല്ലുകൾ കൊണ്ടൊരുക്കിയ
സ്വപ്നങ്ങളാൽ എന്നെ താലോലിക്കുക.
നീ എന്റെ മുന്തിരിച്ചാറിൽ നനഞ്ഞ
അധരങ്ങളാൽ എന്നെ ചുംബിക്കുക.
ഞാനെന്റെ ആത്മാവിലേക്ക്
എന്റെ സ്വപ്നോദ്യാനത്തിലേക്ക്
നക്ഷത്രങ്ങളെയും പുൽക്കൊടികളെയും
നെയ്യാമ്പലുകളെയും
വാരി നിറയ്ക്കട്ടെ.
പ്രിയപ്പെട്ട ലെബനോൺ വസന്തമേ
ഇളംകാറ്റിന്നോർമയിൽ
നീ എവിടേക്കാണ്
ഋതുമതിയായി ഒഴുകിപ്പോകുന്നത്. (*ദി വോയ്സ് ഓഫ് മാസ്റ്റർ*)

ബോസ്റ്റണിലെ വന്യമായ നാഗരികതയ്ക്ക് നടുവിൽ ലെബനോണിന്റെ വശ്യസൗന്ദര്യവും കവിതകളിലൂടെ പുനർനിർമിക്കുവാൻ ജിബ്രാനിലെ കവിക്ക് എളുപ്പം കഴിഞ്ഞു. ബോസ്റ്റൺ തെരുവുകളിലൂടെ കവിതയും ചൊല്ലി നടന്നിരുന്ന ജിബ്രാന് ആരാധകരുടെ എണ്ണം ദിനംപ്രതി കൂടിക്കൂടി വന്നു. സ്വപ്നലോലുപനായ ജിബ്രാൻ ഒരു നിമിഷമെങ്കിലും ഏകാന്തതയ്ക്കുവേണ്ടി ദാഹിച്ചിരിക്കണമെന്ന് ബാർബറാ യംഗ് രേഖപ്പെടുത്തിയിട്ടുണ്ട്. ഏകാന്തത എന്നന്നേക്കുമായി ജിബ്രാനെ കൈയൊഴിഞ്ഞു എന്നുവേണം കരുതാൻ. ആരാധകരോട് അതിരുകടന്ന ഒരാഭിമുഖ്യവും ജിബ്രാന് ഒരിക്കലും ഉണ്ടായിരുന്നില്ല. എന്നാൽ ജോസഫൈൻ പ്രസ്റ്റൺ പീബോഡി എന്ന മുപ്പതു വയസുകാരി അമേരിക്കൻ കവയിത്രിയോട് ജിബ്രാന് എന്തെന്നില്ലാത്ത ഒരാഭിമുഖ്യം ഉണ്ടായിരുന്നു. 'രണ്ടു

പേരുടെയും ഹൃദയങ്ങളിൽനിന്ന് തേൻ കുടിക്കാൻ ചിത്രശലഭങ്ങൾ മത്സരമായിരുന്നു' എന്ന് ജിബ്രാന്റെ അടുത്ത സുഹൃത്തായ നദീൻ രേഖപ്പെടുത്തിയിട്ടുള്ളത് ശ്രദ്ധേയമാണ്.

ജിബ്രാനിലേക്കുള്ള ജോസഫൈന്റെ സന്ദർശനങ്ങൾക്ക് ഒരു കവിതയുടെ എല്ലാ അഭിജാതസൗന്ദര്യവുമുണ്ടായിരുന്നു. ബോസ്റ്റൺ തെരുവുകളിലും നദിക്കരയിലും റെസ്റ്റോറന്റുകളിലും ഇരുവരും സമയബോധമില്ലാതെ കാവ്യഹൃദയങ്ങൾ പങ്കുവച്ചു. കാവ്യാസ്വാദനത്തിന്റെ ചിരപരിചിത സ്നാനഘട്ടങ്ങൾ വിട്ട് അനുരാഗത്തിന്റെ പുഴയിലേക്ക് ഇരുവരും ഒഴുകി. ജോസഫൈനെ പ്രണയിക്കുമ്പോൾ ജിബ്രാന് പതിനാറ് വയസാണ് പ്രായം. പ്രണയം ഒരു കൊടുങ്കാറ്റിന്റെ വന്യസൗന്ദര്യത്തോടെ ഇരുഹൃദയങ്ങളെയും സ്പർശിച്ചു. 'ഞങ്ങൾ പ്രണയിക്കുകയായിരുന്നില്ല; നക്ഷത്രങ്ങളെക്കുറിച്ച് സംസാരിക്കുകയായിരുന്നു. സംസാരിക്കുമ്പോഴെല്ലാം സ്വർണത്തലമുടിയുള്ള ജോസഫൈൻ ഒരു നക്ഷത്രമായി രൂപാന്തരം പ്രാപിക്കുന്ന കാഴ്ച എനിക്ക് അത്ഭുതങ്ങൾ സമ്മാനിച്ചു. ഇതാ ഭൂമിയിലേക്ക്, എന്റെ അടുക്കലേക്ക് ഒരു കാവ്യനക്ഷത്രം വന്നിരിക്കുന്നു' ജിബ്രാന്റെ വാക്കുകൾ ഒരു പ്രണയോന്മാദിയുടെ വാക്കുകൾപോലെ ആർദ്രസുന്ദരമായിരുന്നുവെന്ന് നസീബ് അറിദ രേഖപ്പെടുത്തിയിട്ടുണ്ട്.

പ്രണയം അതിന്റെ അരവിന്ദലോചനങ്ങളിൽ തളിർത്ത പൂമരങ്ങളെ മാത്രം വിരുന്നിനു ക്ഷണിച്ചിരുന്ന കാലം. ജിബ്രാനെഴുതുന്നതിലെന്തും ആത്മാവിൽ നിറഞ്ഞു കത്തുന്ന ഒരു ലഹരി ജോസഫൈൻ കണ്ടെത്തിയിരിക്കും. കൊടുമ്പിരികൊണ്ടിരുന്ന പ്രണയത്തിനിടയ്ക്കെപ്പോഴോ ജിബ്രാന് ജോസഫൈനെ വിട്ട് ലെബനോണിലേക്ക് കപ്പൽ കയറേണ്ടി വന്നു. ലെബനോണിലെത്തിയ ജിബ്രാൻ ജോസഫൈന് അയച്ചിട്ടുള്ള പ്രണയാക്ഷരങ്ങൾക്ക് കണക്കില്ല. പ്രണയാക്ഷരങ്ങൾ പ്രപഞ്ചാനുഭവമായി പരിണമിക്കുന്ന നിരവധി അനുഭവതലങ്ങൾ ഈ പ്രണയക്കുറിപ്പുകളിലെല്ലാമുണ്ട്. 'പാനം ചെയ്യുമ്പോഴെല്ലാം ഞാൻ പ്രാർഥിക്കുകയായിരുന്നു; അവളുടെ അധരദളങ്ങളിൽ ക്ഷതമേൽക്കരുതേ' എന്ന്. ഓരോ പ്രണയക്കുറിപ്പുകൾക്കും ആമുഖമായി ജിബ്രാൻ എഴുതിച്ചേർത്തു.

നാലുവർഷത്തെ വിരഹമവസാനിപ്പിച്ച് ജിബ്രാൻ ബോസ്റ്റണിലെത്തുമ്പോൾ ജോസഫൈൻ തുറമുഖത്ത് കാത്തുനിൽപ്പുണ്ടായിരുന്നു. വാക്കുകൾക്ക് അപ്പുറമുള്ള വികാരാർദ്രമായ ഒരു കാഴ്ചയായിരുന്നു അതെന്ന് ജിബ്രാന്റെ അടുത്ത സുഹൃത്ത് നസീബ് പറയുന്നു. അമ്മയും രണ്ടു സഹോദരങ്ങളും നഷ്ടപ്പെട്ട ജിബ്രാന് ജോസഫൈൻ ഒരു സാന്ത്വനമായിരുന്നു. കടുത്ത വേനൽക്കാലം ജിബ്രാന്റെ ഹൃദയത്തിൽ ഏൽപ്പിച്ച സങ്കടങ്ങളെയെല്ലാം ജോസഫൈന്റെ കാവ്യവചനങ്ങൾ ഒപ്പിയെടുത്തു. "എഴുതാനിരിക്കുമ്പോഴെല്ലാം (ഞാനെഴുതുകയായിരുന്നില്ല) എന്റെ പ്രിയപ്പെട്ടവൾ എന്നെ ചുംബിച്ചുകൊണ്ടേയിരുന്നു. അതുകൊണ്ടായിരിക്കാം എന്റെ പ്രാർഥനകൾ ചുംബനങ്ങളായിത്തീരുന്നത്!" ജിബ്രാൻ എഴുതി.

ജിബ്രാൻ - ജോസഫൈൻ പ്രണയം അതിന്റെ കൽപ്പനകളെ സ്വീക

രിക്കാൻ പലപ്പോഴും തയാറായിരുന്നില്ല എന്ന് ബാർബറാ യംഗ് സൂചിപ്പിക്കുന്നുണ്ട്. സൗത്ത് എൻഡിലെ ചേരികളിലൊന്നിൽ ജീവിതമാരംഭിച്ച ജിബ്രാനും ബോസ്റ്റണിലെ പ്രഭു കുടുംബത്തിൽ നിന്നെത്തിയ ജോസഫൈന്റെയും മുന്നിൽ സാമൂഹിക നിർവചനങ്ങൾ പലപ്പോഴും ചോദ്യചിഹ്നങ്ങളുയർത്തി കാത്തുനിന്നിരുന്നു. എന്നാൽ പ്രണയത്തെ ബോസ്റ്റൺ തെരുവുകളിലേക്ക് കൊണ്ടുവരാൻ ഇരുവരും ധൈര്യം കാണിച്ചിരുന്നു. എന്നാൽ അപ്രതീക്ഷിതമായുണ്ടായ കടുത്ത സാമ്പത്തിക മാന്ദ്യം ജോസഫൈന്റെ കുടുംബത്തെയാകെ തളർത്തിയതോടെ പ്രണയത്തിന്റെയും താളംതെറ്റി. അധികം വൈകാതെ ജോസഫൈന്റെ കുടുംബം ന്യൂഹാംപ്ഷെയറിലേക്ക് പലായനം ചെയ്തു.

കാലങ്ങൾക്കുശേഷം ജോസഫൈൻ കേംബ്രിഡ്ജിലേക്ക് തിരിച്ചുവന്നപ്പോൾ ജിബ്രാൻ വീണ്ടും ജോസഫൈനെ കാണുവാൻ തിടുക്കംകൂട്ടി. പ്രപഞ്ചത്തിൽ കിട്ടാവുന്ന എല്ലാ സുന്ദരവസ്തുക്കളും ചേർത്തുവച്ചാണ് ജിബ്രാൻ ജോസഫൈനെ സ്വാഗതം ചെയ്തത്. പക്ഷേ ജോസഫൈന്റെ വിചിത്ര ഭാവനകൾക്കുമുമ്പിൽ ജിബ്രാൻ നിശ്ശബ്ദനാവുകയായിരുന്നു. ജോസഫൈന് ജിബ്രാനോട് തോന്നിയ 'അപരിചിത'ത്വത്തെ മറികടക്കാൻ ജിബ്രാന് കഴിഞ്ഞില്ല. ജോസഫൈന്റെ പ്രണയനിരാസം ജിബ്രാനെ ഉന്മാദിയാക്കി മാറ്റി. കാലം കൊടുങ്കാറ്റിലേക്ക് വലിച്ചെറിഞ്ഞ മേഘദളംപോലെ ജിബ്രാൻ ബോസ്റ്റൺ തെരുവുകളിലൂടെ പറന്നു നടന്നു. "പ്രണയം ഒരുവനെ ഉന്മാദിയാക്കുന്നു. പ്രണയോന്മാദം ദൈവം ഭൂമിയിൽ നടപ്പിൽ വരുത്തുന്ന ഒരു ചതിക്കുഴിയാണ്-" ഒരുപാട് ഭഗ്നപ്രണയങ്ങൾക്കിപ്പുറം നിന്നുകൊണ്ട് ജിബ്രാൻ ഒരുവേള കുമ്പസരിക്കുകപോലുമുണ്ടായി. അതെ, ഹൃദയത്തിൽ ഒരമ്പുമായി ജനിച്ച ജിബ്രാനിൽ ഉന്മാദത്തിന്റെ പ്രണയദിഗംബരങ്ങൾ പത്മാകാരസദൃശങ്ങളായി വിരിഞ്ഞിരിക്കണം.

11

ഹെർമൻ ഹെസെ

ഹെർമൻ ഹെസെ

സിദ്ധാർഥൻ പറഞ്ഞു: നദിക്ക് ഒരു പാടൊരുപാട് ശബ്ദങ്ങളുണ്ടെന്നത് സത്യമല്ലേ എന്റെ ചങ്ങാതീ? അതിന് ഒരു ചക്രവർത്തിയുടെ ശബ്ദമില്ലേ. ഒരു പോരാളിയുടെ, കാളയുടെ, രാപ്പാടിയുടെ, ഗർഭിണിയുടെ, ദീർഘനിശ്വാസമുതിർക്കുന്ന ഒരു മനുഷ്യന്റെ എന്നല്ല മറ്റൊരായിരം ശബ്ദങ്ങളും അതിനില്ലേ?
അതങ്ങനെയാണ്. വാസുദേവൻ തലകുലുക്കി. എല്ലാ ജീവജാലങ്ങളുടെയും ശബ്ദങ്ങൾ അതിന്റെ ശബ്ദത്തിലുണ്ട്.
നിങ്ങൾക്കറിയാമോ സിദ്ധാർഥൻ തുടർന്നു: അതിന്റെ ആയിരമായിരം ശബ്ദങ്ങൾ ഒരേസമയത്ത് ഒത്തൊരുമിച്ച് കേൾക്കുവാൻ ഒരാൾ പ്രാപ്തനായാൽ അതെന്ത് ശബ്ദമായിരിക്കും?
അത്യധികമായ ആനന്ദത്തോടെ വാസുദേവൻ ചിരിച്ചു. അയാൾ സിദ്ധാർഥനടുത്തേക്ക് കുനിഞ്ഞ് അവന്റെ കാതുകളിൽ ഓംകാരം മന്ത്രിച്ചു. അതേ ശബ്ദം തന്നെയാണ് സിദ്ധാർഥൻ കേട്ടിട്ടുണ്ടായിരുന്നതും.

സിദ്ധാർഥ/1922

'**ഹെ**സ്സെ വായിക്കും മുമ്പ് പുഴയിലേക്കിറങ്ങുക' കാൾയുങ്ങിന്റെ ശിഷ്യനായ ജോസഫ് ബിലാങ് വിളിച്ചുപറഞ്ഞത് ഇപ്പോഴും അണഞ്ഞു പോയിട്ടില്ല. ജോസഫ് ബിലാങ്ങിന്റെ മനോവിജ്ഞാനീയപാഠങ്ങളെ ഉർവരമാക്കിയ മണ്ണാണ് ഹെസെയുടെ എഴുത്തും ജീവിതവും. 1917 ലെ ഒരു വേനൽക്കാലത്തിന്റെ പകലറുതിയിൽ ക്ഷീണിച്ച ശരീരവും രോഗാതുരമായ മനസുമായി ഒറ്റപ്പെട്ട തണലിടങ്ങളിലൊന്നിൽ ഹെസെ തളർന്നിരിക്കുമ്പോഴാണ് ജോസഫ് ബിലാങ് അദ്ദേഹത്തെ പരിചയപ്പെടുന്നത്. മനുഷ്യസ്വാതന്ത്ര്യത്തെ അടിസ്ഥാനമാക്കിയുള്ള പ്രബലമായൊരു ചർച്ചയുടെ ആദ്യ അരങ്ങായിരുന്നു ഇരുവരുടെയും കൂടിക്കാഴ്ച. മനുഷ്യന്റെ സ്വാതന്ത്ര്യം ബാഹ്യമായ ഒന്നല്ലെന്നും ആ സ്വാതന്ത്ര്യത്തിന് ആന്തരികമായൊരു സഞ്ചാരപഥമുണ്ടെന്നും ഹെസെ ആഴത്തിൽ വിശ്വസിച്ചിരുന്ന കാലംകൂടിയായിരുന്നു അത്. നിശ്ശബ്ദതപോലെതന്നെ അളക്കാനും അറിയാനും കഴിയാത്തത്ര ഊർജവേഗങ്ങളാൽ മനുഷ്യമനസ്സ് സമ്പന്നമാണെന്ന ജോസഫ് ബിലാങ്ങിന്റെ നിശിതദർശനം ആദ്യഘട്ടങ്ങളിൽ ഹെസെ ഏറെ പരിക്ഷീണിതനാക്കിയെങ്കിലും പിന്നീട് ആത്മീയാന്വേഷണങ്ങളിൽ ഏറെ മുന്നോട്ടുപോയ ഹെസെയ്ക്ക് വളരെ ആഴത്തിൽ വേരോടിയിട്ടുള്ള മനസിന്റെ താത്വികാടിത്തറ കണ്ടെത്താൻ കഴിഞ്ഞു.

'ഉഭയജീവിതത്തിനേറ്റ മുറിവ്' എന്നാണ് ഹെസെയുടെ മനസിനെ ജോസഫ് ബിലാങ് അടയാളപ്പെടുത്തുന്നത്. ഒരേകാലം ഭൂമിയിലും സമുദ്രത്തിലും ജീവിക്കാൻ കൊതിച്ച ജന്മമായിരുന്നു ഹെസെയുടേത്. ഹെസെയുടെ ആദ്യകാല രചനകളിലൊന്നായ *ഇൻ ദിസ് വേൾഡി*ൽ ജന്മരഹസ്യങ്ങൾ തേടി യാത്രയാകുന്ന ഒരു രാജകുമാരന്റെ കഥ പറയുന്നുണ്ട്. കാറ്റിനെതിരെയാണ് രാജകുമാരൻ കുതിരയോടിക്കുന്നത്. അതിനാൽ കുതിരയ്ക്ക് ഒരു കാട്ടുമൃഗത്തിന്റെ പകയും വിശപ്പും വേഗവുമുണ്ടായിരുന്നു. നൂറ്റാണ്ടുകൾ കടന്ന് രാജകുമാരനും കുതിരയും ഒരു സമുദ്രതീരത്തെത്തുന്നു. തിരമാലകൾ ഒന്നൊന്നായി വന്ന് രാജകുമാരനെ സമുദ്രഹൃദയത്തിലേക്ക് ക്ഷണിക്കുന്നു. സമുദ്രത്തിനുനേരെ കയർത്ത കുതിരയെ ഒരു രാക്ഷസത്തിര വന്ന് അടിച്ച് നിലത്തിടുന്നു. ജന്മരഹസ്യങ്ങളുടെ ദ്വീപസമൂഹങ്ങൾ തേടിയുള്ള സമുദ്രയാനങ്ങൾ ഒരേകാലം ഹെസെയുടെ കൃതികളിൽ ആന്തരികവും ബാഹ്യവുമായ ശോഭ വർധിപ്പിക്കുന്നു. *നെയ്ബേർസി*ന്റെ ആമുഖത്തിൽ 'സമുദ്രം ഭൂമിയിലേക്ക് വലിച്ചെറിഞ്ഞ തോണി' എന്നാണ് ഹെസെ സ്വയം വിശേഷിപ്പിക്കുന്നത്. രണ്ടു ചൂണ്ടുവിരലുകൾക്കിടയിൽ നഷ്ടമാകുന്നതെന്തോ അതാണ് ജീവിതമെന്ന് നിരൂപിച്ച ഹെമിംഗ്‌വേയുടെ നിലപാടിൽനിന്ന് ബഹുദൂരം സഞ്ചരിക്കാനുള്ള പ്രതിഭാസ്വാതന്ത്ര്യം ഹെസെയ്ക്കുണ്ടായിരുന്നു.

ഭൂമിയിലെ ജീവിതം ചോദ്യങ്ങളുടെ ആവർത്തനങ്ങൾകൊണ്ട് മലിനമാക്കപ്പെട്ടതാണെന്ന് ഹെസെ *സ്റ്റെഫൻ വുൾഫി (Steppen Wolf)* ൽ പറയുന്നുണ്ട്. കോപക്ഷോഭമടങ്ങാത്ത ഒരു സമുദ്രത്തിൽ കുടുങ്ങിപ്പോയ ഒരുവൻ നേരിടുന്ന അതേ വ്യഥയും ദുരിതവും *സ്റ്റെഫൻ വുൾഫി*ലെ

ഹാരിഹാലർ അനുഭവിക്കുന്നുണ്ട്. സ്വന്തം ഹൃദയത്തെ ശരീരത്തിൽനിന്ന് പൊളിച്ചെടുത്ത് ഭൂമിയിലെ ചതുപ്പിലേക്ക് വലിച്ചെറിയണമെന്ന് ഹാരി അതികഠിനമായി ആഗ്രഹിക്കുന്നു. 'വേദനകളുടെ തപോവനം' എന്നാണ് ഹൃദയത്തെ ഹാരി വിശേഷിപ്പിക്കുന്നത്. എന്നാൽ ശരീരത്തിനകത്തും പുറത്തും നിൽക്കുന്ന ഹാരി, ഇതിലാരുടെ വേദനകളും ഉൽക്കണ്ഠകളുമാണ് ഒഴിവാക്കേണ്ടത് എന്നതിനെക്കുറിച്ച് സന്ദേഹിക്കുന്നു. സന്ദേഹം ഒരു കടൽപ്പാമ്പിനെപ്പോലെ വളർന്ന് ഹാരിഹാലറിനെ വലിച്ചുമുറുക്കുന്നു. അതോടെ ശരീരത്തിനുള്ളിലെ 'ഞാൻ' എന്ന തോന്നൽ പൂർണമായും നഷ്ടപ്പെടുകയും ശരീരത്തിനു പുറത്തുനിൽക്കുന്ന ഞാൻ കൂടുതൽ സ്വതന്ത്രനാകുകയും ചെയ്യുന്നു. ആശയത്തിനും കർമത്തിനുമിടയിലുള്ള മാനസികമായ കാല (Psychological Time)ത്തിന്റെ സ്വാതന്ത്ര്യ പ്രഖ്യാപനമാണ് ഇതെന്ന് ജോസഫ് ബിലാങ് അടയാളപ്പെടുത്തുന്നത് ശ്രദ്ധേയമാണ്.

ജീവിതകാമനകളുടെ സചിത്രപുസ്തകം ഹൃദയത്തിൽ കൊണ്ടുനടക്കുന്ന ഹാരിഹാലറിന് ഒരു പീഡനയന്ത്രത്തിന്റെ മുഖമാണുള്ളത്. അമ്പതുവയസുകഴിഞ്ഞെങ്കിലും അയാളുടെ ബൗദ്ധികയാത്രകൾ ഒരിക്കൽപ്പോലും അയാളെ ക്ഷീണിപ്പിക്കുന്നതായി നോവലിൽ സൂചനകളില്ല. ഭ്രാന്തന്മാർക്കുവേണ്ടി ഹാരിഹാലർ എഴുതിയ ചെറുനോവൽ അയാൾക്കുള്ളിലെ ചെന്നായയും മനുഷ്യനും കണ്ടുമുട്ടുന്ന ഉജ്ജ്വലമുഹൂർത്തങ്ങളൊന്നിൽ നിന്നാണ് സമാരംഭിക്കുന്നത്. ഉപദേശങ്ങൾക്കും ശാസനകൾക്കും ഹാരിഹാലറിനെ ഭയമായിരുന്നു. ഒരു കാട്ടുമൃഗത്തിന്റെ വേഗതയും കിതപ്പും അയാളുടെ നിശ്ശബ്ദതയെ പലപ്പോഴായി തകർത്തെറിഞ്ഞിട്ടുണ്ട്. ദുരിതവും ആപൽക്കരവുമായ യാത്രകൾക്കിടയിൽവച്ചാണ് ഹാരിഹാലർ ഒരു ശുദ്ധസംഗീതം ആദ്യമായി കേൾക്കുന്നത്. ഭൂമിയിൽനിന്ന് തികച്ചും ഒറ്റപ്പെട്ട ഭംഗിയുള്ള ഒരു സ്ഥലത്തുനിന്നാണ് സംഗീതം ഒഴുകിവന്നതെന്ന് അയാൾ തിരിച്ചറിയുന്നു. മങ്ങിയ വെളിച്ചത്തിന്റെ പേലവഭംഗി അയാൾക്കുള്ളിലെ ചെന്നായെ കൂടുതൽ അനുസരണയുള്ളവനാക്കി. അയാൾക്കുള്ളിലെ പുരുഷൻ സംസ്കാരചിത്തനും കാൽപ്പനികനുമായി പരിണമിച്ചു. സംഗീതശാലയിൽവച്ച് പരിചയപ്പെട്ട സുന്ദരിയായ ഹെർമയിനുമായി അയാൾ നൃത്തശാലയിലേക്ക് കടക്കുന്നതോടെ അയാൾക്കുള്ളിലെ ചെന്നായ് മാൻപേടയായി മാറുന്നു. ഹെർമയിയിലൂടെ അയാൾ മേരിയുടെ ശരീരം ക്ഷണിക്കുന്ന ഉത്സവകാലങ്ങളിലേക്ക് എത്തപ്പെടുകയും ഒരു പർവതം സമുദ്രത്തിലലിഞ്ഞ് ഇല്ലാതാകുന്നതുപോലെ അവളിൽ വിലയംകൊള്ളുകയും ചെയ്യുന്നു.

ഇവിടെ യുങ് മുന്നോട്ടുവയ്ക്കുന്ന അബോധമനസിന്റെ അക്ഷീണയാനം ഹാരിഹാലറിന്റെ ജീവിതത്തിന് പുതിയ ദ്വീപുകൾ സമ്മാനിക്കുന്നുണ്ട്. സാധാരണ മനുഷ്യനെയും എഴുത്തുകാരനെയും വിവിധ ആംഗിളുകളിൽ ഷൂട്ട് ചെയ്ത് എഡിറ്റിങ്ങിന് വിധേയമാക്കുമ്പോൾ പ്രത്യക്ഷമാകുന്ന ചലനവൈവിധ്യം നമുക്കിവിടെ പുതിയ ദർശനമാകുന്നു. ഹെസ്സെ

യിലെ എഴുത്തുകാരൻ നേരിടുന്ന തീക്ഷ്ണമായ പരിണാമം അബോധ മനസിലൂടെ സംഭവിക്കുന്ന ഒന്നാണ്. ജീവിതത്തിന്റെ പുതിയ സാധ്യത കളിലേക്ക് ഹെസെ തുറന്നിടുന്ന സരണികൾ പൂർണമായും അബോധ മനസിന്റെ കൽപ്പനകൾക്കനുസരിച്ചാണ്. നോവലാരംഭത്തിൽ നാം കണ്ടു തുടങ്ങുന്ന ഹാരിഹാലറിൽ അമാനുഷികമായ യാതൊരു അടയാളങ്ങ ളുമില്ല. അമ്പതുവയസുള്ള ഒരാളിൽനിന്ന് അത്തരമൊരനുഭവം പ്രതീക്ഷി ക്കാനും നാം ആദ്യമൊന്നറയ്ക്കും. എന്നാൽ ഹാരിഹാലറിനെ പരിചയ പ്പെട്ട് അൽപ്പദിവസങ്ങൾക്കുള്ളിൽ അയാൾ ലോഡ്ജിൽനിന്ന് അപ്രത്യ ക്ഷനാകുന്നതോടെ നമ്മുടെ അസ്വസ്ഥത വളർന്നുതുടങ്ങുന്നു. അയാ ളിൽ ആദ്യം കണ്ട ശാന്തത പിന്നീട് അത്ഭുതത്തിലേക്കും ഭയത്തിലേക്കും നമ്മെ വഴി നടത്തുന്നു. ബോധമനസ്സ് സഞ്ചരിക്കാൻ അധൈര്യപ്പെടുന്ന വനസ്ഥലികളിലൂടെ അയാളുടെ അബോധമനസ്സ് സഞ്ചരിക്കാൻ കഠിന മായി ഇച്ഛിക്കുന്നു. മനസിന്റെ ആഴങ്ങളിൽനിന്ന് ഹെസെയ്ക്ക് ലഭിച്ച അബോധാനന്ദത്തിന്റെ അതേ ചിറകുകൾ ഹാരിഹാലറിനും മേരിയായ് ക്കും പാബ്ലോയ്ക്കുമായി തുന്നിച്ചേർക്കപ്പെടുന്നുണ്ട്.

ഇവിടെയെല്ലാം ഹെസെയുടെ തന്നെ നായക-പ്രതിനായക വ്യക്തി ത്വങ്ങൾ തമ്മിലുള്ള സംഘട്ടനങ്ങളും സമവായങ്ങളും സ്വച്ഛശാന്തിയു മാണ് ഇതൾ വിടർത്തുന്നത്. പൗലോ കൊയ്‌ല *ബ്രിദ*യുടെ ആമുഖ ത്തിൽ പറയുംപോലെ നടുമ്പോഴും (to plant) നിർമിക്കുമ്പോഴും (to build) സർഗാത്മകതയ്ക്ക് സംഭവിക്കുന്ന രൂപഭാവപരിണാമങ്ങൾ എഴു ത്തുകാരനിലൂടൂർന്ന് കഥാപാത്രങ്ങളിലേക്ക് സംക്രമിക്കുന്നു. എഴുത്തു കാരനെയും കഥാപാത്രങ്ങളെയും വേർതിരിക്കാനാകാത്ത വിധത്തിൽ മൂന്നാമതൊരു സമുദ്രം വായനക്കാരുടെ മനസുകളിൽ രൂപംകൊള്ളുന്നു. ഇവിടെ കലയുടെ നിറയൊഴിക്കലിന്റെ ആരവമല്ല ഉയർന്നുകേൾക്കുന്നത്. ദിവാസ്വപ്നം തന്നെയാണ് നമുക്ക് കാണാനാകുന്നത്.

II

ദ്വന്ദ്വവ്യക്തിത്വത്തിൽ അധിഷ്ഠിതമായ ജീവിതത്തിന്റെ സ്വയം നവീ കരിച്ച മാതൃകകൾ കുട്ടിക്കാലം മുതൽക്കേ ഹെസെയിൽ പ്രത്യക്ഷപ്പെട്ടു തുടങ്ങിയിരുന്നു. സഭാചരിത്രകാരനായ പിതാവിന്റെ കടുത്ത ജീവിത നിർവചനങ്ങളുടെ തടങ്കൽപ്പാളയത്തിനുള്ളിൽനിന്ന് പുറത്തുകടക്കാനാ യിരുന്നു ഹെസെ ആദ്യം മുതലേ ആഗ്രഹിച്ചിരുന്നത്. *ദി പ്രോഡ്ജി (The Prodigy)* യിൽ വരണ്ടുണങ്ങിയ ഭൂതകാലത്തെക്കുറിച്ച് ഹെസെ എഴു തുന്നു: “എനിക്ക് ജീവിച്ചുതീർക്കേണ്ടത് രണ്ടു ജന്മമായിരുന്നു. പിതാവ് സമ്മാനിച്ച അകാൽപ്പനികമായ ലോകവും അതിനപ്പുറത്തെ കാൽപ്പനിക ലോകവും. എന്റെ ദൂരങ്ങൾ ആരോഗ്യമുള്ളതായിരുന്നെങ്കിലും ഞാൻ തികച്ചും അനാരോഗ്യവാനായിരുന്നു.” പിതാവിന്റെ നിർബന്ധപ്രകാരം മോൽ ബ്രോണിയ സെമിനാരിയിൽ ഹെസെ എത്തപ്പെട്ടെങ്കിലും പാര മ്പര്യത്തിലധിഷ്ഠിതമായ ദൈവശാസ്ത്രപാഠങ്ങൾ അദ്ദേഹത്തെ തൃപ്തി

ദി പ്രോഡ്ജി

പ്പെടുത്തിയില്ല. അവിശ്വാസത്തിന്റെ നീതിരഹിതമായ ആഴങ്ങളിലേക്ക് വീഴാതെ, അത്ഭുതകരമായി രക്ഷപ്പെട്ട ഹെസെ മനുഷ്യമനസിന്റെ സ്വാതന്ത്ര്യത്തെക്കുറിച്ചും ആത്മാന്വേഷണങ്ങൾക്കുമായി ദീർഘയാത്രകളിൽ ഏർപ്പെട്ടു. കാല (Time)ത്തിനും സ്ഥല (Space)ത്തിനുമിടയിൽ കുടുങ്ങിപ്പോയ ലോകനിയതിയെക്കുറിച്ചുള്ള ആകുലതകൾ അക്കാലത്ത് ഹെസെ എഴുതിയ കവിതകളിൽ തെളിഞ്ഞുകാണാം. പൗരസ്ത്യ ജീവിതദർശനങ്ങൾതേടി ഹെസെ പിൽക്കാലത്ത് നടത്തിയ ആത്മാന്വേഷണങ്ങളുടെ പ്രഭവകേന്ദ്രം കൂടിയായിരുന്നു ഈ കവിതകൾ.

എമിൻസിംക്ലയറിന്റെ ജീവിതം പറയുന്ന *ഡെമേൻ (Demian)* ഹെസ്സെയുടെ ആത്മാന്വേഷണങ്ങളിൽനിന്നുയർന്നുവന്ന ഗിരിശിരസ്സാണ്. താഴ്‌വാരങ്ങളിൽനിന്ന് പർവതമുനയിലേക്ക് കയറിപ്പോകുന്ന ഒരു തീർഥാടകന്റെ സമർപ്പിത ചേതസ്സിന്റെ അകംപൊരുൾ *ഡെമേനി*ന്റെ അന്തസ്സിനെ ഉയർത്തിക്കാട്ടുന്നു. ത്രികാലങ്ങൾ മാറിമാറി ഭരിക്കപ്പെടുന്ന ഒരൊഴുക്കിന്റെ ആഴക്കാഴ്ച ആദ്യം നമ്മെ ഭയപ്പെടുത്തുകയും പിന്നീട് അമിതമായി സ്നേഹിക്കുകയും ചെയ്യുന്നു. ഒരേകാലം രണ്ടു ഹൃദയങ്ങളുമായി ജീവിക്കേണ്ടിവന്ന എമിൻസിംക്ലയറിന്റെ വികാരവിചാരങ്ങൾക്ക് പ്രത്യക്ഷത്തിൽ ഹെസെയുമായി അധികം ദൂരമില്ല. രണ്ടുപേരും ഒരേകാലം രണ്ടുലോകങ്ങളിൽ ജീവിക്കാൻ വിധിക്കപ്പെട്ടവരും ധൈര്യപ്പെട്ടവരുമാണ്. പിതാവ് മുന്നോട്ടുവയ്ക്കുന്ന ക്രിസ്തീയ ദൈവരാജ്യം നീതിയുടെയും സ്നേഹത്തിന്റെയും ഉദാത്തമായ ഒരരങ്ങാണെങ്കിലും അവിടെ ജീവിതമെന്നൊന്നില്ല എന്ന് പത്തുവയസുകാരൻ സിംക്ലയർ വേദനയോടെ തിരിച്ചറിയുകയും ഈ ലോകത്തിനുപുറത്തുള്ള സ്വാതന്ത്ര്യത്തിന്റെ (ലൈംഗിക സ്വാതന്ത്ര്യം ഉൾപ്പെടെയുള്ള) രുചികൾ തേടാൻ അതിയായി ആഗ്രഹിക്കുകയും ചെയ്യുന്നു. പിതാവ് തനിക്ക് സമ്മാനമായി നൽകിയ ദൈവത്തെ സിംക്ലയർ തെരുവിലേക്ക് വലിച്ചെറിയുകയും തന്റെ ഇച്ഛകൾക്കൊത്ത് പ്രവർത്തനസന്നദ്ധനാകുന്നൊരു ദൈവത്തെ നിർമിക്കുകയും ചെയ്യുന്നു. പ്രത്യക്ഷത്തിൽ സ്വാർഥതയുടെതായ ഒരു വ്യാഖ്യാനം ദൈവനിർമിതിയിലൂടെ വായിച്ചെടുക്കാമെങ്കിലും അതിനപ്പുറത്തേക്ക് സിംക്ലയർ തുറന്നിടുന്ന അതിവിശാലമായൊരു പ്രപഞ്ചമുണ്ട്. സർവസ്വാതന്ത്ര്യത്തിന്റെ താഴ്‌വാരങ്ങൾ നിറഞ്ഞ പ്രപഞ്ചത്തിലെ ജീവവസ്തുക്കളെല്ലാം ഏകകേന്ദ്രീകൃതമായ ആത്മബോധത്തിൽ മുങ്ങിനിവർന്നവരാണ്. നോവൽ മുന്നോട്ടുവയ്ക്കുന്ന

ആശയതലം ആത്മജ്ഞാനപ്രകാശിതമായ കാലത്തിന്റെ പുനർനിർമിതിയാണ് ലക്ഷ്യം വയ്ക്കുന്നത്. 'കാലത്തിന്റെ പുനർനിർമിതി'യെന്ന് *ഡെമേനെ* തോമസ്മൻ വിശേഷിപ്പിക്കുന്നതിലൂടെ പ്രവാചക സദൃശ്യമായ പ്രകാശവർഷം അതിൽ ഒഴുകിപ്പരക്കുന്നത് നമുക്ക് അനുഭവവേദ്യമാകുന്നു.

ദൈവത്തെ നിർമിക്കുകയും ആദരിക്കുകയും ചെയ്യുന്നതുപോലെ തന്നെ അപകടകരമായ ഒരു ദൗത്യത്തിലേക്കാണ് സിംക്ലയർ പിന്നീട് പ്രവേശിക്കുന്നത്. 'ഇരുളിൽനിന്ന് വെളിച്ചത്തിലേക്ക് കടക്കുന്ന ഒരു നിമിഷം' എന്ന ഉപനിഷദ്സത്താസദൃശ്യമായ ഒരനുഭവത്തിലേക്കാണ് സിംക്ലയർ ഗുരുവിനെത്തേടി പുറപ്പെടുന്നത്. ഓരോ ഗുരുവും ജ്ഞാനചക്ഷുഃസുകൾക്കും ഇന്ദ്രിയങ്ങൾക്കും അതീതമായ ഓരോ സമുദ്രമാണെന്ന് സിംക്ലയർ തിരിച്ചറിയുന്നു. ഗുരുപരമ്പരകളുടെ ഒഴുക്കിൽനിന്ന് ശുദ്ധിനേടി യാത്ര തുടരുമ്പോഴും യഥാർഥഗുരുവിനെ താനിനിയും കണ്ടെത്തിയിട്ടില്ലെന്നോർത്ത് സിംക്ലയർ പരിതപിക്കുന്നുണ്ട്. ഒടുവിൽ ശരീരത്തിനു പുറത്തുനിന്ന് മനസെന്ന യഥാർഥഗുരുവിനെ സിംക്ലയർ കണ്ടുമുട്ടുന്നു. അതോടെ പരമമായ ശാന്തിയുടെ ആനന്ദം ഇന്ദ്രിയങ്ങളിലൂടെ അയാളിലേക്ക് പടർന്നുകയറുന്നു. *ജെർട്രൂഡി (Gertrude)*യിലും *റോസാൾഡെ (Rosshalde)*യിലും ഇത്തരം ആത്മീയാന്വേഷണങ്ങളുടെ ശക്തമായ നീരൊഴുക്കുകൾ കാണാം. *ക്ലിങ്സ്റ്റോർസ് ലാസ്റ്റ് സമ്മർ* എന്ന നോവലിലൊരിടത്ത് ഹെസ്സെ എഴുതുന്നു:

ജെർട്രൂഡ്

> തൃഷ്ണകളിൽനിന്നാണ് ജീവിതനദി പ്രഭവംകൊള്ളുന്നത്. ആത്മാവിലേക്ക് തിരിയുന്ന ഒരൊറ്റവഴി. ആ വഴിയേ നടന്നുകയറുമ്പോൾ ആകാശവും ഭൂമിയും ഒരേ നേർരേഖയിൽ വരുന്നു. നക്ഷത്രങ്ങൾ ഭൂമിയോട് ചേർന്നു നിൽക്കുന്നു. ജ്യോതിർഗോളങ്ങൾ ഭൂമിയോട് സ്വകാര്യം പറയുന്നു. മനുഷ്യമനസ്സ് ഒരു മേഘദളമായ് ഒഴുകിനടക്കുന്നു.

അസീസിയായിലെ ഫ്രാൻസിസും ശ്രീബുദ്ധനും മുന്നോട്ടുവച്ച ആധ്യാത്മികതാ സ്വാതന്ത്ര്യത്തിന്റെ പതാകാവാഹകനായിരുന്നു ഹെസെ. "ഷോപ്പൻ ഹോവറും ഫ്രെഡറിക് നീത്ഷെയും ജേക്കബ് ബർക്കും ഹാർഡ്റ്റും ചേർന്ന് ചവിട്ടിക്കുഴച്ച മണ്ണിൽ ഞാനെന്റെ വിത്തിടുന്നു"വെന്ന് പിൽക്കാലത്ത് ഹെസെ തുറന്നെഴുതിയത് ശ്രദ്ധേയമാണ്.

ഹെസെയുടെ സർഗചേതസ്സിൽ ഒഴുകിപ്പരന്ന ആധ്യാത്മിക ശുദ്ധീകരണം ആദ്യം തിരിച്ചറിഞ്ഞതും അതിനെക്കുറിച്ച് സുദീർഘമായി എഴുതിയതും തോമസ്മന്നാണ്. ഗൊയ്ഥേയുടെ *ദ സോറാസ് ഓഫ് യങ് വെതറി*നൊപ്പം വീഥി പങ്കിടുന്ന കൃതികൾ എന്നാണ് ഹെസെയുടെ കൃതികളെക്കുറിച്ച് തോമസ്മൻ അഭിപ്രായപ്പെട്ടിട്ടുള്ളത്. ജീവിതത്തിന്റെ പരുക്കൻ പ്രലോഭനങ്ങളിൽനിന്ന് അത്ഭുതകരമായി രക്ഷപ്പെട്ട ഹെസെയുടെ കഥാപാത്രങ്ങൾക്കെല്ലാം പ്രത്യക്ഷത്തിൽ ഒരേ രൂപമാണുള്ളത്. വില്യം ബാരറ്റ് പറയുംപോലെ, "ആത്മാന്വേഷണങ്ങളിൽ ഇവർ ഒരു കപ്പലിൽ യാത്ര ചെയ്യുന്നവരും ഒരേ തുറമുഖത്തിൽ ഇറങ്ങുന്നവരുമാണ്" എന്നാണ്. എന്നാൽ ഈ കഥാപാത്രങ്ങൾ തുറമുഖത്തേക്ക് എത്തുന്ന വഴികൾ വിചിത്രവും ആപൽക്കരങ്ങളുമാണ്. *ഡെമേനി*ലെ എമിൻ സിംക്ലയറും *സ്റ്റെഫൻ വുൾഫി*ലെ ഹാരിഹാലറും *ദ ഗ്ലാവ് ബീഡ് ഗെയിം*മിലെ ജോസഫ് നെഷ്റ്റ്സും പ്രായത്തിലും വളർച്ചയിലും വേഗതയിലും തുല്യരാണെങ്കിലും കാലത്തിന്റെ വിവിധ ദിശകളിൽനിന്നാണ് ഇവർ നഗരരായി കടന്നുവരുന്നത്.

ഇരുപത്തിമൂന്നാം നൂറ്റാണ്ടിൽ സ്റ്റാലിയ എന്ന സ്ഥലത്തിന്റെ വെന്തുമലർന്ന അസ്തമയകാന്തിയിൽനിന്നാണ് ജോസഫ് നെഷ്റ്റ് വരുന്നത്. ഭൂതകാലത്തിന്റെ തണുത്ത മനസ്സ് വർത്തമാനകാലത്തും നെഷ്റ്റ് പേറുന്നുണ്ട്. എന്നാൽ അയാൾക്ക് ഭാവിയോട് കയർക്കണമെന്നും ചോദ്യങ്ങളിലൂടെ ഭാവിയുടെ അന്തസ്സ് തകർക്കണമെന്നും ഉൽക്കടമായ ആവേശമുണ്ട്. ഭാവിയുടെ മാനിഫെസ്റ്റോ അയാളുടെ നെഞ്ചിൽക്കിടന്ന് പിടയ്ക്കുന്നു. അതയാൾക്ക് പുതിയ നൂറ്റാണ്ടിനു മുമ്പിൽ ഉയർത്തിക്കാണിക്കണമെന്നുണ്ട്. മതവും കലയും സംഗീതവുമൊക്കെ ചേർന്ന് ഉദാത്തമായൊരു സിംഫണി തീർക്കുന്ന മാനിഫെസ്റ്റോ ഏകാന്തതകളിൽ അയാൾ ആസ്വദിക്കുന്നുപോലുമുണ്ട്. സിംക്ലയറിന്റെ ലോകവും ഹാരിഹാലറിന്റെ ലോകവും ലക്ഷ്യം വയ്ക്കുന്നത് മുക്തിയുടെ സ്വതന്ത്രവീഥികളെ തന്നെയാണ്. വില്യം ബാരറ്റ് എഴുതിയതുപോലെ "ഒരർഥത്തിൽ ഹെസെയുടെ ആന്തരികയാത്രകളുടെ വിവിധ ഘട്ടങ്ങളിൽനിന്ന് കണ്ടെടുത്ത എഴുത്തുകാരന്റെ ആത്മീയ പരിണാമങ്ങൾ തന്നെയാണ് അയാളുടെ കഥാപാത്രങ്ങൾ."

III

കഥാപാത്രസൃഷ്ടിയിലും ആത്മാന്വേഷണ തൃഷ്ണകളിലും ഹെസെയുടെ ധ്യാനാത്മകത പത്മാകാരസദൃശ്യമായ ഒരനുഭവം പങ്കുവയ്ക്കുന്ന കാഴ്ച *സിദ്ധാർഥ*യിൽ കാണാം. മനസിൽനിന്ന് നഭസ്സിലേക്ക് ഹെസെ പണിത പാലം എന്നാണ് സിദ്ധാർഥയെ നിരൂപകർ വിശേഷിപ്പിക്കുന്നത്. ഇന്ത്യൻ മിസ്റ്റിസിസത്തിന്റെ ധ്യാനാനന്ദത്തിൽ അഭിരമിച്ച ആത്മാന്വേഷണങ്ങളിൽനിന്നാണ് സിദ്ധാർഥ പ്രഭവംകൊള്ളുന്നത്. മനസ്സ്-ശരീരം-ആത്മാവ് എന്നീ മാർഗങ്ങളിലൂടെ ഗൗതമബുദ്ധനുള്ളിൽ

ജന്മംകൊണ്ട പ്രതിനായകസങ്കൽപ്പത്തെ യാഥാർഥ്യമാക്കുകയാണ് *സിദ്ധാർഥ*യിലൂടെ ഹെസെ. കൊട്ടാരം വിട്ടിറങ്ങിയ സിദ്ധാർഥ രാജകുമാരനിൽനിന്ന് ഗൗതമബുദ്ധനിലേക്കുള്ള ദൂരത്തിനിടയിലെവിടെയോവച്ച് ബുദ്ധൻ അനിവാര്യമായൊരു മടക്കയാത്ര ആഗ്രഹിച്ചിരുന്നുവെന്നതിന്റെ ശുഭസൂചനയാണ് 'സിദ്ധാർഥൻ' എന്ന പ്രതിനായകസൃഷ്ടി.

സിദ്ധാർഥ ആരംഭിക്കുന്നത് കടുംനിറങ്ങൾ കൊണ്ടലങ്കരിച്ച ഏകാന്തതയിൽനിന്നാണ്. സമർഥനും സുന്ദരനുമായ സിദ്ധാർഥന് വീടിനകം മരുഭൂമിപോലെ ചുട്ടുപൊള്ളുന്നതായിരുന്നു. വെയിലേറ്റ് നരച്ച തോണികളും വിളറിവെളുത്ത വനങ്ങളും അത്തിമരങ്ങളുടെ പഴുത്തിലകളും പ്രത്യക്ഷത്തിൽ സിദ്ധാർഥന് തണൽ വിരിച്ചെങ്കിലും അതെല്ലാം ഉഷ്ണകാല നിനവുകൾപോലെ ഹൃദയത്തിനേറ്റ മുറിവുകളായിരുന്നു. സിദ്ധാർഥന്റെ ഏക തണലിടം കളിക്കൂട്ടുകാരനായ ഗോവിന്ദനായിരുന്നു. ഗോവിന്ദന്റെ ബാഹുക്കൾ എല്ലായ്പ്പോഴും സിദ്ധാർഥന് മുകളിൽ സാന്ത്വനത്തിന്റെ ഒരാകാശം ഒരുക്കിയിരുന്നു. സിദ്ധാർഥന്റെ മനഃക്ലേശത്തിന് ലഭിച്ച ഒരൗഷധമായിരുന്നു ഗോവിന്ദൻ. സിദ്ധാർഥന്റെ മിഴികൾ, നടത്തം, ചലനങ്ങൾ, വാക്കുകൾ, പ്രവൃത്തികൾ എല്ലാം ഗോവിന്ദന് ഇഷ്ടമായിരുന്നു. സിദ്ധാർഥന്റെ മാർഗത്തെ പിന്തുടരുകയാണ് തന്റെ ജീവിതലക്ഷ്യമെന്ന് ഗോവിന്ദൻ എത്രയോ രാപ്പകലുകളിൽ തിരിച്ചറിഞ്ഞിട്ടുമുണ്ട്. എന്നാൽ, ഏകാന്തവും അപകടകരവുമായ ഒരു വഴി, അത് കാലത്തിനും ചരിത്രത്തിനും ഇടയിലൂടുള്ള ഒരൊറ്റവഴിയാകണമെന്ന് ശഠിച്ചതിന്റെ ഉറച്ച തീരുമാനമാണ് സിദ്ധാർഥനെ ഗോവിന്ദനിൽനിന്ന് അകറ്റി നടത്തിയത്. നായകനിൽനിന്ന് പ്രതിനായകനിലേക്കുള്ള മാനസികമായ കാലത്തിന്റെ വഴിമാറിനടപ്പായിരുന്നു അത്. നോവലാരംഭത്തിൽ ഹെസെ അവതരിപ്പിക്കുന്ന ഏകാന്തത, യുദ്ധത്തിനു മുമ്പുള്ള ശാന്തതപോലെ നമുക്ക് ഒരേകാലം പ്രിയങ്കരമാവുകയും ഭയാനകമാവുകയും ചെയ്യുന്നത് അതുകൊണ്ടാണ്.

ആത്മശാന്തിക്കുവേണ്ടിയാണ് സിദ്ധാർഥൻ വീടുവിട്ടിറങ്ങിയത്. ശ്രമണരുടെ സംഘത്തെ കണ്ട സിദ്ധാർഥൻ അവരിൽ ആകർഷണീയനാകുകയും ഒപ്പംചേരുകയും ചെയ്യുന്നു. പിതാവിന്റെ വാക്കുകൾക്കുമേൽ അവൻ നിഷേധത്തിന്റെ കനൽ വാരിയെറിയുന്നു. അവൻ ഗോവിന്ദനുമൊത്ത് സന്യാസികൾക്കൊപ്പം ദീർഘയാത്ര ചെയ്യുന്നു. കഠിനസാധനകൾ, ഉപവാസം, ശരീരപീഡകൾ എന്നിവയിലൂടെ അവൻ ദാഹം തീർക്കാൻ ശ്രമിക്കുന്നു. എന്നാൽ ഏകാഗ്രചിത്തം അവനിൽനിന്ന് വളരെ അകലെയായിരുന്നു. സിദ്ധാർഥന്റെ ധ്യാനം ആറിത്തണുത്ത സായാഹ്നംപോലെ വിവർണമായിരുന്നു. ശിഥിലമനസോടെയാണ് സിദ്ധാർഥൻ ഗൗതമബുദ്ധനെ കാണാനെത്തുന്നത്. ജേതവനത്തിൽ വിശ്രമിക്കുന്ന ഗൗതമബുദ്ധന്റെ ധ്യാനമിഴികൾ ഗോവിന്ദനെ കവർന്നെടുക്കുന്ന കാഴ്ച കണ്ട് അവന്റെ ഹൃദയം വേദനിക്കുന്നില്ല. "നീ ഇപ്പോൾ വ്യക്തിത്വമുള്ളവനായിത്തീർന്നിരിക്കുന്നു"വെന്നു പറഞ്ഞ് ഗോവിന്ദനെ സിദ്ധാർഥൻ

അനുമോദിക്കുന്നു. ഇത് ക്ഷണികവും നിസ്സാരവുമായ ഒരു അനുമോദന മുഹൂർത്തമായിരുന്നില്ല. വിമോചനത്തിന്റെയും തിരസ്കാരത്തിന്റെയും ആദ്യകലാപമായിരുന്നു അത്. രണ്ടു സുഹൃത്തുക്കൾ വ്യത്യസ്ത മാർഗങ്ങളിലേക്ക് കടക്കുംമുമ്പുള്ള ശാന്തത കൊടുങ്കാറ്റിനെക്കാൾ തീവ്രമായിരുന്നു. ഗോവിന്ദനെ ക്ഷണനേരംകൊണ്ട് സിദ്ധാർഥന് പിരിയാൻ കഴിഞ്ഞുവെങ്കിൽ ഗോവിന്ദന് സിദ്ധാർഥനെ പിരിയാൻ ദിവസങ്ങൾതന്നെ വേണ്ടിവന്നു. അതൊരു പെരുമ്പാമ്പിന്റെ വിശ്രമംപോലെ സുദീർഘമായിരുന്നു.

ഗൗതമബുദ്ധന്റെ ആത്മസംഘർഷസ്ഥലികളിൽനിന്ന് പൊട്ടിയൊഴുകിയ നീരൊഴുക്കുകളായിരുന്നു സിദ്ധാർഥനും ഗോവിന്ദനും. സിദ്ധാർഥൻ ബുദ്ധഗിരിയിൽനിന്ന് താഴ്വാരത്തേക്കൊഴുകിയപ്പോൾ ഗോവിന്ദൻ പ്രഭവധ്യാനത്തിൽത്തന്നെ ലയിച്ചുചേരുന്നു. മിത്തുകളിൽ അകപ്പെട്ടുപോയ ഗൗതമബുദ്ധന് സംഘർഷങ്ങളുടെ കാര്യകാരണങ്ങളില്ല. എന്നാൽ സത്യാന്വേഷിയായ ഗൗതമബുദ്ധന് തൃഷ്ണകളുടെയും പ്രതീക്ഷകളുടെയും ഒരു പ്രപഞ്ചദർശനമുണ്ടായിരുന്നു. ഇവിടെ സത്യാന്വേഷണയാനത്തിനിടയിൽ നേരിടേണ്ടിവന്ന ചോദ്യശരങ്ങളെ വീറോടെ പൊരുതിജയിക്കുവാനുള്ള ആത്മജ്ഞാനം ഗൗതമബുദ്ധന് ഇല്ലായിരുന്നു. പരിപാകമാകാത്ത ചിത്തം, ക്രമാനുഗതമായി വളർന്നുവന്ന വിരക്തി, വിഘ്നങ്ങളുടെയും ഭയത്തിന്റെയും ഇരിപ്പിടമാണ് ഗൃഹം എന്ന തിരിച്ചറിവിനെ തുടർന്നുണ്ടായ ഗൃഹപരിത്യാഗം, ജര, രോഗം, മരണം, പുനർജന്മം ഇത്യാദികളിൽ ബദ്ധനായിരിക്കുമ്പോൾ അപ്രകാരം ബദ്ധങ്ങളായ അവസ്ഥകളിൽ ആസക്തനായിരിക്കുന്നത് ശരിയല്ലെന്നുള്ള വിചാരം ഇതെല്ലാം ഒരേ ചിത്തത്തിൽനിന്ന് പ്രഭവംകൊള്ളുന്ന വിരുദ്ധവിചാരങ്ങളുടെ അടയാളങ്ങളാണ്. ഇത്തരം അനുഭവങ്ങളുടെ ശിഥിലബോധം ഗൗതമബുദ്ധന്റെ ഹൃദയത്തെ കൂടുതൽ ദുർബലമാക്കിയിരിക്കണം. ഇതിൽനിന്നുണ്ടായ സ്ഫോടനമാണ് ഗൗതമബുദ്ധനിൽനിന്ന് കലഹിച്ച് പുറത്തേക്കിറങ്ങുന്ന സിദ്ധാർഥൻ.

ഗൗതമബുദ്ധന്റെ ജീവിതത്തിൽ എപ്പോൾ വേണമെങ്കിലും നടന്നേക്കാവുന്ന ഒരു സ്ഫോടനമായിരുന്നു ഈ കലഹം. ബുദ്ധഭിക്ഷുവിൽനിന്ന് മഞ്ഞവസ്ത്രം സ്വീകരിച്ച് ഗോവിന്ദൻ സംഘത്തിൽ ചേരുന്ന നിമിഷം മുതൽ സിദ്ധാർഥന്റെ അസ്വസ്ഥത നിയന്ത്രണാതീതമായിത്തീരുന്നു. ഏതു മാർഗം സ്വീകരിക്കണമെന്ന സന്ദേഹശരങ്ങളേറ്റ് സിദ്ധാർഥൻ കൂടുതൽ പരിക്ഷീണിതനാകുന്നു. എന്നാൽ മായാപ്രപഞ്ചത്തെയും ദുഃഖത്തിൽനിന്നുള്ള മോചനമാർഗത്തെയുംപറ്റി ബുദ്ധൻ നൽകിയിട്ടുള്ള ഉപദേശങ്ങൾക്ക് നേരെ സിദ്ധാർഥൻ ആഞ്ഞടിക്കുന്നു. ബുദ്ധന്റെ തത്വങ്ങൾ ഒരിടത്ത് മുറിഞ്ഞുപോയിട്ടുണ്ടെന്നും മുക്തിയെക്കുറിച്ച് പുതിയതായൊന്നും ബുദ്ധതത്വങ്ങളിലില്ലെന്നും സിദ്ധാർഥൻ വാദിക്കുന്നു. സിദ്ധാർഥന്റെ ആയുധങ്ങളെ മധുരമായ പുഞ്ചിരികൊണ്ടാണ് ഗൗതമബുദ്ധൻ നേരിടുന്നത്. തത്വങ്ങളെ ഉപദേശങ്ങളായി സ്വീകരിക്കപ്പെടേണ്ടതില്ലെന്നും

ജ്ഞാനത്തിനുവേണ്ടി ദാഹിക്കുന്നവർക്കുള്ള ശമനിയായി പ്രപഞ്ചരഹസ്യങ്ങൾ വെളിവാക്കിക്കൊടുക്കടുകയല്ല അവയുടെ ഉദ്ദേശ്യമെന്നും യാതനകളിൽനിന്നുള്ള വിമോചനമാണ് പഠിപ്പിച്ചുകൊണ്ടിരിക്കുന്നതെന്നുമുള്ള ബുദ്ധവാണി സിദ്ധാർഥനെ തൃപ്തിപ്പെടുത്തുന്നില്ല. സന്ദേഹങ്ങളൊഴിയാത്ത മനസുമായി സിദ്ധാർഥൻ വീണ്ടും ആയുധപ്പുരയിലേക്ക് കടക്കുന്നു.

രണ്ടാംഘട്ട ചോദ്യങ്ങളിലധികവും ഗൗതമബുദ്ധന്റെ സ്വത്വബോധത്തിലധിഷ്ഠിതമായ നിരീക്ഷണങ്ങളിൽനിന്നാണ് സിദ്ധാർഥൻ രൂപപ്പെടുത്തിയെടുത്തിട്ടുള്ളത്. 'ഉപദേശങ്ങളിൽനിന്ന് അങ്ങൊന്നും പഠിച്ചിട്ടില്ല എന്നും അങ്ങയുടെ ബോധോദയത്തിന്റെ നേരത്ത് അങ്ങേക്കെന്താണ് സംഭവിച്ചതെന്ന് വാക്കുകളിലൂടെയും ഉപദേശകങ്ങളിലൂടെയും ആർക്കെങ്കിലും പറഞ്ഞുകൊടുക്കുക സാധ്യമാവുമോ? അതിന്റെ രഹസ്യാത്മകത ഇതിലൊന്നും അനുഭവവേദ്യമല്ല' എന്നുമുള്ള സിദ്ധാർഥന്റെ ചോദ്യങ്ങൾക്കു മുന്നിൽ അചഞ്ചലനായിരിക്കുന്ന ഗൗതമബുദ്ധനെ നാം കാണുന്നു. ഗൗതമബുദ്ധന്റെ മുഖം അപ്പോൾ സഹസ്രാരപത്മംപോലെ പ്രകാശപൂർണമാകുന്നു. ധ്യാനമിഴികളിലാകെ ശാന്തിയുടെ മേഘങ്ങൾ. കലഹങ്ങൾക്കുള്ളിലിരുന്ന് പുഞ്ചിരിക്കുന്ന സത്യാന്വേഷിയായ ഗൗതമബുദ്ധൻ സിദ്ധാർഥന്റെ ചോദ്യങ്ങൾ കേട്ട് ആനന്ദിക്കുന്നു. ഈ ആനന്ദം പ്രതിനായകന്റെ ചോദ്യമുനയിൽ വിരിഞ്ഞ കപോതപുഷ്പങ്ങളാണ്. ഇത്തരം ചോദ്യങ്ങളിലൂടെയാണ് ഗൗതമബുദ്ധൻ പൂർണതയിലേക്കെത്തുന്നത്. നിന്റെ യുക്തിവാദങ്ങളിൽ പിഴവൊന്നുമില്ലെന്നുതന്നെ ഞാൻ കരുതുന്നുവെന്ന് ഗൗതമബുദ്ധൻ സിദ്ധാർഥന്റെ ചോദ്യങ്ങളെ വിലയിരുത്തുന്നു. ഈ വിലയിരുത്തൽ നായക-പ്രതിനായക അകലം കുറയ്ക്കുന്നതായി നമുക്കനുഭവപ്പെടുന്നു. ഇത് കലഹത്തിന്റെ സൗന്ദര്യദർശനം കൂടിയാണ്.

ആസക്തി നിറഞ്ഞ യുവത്വത്തിന്റെ വന്യമായൊരരങ്ങ് ഗൗതമബുദ്ധനിൽ സദാജാഗരൂകമായിരുന്നു. കൂടുതുറന്ന് പുറത്തുവരുന്ന സിംഹക്കുട്ടികളെപ്പോലെയായിരുന്നു സിദ്ധാർഥന്റെ വികാരങ്ങൾ. യുങ് നിരീക്ഷിക്കുംപോലെ അതൊരു ഇരുണ്ട സഹോദര (Black Brother) നെപ്പോലെയാണ്. ദൈവവും ചെകുത്താനും ഒരേ മനസിൽ വാസമുറപ്പിക്കുന്നതുപോലെയാണത്. തിന്മയുടെയും രഹസ്യങ്ങളുടെയും കലാപത്തിന്റെയും ചോദ്യങ്ങളുടേതുമായ ഒരു നിഴൽ (shadow) നമ്മുടെ കൂടെത്തന്നെ ജനിക്കുകയും ജീവിക്കുകയും മരിക്കുകയും ചെയ്യുന്നുവെന്ന് യുങ് നിരീക്ഷിക്കുന്നത് അതുകൊണ്ടാണ്. ഇവിടെ ഗൗതമബുദ്ധന്റെ നിഴലാണ് സിദ്ധാർഥൻ. ഗോവിന്ദനാകട്ടെ ഗൗതമബുദ്ധന്റെ ഭാഗമാണ്. നിഴലിനെ മെരുക്കിയെടുത്താൽ മാത്രമേ വ്യക്തിത്വത്തെ നിയന്ത്രണവിധേയമാക്കാനാകൂ. അത്തരമൊരു മെരുക്കിയെടുക്കൽ ഗൗതമബുദ്ധൻ സിദ്ധാർഥനെന്ന നിഴലിൽ പ്രയോഗിക്കുന്നുണ്ട്. അതുകൊണ്ടാണ് സിദ്ധാർഥന്റെ യുക്തിവാദങ്ങളിൽ പിഴവൊന്നുമില്ലെന്ന് പറഞ്ഞ് ഗൗതമബുദ്ധൻ സിദ്ധാർഥനുമായി ഒരു സമവായത്തിലെത്തുന്നത്. തുടർന്ന് ഗൗതമബുദ്ധൻ സിദ്ധാർഥനെ വിശേഷിപ്പിക്കുന്നത് 'സമാന' എന്ന പദംകൊണ്ടാ

ണ്. നീ ബുദ്ധിമാനാണെന്നും ബുദ്ധിപൂർവം സംസാരിക്കേണ്ടതെങ്ങനെയെന്ന് നിനക്കറിയാമെന്നും ഭംഗ്യന്തരേണ സിദ്ധാർഥനെ ഗൗതമബുദ്ധൻ വിശേഷിപ്പിക്കുന്നു. എന്നാൽ വിശേഷണങ്ങളിൽ സംതൃപ്തനാകാത്ത സിദ്ധാർഥൻ സ്വന്തം വഴിക്ക് ഇറങ്ങിത്തിരിക്കുന്നതോടെ ഗൗതമബുദ്ധനിലെ നായകൻ ഒരിക്കൽക്കൂടി ആനന്ദിക്കുന്നു. പ്രതിനായകന്റെ വിജയമാണ് നായകന്റെ വിജയം എന്നിവിടെ കൂട്ടിച്ചേർക്കേണ്ടിവരുന്നു.

IV

ഗൗതമബുദ്ധനിൽനിന്ന് വഴിപിരിഞ്ഞ സിദ്ധാർഥൻ നേരെ പോകുന്നത് ദേവദാസിയായ കമലയുടെ അടുത്തേക്കാണ്. കമല ഒരേകാലം സൗന്ദര്യത്തിന്റെയും രതിയുടെയും വൻകടലാണ്. പ്രലോഭനങ്ങളുടെ തിരമാലകൾകൊണ്ട് അവൾ സിദ്ധാർഥനെ വാരിപ്പുണരുന്നു. കാമകലയുടെ ആസ്വാദനപാഠങ്ങൾ അവൾ സിദ്ധാർഥനെ അനുഭവപ്പെടുത്തുന്നു. കമല വഴിയാണ് സിദ്ധാർഥൻ കാമസ്വാമിയിലേക്ക് എത്തുന്നത്. സുഖാനുഭവങ്ങളിൽനിന്ന് അർഥത്തിലേക്ക് കടക്കുന്ന ഒരു കുറുക്കുവഴിയായിരുന്നു അത്. കമലയുടെ നിർബന്ധപ്രകാരം കാമസ്വാമിയുമായി കൂട്ടുചേരാനും കച്ചവടതന്ത്രങ്ങൾ പഠിക്കാനും കഴിഞ്ഞ സിദ്ധാർഥൻ അമിതമായ സുഖഭോഗങ്ങളിൽ മുഴുകി ജീവിക്കാൻ ആഗ്രഹിച്ചു. ഗൗതമബുദ്ധനെ വേട്ടയാടിയിരുന്ന രണ്ടു വ്യത്യസ്ത പ്രലോഭനങ്ങളുടെ ഒഴുക്കായിരുന്നു സിദ്ധാർഥൻ കമലയിലൂടെയും കാമസ്വാമിയിലൂടെയും ആടിത്തീർത്തത്. രുചിച്ചും ആസ്വദിച്ചും അനുഭവിച്ചും കൊതിതീർന്ന സിദ്ധാർഥൻ നഷ്ടദിനങ്ങളെ ഓർത്ത് സങ്കടപ്പെടുന്നതോടെ ആസക്തികളുടെ വിഴുപ്പ് നിറഞ്ഞ ഒരു കർമകാണ്ഡം കൂടി സിദ്ധാർഥനിലൂടെ ഗൗതമബുദ്ധന് ഉപേക്ഷിക്കേണ്ടിവരുന്നു. ജ്ഞാനാനന്ദത്തിനു മുമ്പുള്ള ഒരു സമുദ്രയാനമായിരുന്നു അത്. രതിയുടെ സമുദ്രനീലിമകളിലേക്ക് തുഴഞ്ഞുപോയ ആരും ഇതുവരെ മടങ്ങിവന്നിട്ടില്ല. എന്നാൽ സിദ്ധാർഥനാകട്ടെ പാതിവെന്ത ഹൃദയവുമായി മടങ്ങിവരുന്നു. പൂർണമായൊരു ആനന്ദത്തിൽ ആരും എത്തിച്ചേരുന്നില്ല എന്ന ഓർമപ്പെടുത്തൽ ജീവിതത്തിനും തൃഷ്ണകൾക്കുമിടയിൽ വലിച്ചുകെട്ടിയ ചുട്ടുപഴുത്ത ഒരു ലോഹക്കമ്പിപോലെയാണ്. സിദ്ധാർഥന്റെ മടങ്ങിവരവ് കാലത്തിന്റെ അനിവാര്യമായ നന്ദിസൂചനയായി മാറുന്ന കാഴ്ച അത്ഭുതത്തേക്കാളുപരി ആദരവിലേക്ക് നമ്മെ നയിക്കുന്നു.

വിവേകത്തിന്റെ അവസാന കോശവും നഷ്ടപ്പെട്ട സിദ്ധാർഥൻ വനത്തിനുള്ളിലെ നദീ തീരത്തിലെത്തുന്നതോടെ മുക്തിയുടെ കവാടങ്ങൾ ഒന്നൊന്നായി തുറക്കപ്പെടുന്നു. ഭൂതകാല സ്മൃതികളുടെ പെരുമ്പറ മുഴക്കങ്ങൾ അയാളുടെ ഇന്ദ്രിയങ്ങളെ തീപിടിപ്പിക്കുന്നു. നഗരചത്വരത്തിലേക്ക് താൻ എത്തപ്പെട്ടത് ഈ നദി കടന്നായിരുന്നുവെന്ന് സിദ്ധാർഥൻ വേദനയോടെ തിരിച്ചറിയുന്നു. പുതിയ ജീവിതത്തിന്റെ സുമാർഗങ്ങൾ ഈ നദീതീരത്തുനിന്ന് സമാരംഭിക്കട്ടെ എന്ന് അവൻ അഗാധമായി ആഗ്ര

ഹിക്കുന്നു. രഹസ്യങ്ങളുടെ ഗർഭം ധരിച്ച നദിയുടെ ജലവിരലുകളിൽ പിടിച്ചുനീന്താൻ അവൻ കൊതിപൂണ്ടു. വിഭ്രമം ബാധിച്ച ഞരമ്പുകൾ മയങ്ങിത്തുടങ്ങിയതോടെ സിദ്ധാർഥൻ പരിണാമത്തിന്റെ സൃഷ്ടികർമ്മത്തിലേക്ക് കടക്കുന്നു. നദി അവന് ഒരേകാലം അമ്മയുടെ ഗർഭപാത്രവും മുക്തിമാർഗവുമാണ്. ആസക്തികളുടെ വിഴുപ്പുകൾ ഉപേക്ഷിക്കുവാനും കുളിച്ചു കയറുവാനുമുള്ളൊരിടം. ഗൗതമബുദ്ധന്റെ ക്ഷണികജീവിതത്തിൽ ലുംബിനി ജനപദം മുതൽ ബുദ്ധഗയ വരെയുള്ള നദീസ്നാനങ്ങൾ ഇവിടെ അനുഭവവേദ്യമാകുന്നുണ്ട്.

ധർമാനന്ദ കൊസാംബി രേഖപ്പെടുത്തിയിട്ടുള്ളതുപോലെ രോഹിണി നദിയിലെ പവിത്ര സ്നാനങ്ങൾ ഗൗതമബുദ്ധനെ ആന്തരികവും ബാഹ്യവുമായ നവശുദ്ധീകരണത്തിലേക്ക് നയിച്ചിരുന്നു. ഇവിടെ കമലയും കാമസ്വാമിയും പാപവടുക്കൾ കെട്ടിയ മനസുകളാണ്. കമലയുടെ ശരീരവും കാമസ്വാമിയുടെ ധനവും പാപത്തിലേക്ക് തുറന്നുകിടന്ന വാതിലുകളാണ്. അതിലൂടെ പലതവണ കയറിയിറങ്ങിയ സിദ്ധാർഥനെ കടുത്ത പാപബോധം വേട്ടയാടുന്നു. മഹാനദീസ്നാനം പാപബോധത്തിന്റെ പരിഹാരമാർഗങ്ങളിലൊന്നായി സിദ്ധാർഥൻ തിരിച്ചറിയുന്നു. രോഹിണി നദിയിൽ സ്നാനപ്പെട്ട ഗൗതമബുദ്ധനും ഇത്തരമൊരു പരിണാമത്തിന്റെ ശാന്തി അനുഭവിക്കുന്നുണ്ട്. ഗൗതമബുദ്ധനെപ്പോലെ സിദ്ധാർഥനും മഹാനദിയിൽ പ്രപഞ്ചാത്മാവിന്റെ അമരത്വം തേടുന്നു. പ്രപഞ്ചനാദമായ ഓങ്കാരമായി നദി അവനനുഭവപ്പെടുന്നു. ശാന്തിയുടെ ശരണാലയങ്ങൾ ജലനഭസ്സിനു താഴെ രൂപംകൊള്ളുന്നതായി അവനനുഭവപ്പെടുന്നു. നദീതീരം അവന് അഭയകുടീരമാകുന്നു. നദി അവന് പ്രണയത്തിന്റെ കപോതപുഷ്പം വച്ചു നീട്ടുന്നു. നദിയുടെ ഗുപ്തകാമനകൾ ഒരു സ്ത്രീയുടെ കാമലീലകൾപോലെ അവന് ആസ്വാദ്യകരമാകുന്നു. കടത്തുകാരനും ചങ്ങാതിയുമായ വാസുദേവൻ സിദ്ധാർഥന് നദിയെന്ന പാഠപുസ്തകം തുറന്നുകൊടുക്കുന്നതോടെ നദിയുടെ പ്രശാന്തതയും പ്രക്ഷുബ്ധതയും അഗാധതയും ഒരുപോലെ സിദ്ധാർഥനിലേക്ക് ഒഴുകിപ്പരക്കുന്നു. ആത്മശുദ്ധിയുടെ ആദ്യത്തെയും അവസാനത്തെയും സ്നാനഘട്ടമായിരുന്നു അത്.

കാലനദിയുടെ പവിത്ര ധ്യാനം സിദ്ധാർഥനെ ഒരു പുതിയ പുരുഷനാക്കുന്നു. ഭൂതഭാവികൾക്കിടയിൽ വെന്തുമലർന്ന വർത്തമാനകാലത്തിന്റെ സന്തതിയാണ് താനെന്ന് തിരിച്ചറിയുന്നനിമിഷം തത്വബോധാനന്ദത്തിലേക്ക് സിദ്ധാർഥൻ എത്തപ്പെടുന്നു. അതോടെ കാലം എന്നൊന്നില്ല എന്നും എല്ലാം വർത്തമാനത്തിൽ വിലയംകൊള്ളുന്ന പ്രവാഹങ്ങളാണെന്നും സിദ്ധാർഥൻ മനസിലാക്കുന്നു. നദി ഒരേകാലം പ്രഭവബിന്ദുവിലും അഴിമുഖത്തും സ്നാനഘട്ടങ്ങളിലും സമുദ്രത്തിലും പ്രത്യക്ഷപ്പെടുന്നതുപോലെ തന്റെ ക്ഷണികജീവിതം നദീജീവിതം പോലെയാണെന്ന് സിദ്ധാർഥൻ തിരിച്ചറിയുന്നു. ഈ ആനന്ദത്തിൽനിന്നാണ്

ബാല്യ-യൗവന-വാർധക്യങ്ങളെ അതിജീവിക്കാനുള്ള കരുത്ത് സിദ്ധാർഥൻ നേടുന്നത്.

ഗൗതമബുദ്ധനും ഇത്തരമൊരു ഒഴുക്കുനിറഞ്ഞ നദി കടക്കേണ്ടതായി വന്നിട്ടുണ്ട്. അവിടെ തീവ്രമായ തപശ്ചര്യയിൽനിന്ന് രൂപപ്പെടുത്തിയെടുത്ത മനസിന്റെ നിർഭയത്വമാണ് ഗൗതമബുദ്ധനെ അതിനു സഹായിച്ചത്. ഇവിടെ സിദ്ധാർഥൻ ഭയചകിതനാണ്. ഒഴുക്കുനിറഞ്ഞ നദികൾ ആനന്ദത്തിന്റെ തോണികളെ ഇളക്കിമറിക്കുമോ എന്ന് സിദ്ധാർഥൻ ഭയപ്പെടുന്നു. ഭയത്തിന്റെ മറുകരയിൽനിന്നുകൊണ്ടാണ് വാസുദേവൻ സിദ്ധാർഥനെ ക്ഷണിച്ചത്. കടത്തുകാരില്ലാത്ത ലോകം എത്ര ഭയാനകമായിരിക്കുമെന്ന് സിദ്ധാർഥൻ ഒരുവേള ചിന്തിക്കുന്നുപോലുമുണ്ട്. കടത്തുകാരന്റെ മുഖത്തേക്ക് നോക്കുന്ന ഓരോ യാത്രക്കാരനും തന്റെ ജീവിത ദുഃഖങ്ങൾ ഇറക്കിവയ്ക്കാൻ പ്രേരിതനാകുമെന്ന സിദ്ധാർഥന്റെ ആത്മഗതം ഇതിന്റെ തുടർച്ചയാണ്.

ജ്ഞാനകോശങ്ങളെ പല അടരുകളായി വിഭജിച്ച് പരമജ്ഞാനപദത്തിലെത്തിക്കുന്ന ആത്മീയപരീക്ഷണം വാസുദേവനിലൂടെ സിദ്ധാർഥനിലേക്ക് ഹെസെ കടത്തിവിടുന്നുണ്ട്. ജ്ഞാനമുക്തിയിലേക്കുള്ള വഴികാട്ടിയായി വാസുദേവൻ മാറുന്നു. അതോടെ പരീക്ഷണകാലത്തിന്റെ ഒരു ചക്രം പൂർത്തിയാകുകയും സന്ദേഹങ്ങളൊഴിഞ്ഞ നിർമലചിത്തം സിദ്ധാർഥനിൽ പ്രകാശമാനമാവുകയും ചെയ്യുന്നു. മൃത്യുബാധയേറ്റ് കിടക്കുന്ന ഗൗതമബുദ്ധനെക്കണ്ട് പരമശാന്തി നേടാൻ പായുന്ന കമലയും മകനും ചെന്നെത്തുന്നത് സിദ്ധാർഥനടുത്തേക്കാണ്. അവൾക്ക് ഗൗതമബുദ്ധനെയും സിദ്ധാർഥനെയും തിരിച്ചറിയാനാകുന്നില്ല. ഇരുവരുടെയും മുഖത്ത് ശാന്തിയുടെയും കാരുണ്യത്തിന്റെയും പ്രകാശം തളിർത്തു കിടക്കുന്നു. സിദ്ധാർഥന്റെ മുഖത്തുനിന്ന് അവൾ ആനന്ദത്തെ കോരിക്കുടിക്കുന്നു. മകനെ സിദ്ധാർഥനെ ഏൽപ്പിച്ചശേഷം അവൾ മുക്തിയിലേക്ക് ഒഴുകിപ്പോകുന്നു.

ഇത്തരമൊരനുഭവത്തിന്റെ തീക്ഷ്ണമായ പരീക്ഷണകാലത്തെ ഗോവിന്ദനും നേരിടുന്നുണ്ട്. വഴിപിരിഞ്ഞശേഷം രണ്ടുതവണ ഗോവിന്ദനും സിദ്ധാർഥനും കണ്ടുമുട്ടുന്നുണ്ട്. അപ്പോഴെല്ലാം സിദ്ധാർഥൻ ഗോവിന്ദനെ സൗഹൃദത്തിന്റെ പേലവസ്മൃതികളിലേക്ക് ക്ഷണിക്കുന്നു. ഗോവിന്ദന് സിദ്ധാർഥനെ ആദ്യാവസാനം തിരിച്ചറിയാനാകാതെ വല്ലാതെ കുഴങ്ങിപ്പോകുന്നുണ്ട്. രണ്ടുപേരും വ്യത്യസ്ത മാർഗങ്ങളിലൂടെ ഒരേ ലക്ഷ്യത്തിലേക്ക് കുതിക്കുന്നതിനിടെ വീണ്ടും കണ്ടുമുട്ടുമ്പോഴും ഇരുവരെയും അകറ്റിനിർത്തുന്ന ഒരു ദുർവിധിയുടെ ശക്തമായ ഇടപെടലുണ്ട്. ഇതിനെ ദുർവിധിയെന്നോ ദുരന്തമെന്നോ വിശേഷിപ്പിച്ച് മറികടക്കാനാവില്ല. ജ്ഞാനോദയത്തിലൂടെ ഗൗതമബുദ്ധൻ തിരിച്ചറിയുന്ന അനുഭവസാക്ഷ്യത്തെ സിദ്ധാർഥൻ സ്വയം അനുഭവിച്ചറിയാനാണ് ധൈര്യപ്പെട്ടത്. ഈ ധൈര്യപ്പെടൽ അപകടകരമായ ഒരു തീരുമാനമാണെന്ന് അറിയാമായിരുന്നിട്ടുകൂടി സിദ്ധാർഥൻ ആ വഴിയാണ് തെരഞ്ഞെടുക്കുന്നത്.

കാലക്ഷതങ്ങളും മനോഘടനയിലുണ്ടാകുന്ന പരിണാമങ്ങളും വികാരവിമലീകരണവുമെല്ലാം സിദ്ധാർഥന്റെ ജ്ഞാനക്രിയാശക്തിയെ ക്ഷയിപ്പിക്കുകയും നവീകരിക്കുകയും ചെയ്തിരിക്കണം. ഇത്തരം പരിണാമങ്ങൾക്കിടയിൽവച്ചാണ് ഗോവിന്ദൻ സിദ്ധാർഥനെ കണ്ടുമുട്ടുന്നത്. അതൊരുപക്ഷേ, കാലമൊരുക്കിയ ഒഴിവാക്കാനാകാത്തൊരു കൂടിക്കാഴ്ചയും സ്മൃതിനാശത്തോളമെത്തുന്ന പരീക്ഷണവുമായിരിക്കാം.

ദൗർബല്യങ്ങളും മോഹങ്ങളും സങ്കടങ്ങളും കൂടിക്കുഴഞ്ഞ ഒരു മലിനശിൽപ്പമാണ് കമല. അവിടെ ജ്ഞാനത്തിനും ചിന്തയ്ക്കും പ്രവേശനമില്ല. പരമശാന്തിയിലേക്കെത്തുവാനുള്ള വഴിപോലും അവൾക്ക് അജ്ഞാതമാണ്. അജ്ഞാനത്തിന്റെ വഴി തെരഞ്ഞെടുത്തതുകൊണ്ടാണ് അവൾക്ക് സിദ്ധാർഥനെ എളുപ്പം തിരിച്ചറിയാൻ കഴിഞ്ഞത്. എന്നാൽ ഗോവിന്ദമാർഗം ആത്മജ്ഞാനത്തിലേക്കുള്ള ചെങ്കുത്തായ ഒരൊറ്റ വഴിയാണ്. "കാണേണ്ടവയേ കാണൂ, കേൾക്കേണ്ടതു മാത്രമേ കേൾക്കൂ" എന്ന് മഹാപദാനസുത്തത്തിൽ പറയുന്നതുപോലെ ഗോവിന്ദന് അത്തരമൊരനുഭവമേ തിരിച്ചറിയാനാകൂ. പ്രകാശത്തിലെത്തുംമുമ്പുള്ള സിദ്ധാർഥൻ ഗോവിന്ദനെ സംബന്ധിച്ചിടത്തോളം അദൃശ്യവും അന്ധകാരം നിറഞ്ഞതുമായ ഒരനുഭവമാണ്. ഒടുവിൽ ശാന്തിമേഘങ്ങൾക്ക് താഴെ, ഇരുവരും വീണ്ടും കണ്ടുമുട്ടുന്നു. അപ്പോഴേക്കും ജ്ഞാനസമൃദ്ധമായ പ്രകാശവർഷം സിദ്ധാർഥനിൽ ഒഴുകിപ്പരന്നിരുന്നു. ഗൗതമബുദ്ധന് സിദ്ധാർഥനോട് തോന്നിയ വാത്സല്യവും കാരുണ്യവും സ്നേഹവുംപോലെ ഗോവിന്ദന് സിദ്ധാർഥനോടും തോന്നുന്നു. സിദ്ധാർഥൻ ആവശ്യപ്പെട്ടപ്രകാരം ഗോവിന്ദൻ സിദ്ധാർഥന്റെ നെറ്റിമേൽ ചുംബിക്കുന്നു. അതോടെ ഗോവിന്ദന്റെ ബോധം കോടിജന്മങ്ങൾക്ക് പിറകിലേക്ക് ഉടഞ്ഞുവീഴുന്നു. ശിഥിലബോധത്തിനുള്ളിൽനിന്ന് പരമശാന്തിയുടെ ബോധോദയം ഗോവിന്ദനിൽ മുളപൊട്ടുന്നു. സിദ്ധാർഥന്റെ മുഖം ഗോവിന്ദനെ ചിരപരിചയത്തിലേക്ക് ക്ഷണിച്ചതേയില്ല. വിവിധ മുഖങ്ങളുടേതായ ഒരു ഘോഷയാത്ര ഗോവിന്ദന് മുന്നിലൂടെ കടന്നുപൊയ്ക്കൊണ്ടിരുന്നു. ആസക്തികളുടെയും സങ്കടങ്ങളുടെയും മലിനദൃശ്യങ്ങൾ ഗോവിന്ദൻ ശരിക്കും കണ്ടു. കാഴ്ചകൾക്കൊടുവിൽ പുഞ്ചിരിച്ചുനിൽക്കുന്ന സിദ്ധാർഥൻ അത് ഗൗതമബുദ്ധൻ തന്നെ അല്ലേ എന്നു ഗോവിന്ദൻ സംശയിക്കുന്നു. ഉപനിഷത്തുക്കളിൽക്കൂടി ഒഴുകിയെത്തുന്ന ജ്ഞാനാനന്ദമാണത്. ഗോവിന്ദന്റെ സന്ദേഹമാണ് ഇവിടെ പരമമായ ആനന്ദം. ഇതുതന്നെയാണ് *സിദ്ധാർഥ*യുടെ മഹത്തും ഉദാത്തവുമായ സുദർശനം.

12

നിക്കോസ് കസൻദ് സാക്കീസ്

നിക്കോസ് കസൻദ് സാക്കീസ്

ഇയാളെ എവിടെയാണ് കണ്ട തെന്ന് ഓർക്കാൻ യേശു ശ്രമിച്ചു. നട്ടെല്ലിലൂടെ തണുപ്പ് മുകളി ലേക്കും താഴേക്കും പാഞ്ഞു.

"ആരാണ് നിങ്ങൾ? എവിടെയോ കണ്ടിട്ടുണ്ട്. കയ്യാഫാസിന്റെ കൊട്ടാരത്തിലോ കുരിശിലേറ്റു മ്പോളോ?"

മുറ്റത്ത് ഒരു കോണിൽ കൂനി ക്കൂടി ചിരിക്കുകയായിരുന്ന നീഗ്രോ പുച്ഛത്തോടെ പറഞ്ഞു.

"അത് സോൾ! രക്തദാഹിയായ സോൾ!"

"ശരിയാണോ?" ഭയചകിതനായി യേശു ചോദിച്ചു.

"ആയിരുന്നു. ഇപ്പോൾ ഞാൻ രക്തദാഹിയായ സോൾ അല്ല. ഞാനിപ്പോൾ പോൾ. ഞാൻ രക്ഷ നേടി. ദൈവത്തിനു സ്തുതി! ഞാനിപ്പോൾ ലോകം രക്ഷിക്കാനിറ ങ്ങിയിരിക്കുന്നു. യൂദിയയല്ല. പാലസ്തീനല്ല, മുഴുവൻ ലോകവും. സമുദ്രങ്ങളും നഗരങ്ങളും കടന്ന് ഞാൻ സുവിശേഷമെത്തിക്കും. മാസ്റ്റർ ലാസർ, തല കുലുക്കേണ്ട, ചിരിക്കേണ്ട, പരിഹസിക്കേണ്ട. അതെ, ഞാൻ ലോകം രക്ഷിക്കും."

"എന്റെ നല്ല കുട്ടീ" യേശു പറഞ്ഞു. "നീ പോകുന്നിടത്തുനിന്ന് ഞാൻ തിരിച്ചു വന്നതാണ്. എനിക്കോർമയുണ്ട്. നിന്നെപ്പോലെ

ചെറുപ്പമായിരുന്നപ്പോൾ, ഞാനും ലോകം രക്ഷിക്കാനിറങ്ങി. യൗവനം തന്നെ അതല്ലേ? ലോകത്തിന്റെ മോചനം! നഗ്നപാദനായി, കീറിയ വസ്ത്രവുമായി, ആണിതറച്ച തോൽവാദമായി, പഴയ പ്രവാചകന്മാരെപ്പോലെ ഞാൻ ചുറ്റി നടന്നു. സ്നേഹം, സ്നേഹമെന്ന് വിളിച്ചു പറഞ്ഞു. പിന്നെ, ഓർക്കാനിഷ്ടമില്ലാത്ത വേറെ പലതും. നാരങ്ങാത്തൊണ്ടും മറ്റും അവർ എന്റെ നേരെ വലിച്ചെറിഞ്ഞു. എന്നെ മർദിച്ചു. ക്രൂശിലേറ്റുന്നതിന് ഒരു തലനാരിഴ മുമ്പ് രക്ഷപ്പെട്ടു. എന്റെ കുട്ടീ, ഇതുകതന്നെ നിനക്കും സംഭവിക്കും."

ക്രിസ്തുവിന്റെ അന്ത്യപ്രലോഭനം/1960

കാലത്തിന്റെ ഉടഞ്ഞ ശിരസിൽനിന്നാണ് നിക്കോസ് കസൻദ്സാക്കീസ് വരുന്നത്. ഗ്രീസിന്റെ വെന്തുമലർന്ന മണ്ണ് സാക്കീസിന് അഭയം നൽകി. അവൻ സിംഹങ്ങളോട് കളിക്കുവാൻ ഉത്സാഹം കാണിച്ചു. ഭദ്രാസനപ്പള്ളികൾക്കു മുമ്പിൽ ക്രിസ്തുവിനൊപ്പം അവൻ ആകാശത്തേക്ക് കൈകളുയർത്തി. കൊടുങ്കാറ്റ് അവനു മുന്നിൽ ചെമ്മരിയാടുകളായി. തിരമാലകൾ അവനു മുമ്പിൽ മുയൽക്കുഞ്ഞുങ്ങളായി. മിന്നൽപ്പിണരും ഇടിമുഴക്കങ്ങളും അവന്റെ വരവ് ഭൂമിയിലാകെ വിളിച്ചുപറഞ്ഞു. മരണത്തിനു തൊട്ടുമുമ്പ് അവൻ പ്രാർഥിച്ചത് മനുഷ്യസ്വാതന്ത്ര്യത്തെക്കുറിച്ചായിരുന്നു. കസൻദ് സാക്കീസിനു മാത്രം പ്രാർഥിക്കാൻ കഴിയുന്ന പ്രാർഥന.

സാക്കീസിന്റെ ജീവിതം പ്രലോഭനങ്ങളുടെ സചിത്ര പുസ്തകമായിരുന്നു. മെരുങ്ങാത്ത കാലത്തിന്റെ ചുരുക്കെഴുത്തുകൾ അതിൽ കാണാം. സാക്കീസിന്റെ പ്രിയസുഹൃത്ത് ആൽബെർട്ട് ഷ്വെറ്റ്സർ അതിലൊന്ന് നിവർത്തിവായിച്ചു കൊണ്ടുപറഞ്ഞത് 'ദൈവത്തിന്റെ മകനെഴുതിയ തോന്ന്യാക്ഷരങ്ങൾ' എന്നാണ്. അത് നഗ്നയാക്കപ്പെട്ട കാലത്തിന്റെ വിലാപമായിരുന്നു. ഉടലിനും ഉയിരിനുമിടയിൽ തളംകെട്ടിക്കിടന്ന പ്രലോഭനങ്ങളുടെ തടാകമായിരുന്നു അത്. ശരീരത്തിന്റെ ഉത്സവകാലങ്ങളിൽ നിന്നുള്ള വിമോചനമായിരുന്നു സാക്കീസിന്റെ ലക്ഷ്യം. അതിനുവേണ്ടി സാക്കീസ് ക്രിസ്തുവിന്റെ ജന്മമെടുക്കുകയായിരുന്നു. ക്രിസ്തുവിനെ പിന്തുടരണമെങ്കിൽ അവന്റെ ആത്മസംഘർഷങ്ങളിലേക്ക് കടക്കാനുള്ള ജ്ഞാനമുണ്ടാക്കണമെന്ന് അവൻ വിളിച്ചു പറഞ്ഞു. ക്രിസ്തുവിനെപ്പോലെ അവൻ നമുക്കുവേണ്ടി ഒറ്റുകൊടുക്കപ്പെട്ടവനായി. നമുക്കുവേണ്ടി ലാസറിന്റെ സഹോദരികളോടൊപ്പം കിടക്ക പങ്കിടുകയും അവരുടെ കുട്ടികൾക്കൊപ്പം വിനോദങ്ങളിൽ ഏർപ്പെടുകയും ചെയ്തു. ഇതെല്ലാം നമുക്കുവേണ്ടി അവൻ നടത്തിയ ബലികളായിരുന്നു.

ക്രിസ്തുവിൽനിന്ന് സാക്കീസിനെ വേർതിരിച്ചെടുക്കാനാവില്ല. ഗ്രീസിന്റെ പ്രാക്തനവും വിശുദ്ധവുമായ പർവത ശൃംഗങ്ങളിൽ അവൻ അഴിച്ചുവിട്ട കൊടുങ്കാറ്റിനെ നമുക്ക് തളയ്ക്കുവാനാകില്ല. ക്രിസ്തു അവനായും അവൻ ക്രിസ്തുവുമാകുന്ന അഭിജാതനിമിഷത്തിൽ നിന്നാണ് സാക്കീസിലെ എഴുത്തുകാരൻ നമുക്കിടയിലേക്ക് വരുന്നത്. അത് കാല

സെർപ്പന്റ് ആന്റ് ലില്ലി

ത്തിന്റെ ഉറച്ച തീരുമാനങ്ങളിൽ ഒന്നായിരുന്നു. രക്തപങ്കിലമായ ഗ്രീസിന്റെ ചരിത്രത്തെ സ്നാനപ്പെടുത്തുക എന്നത് സാക്കീസിലെ എഴുത്തുകാരന്റെ ദാഹമായിരുന്നു. ആത്മീയതയുടെയും ഭൗതികതയുടെയും ഇടയിൽനിന്നുകൊണ്ടാണ് സാക്കീസ് സ്വന്തം പ്രലോഭനങ്ങളോട് ഏറ്റുമുട്ടിയത്. പോരാട്ടത്തിൽ സാക്കീസ് ക്രിസ്തുവിന്റെ വഴിയായിരുന്നു സ്വീകരിച്ചിരുന്നത്. അത് ആത്മാവിലേക്ക് തിരിയുന്ന ചെങ്കുത്തായ ഒറ്റവഴിയായിരുന്നു. വിദ്യാർഥിയായിരുന്ന കാലത്ത് സാക്കീസെഴുതിയ *സെർപ്പന്റ് ആന്റ് ലില്ലി* (*Serpant and Lilly*) എന്ന നോവലിൽ ആത്മാന്വേഷണത്തിന്റെ ഒറ്റവഴി കാണാം. ആൽബർട്ട് ഷെറ്റ്സർ ഈ നോവലിനെ 'കന്യകാത്വം നഷ്ടപ്പെട്ട നോവൽ' എന്നാണ് വിശേഷിപ്പിക്കുന്നത്. ദൈവത്തിന്റെ രഹസ്യങ്ങൾ ചോർത്തിയെടുത്തതിലൂടെ സാക്കീസ് ദൈവചരിത്രത്തിൽനിന്ന് പുറത്തേക്ക് പോകുകയായിരുന്നുവെന്നും ഇതോടെ സാക്കീസിന്റെ പ്രതിഭയ്ക്ക് ആഴത്തിൽ മുറിവേറ്റുവെന്നും ഷെറ്റ്സർ വിശ്വസിക്കുന്നു. എന്നാൽ ആ വിശ്വാസത്തെ സാക്കീസ് സ്വന്തം പ്രതിഭകൊണ്ടാണ് നേരിട്ടത്. അത് കാലത്തിന്റെ ആത്മാർഥമായ തീരുമാനമായിരുന്നു.

സാക്കീസിന്റെ എഴുത്തു ജീവിതത്തിൽ ആദ്യം മുതൽക്കേ കാലനിർമിതിയെ സംബന്ധിച്ചുള്ള ആശങ്കകളും ഉദ്വേഗങ്ങളും നിലനിന്നിരുന്നുവെന്നു കാണാം. പ്രാക്തനമായ സിദ്ധാന്തങ്ങളെയും നിർവചനങ്ങളെയും ഉടച്ചുവാർക്കുന്നതിലൂടെ കാലത്തിനെ പുനർനിർമിക്കാനാകുമെന്ന് സാക്കീസ് ഉറച്ചുവിശ്വസിച്ചിരുന്നു. അതുകൊണ്ടാണ് കാലപുരുഷനായ ക്രിസ്തുവിനെ സാക്കീസ് പിന്തുടർന്നത്. കോളറിഡ്ജിന്റെ കവിതയിൽ പറയുംപോലെ അത് 'പൂവുകളിലൂടെ വേരുകളിലേക്കുള്ള വിശുദ്ധയാന'മായിരുന്നു. കാലത്തിന്റെ നവനിർമിതി എന്ന ലക്ഷ്യം സാക്കീസിന്റെ അന്തർദർശന ശക്തിയുടെ 'സിവിലൈസൈഡ്' രൂപമാണ്. 'സ്പിരിചൽ ഇന്റൂഷന്റെയും (Spiritual Intuition) മോറൽ ഇന്റൂഷന്റെയും (Moral Intuition) ക്രിയേറ്റീവ് ഇന്റൂഷന്റെയു (Creative Intuition) ത്രിതല സംസ്കാരത്തിൽനിന്നാണ് സാക്കീസിന്റെ ചരിത്രപരമായ ദൗത്യം സമാരംഭിക്കുന്നത്. ബോർഹസിൽ കാലം കടുവയെപ്പോലെ പെരുമാറുന്നുവെങ്കിൽ സാക്കീസിലേത് സമചിത്തതയാർന്നൊരു ആനന്ദാതിരേകമാണ്. ഇതിനെ ആദിമ സംസ്കൃതിയിലേക്ക് അഥവാ മനുഷ്യനിലേക്കുള്ള മടക്കം എന്നു വിശേഷിപ്പിച്ചാലും അധികമാവില്ല. മതസമൂഹം മുന്നോട്ടുവയ്ക്കുന്ന ആശയങ്ങളോടുള്ള കടുത്ത എതിർപ്പിൽനിന്നാണ് സാക്കീസ്

റിപ്പോർട്ട് ടു ഗ്രെക്കോ

മനുഷ്യനിലേക്കുള്ള തിരിഞ്ഞു നടത്തത്തെക്കുറിച്ചു ചിന്തിച്ചു തുടങ്ങുന്നത്. *ഗോഡ്സ് പോപ്പറി (God's pauper)*ൽ വിശുദ്ധ ഫ്രാൻസിസ് അസീസിയെ അടയാളപ്പെടുത്തുമ്പോൾ മനുഷ്യന്റെ നിർവചനം സാക്കീസ് അവതരിപ്പിക്കുന്നുണ്ട്. ദൈവത്തിന്റെ ആത്മീയസത്ത അന്വേഷിച്ചു പോവുകയാണ് സത്യസന്ധമായ അന്വേഷണമെന്ന് സാക്കീസ് എഴുതുന്നു. അത് മനുഷ്യനിലേക്കുള്ള അന്വേഷണത്തിന്റെ വഴിയാണ്. 'ദൈവത്തിന്റെ മരണം' ആഘോഷിക്കണമെന്നു വിളിച്ചു പറഞ്ഞ നീത്ഷെയുടെ ചിന്തയെ അത് വിദൂരതയിൽ വച്ച് കണ്ടുമുട്ടുന്നുണ്ട്. അത് ഒരേ ലക്ഷ്യത്തിന്റെ ഭിന്നവും അപകടകരവുമായ മാർഗങ്ങളായിരുന്നു.

ഒരാൾ അയാളുടെ ആത്മാവുമായി നടത്തുന്ന വിശുദ്ധ യുദ്ധങ്ങളിൽനിന്ന് മാത്രമേ അയാളിലെ മനുഷ്യനെ വിമോചിപ്പിക്കാനാകൂ എന്ന് *റിപ്പോർട്ട് ടു ഗ്രെക്കോ (Report to greeco)*യിൽ സാക്കീസ് ഓർമിപ്പിക്കുന്നുണ്ട്. അതുകൊണ്ടാണ് കുരിശുവഹിക്കുന്ന ക്രിസ്തു എന്നതിനു പകരം കുരിശുവഹിക്കുന്ന മനുഷ്യൻ എന്ന് എഴുതിവായിക്കണമെന്ന് സാക്കീസ് നിർദേശിച്ചത്. ക്രിസ്തു ഒരു സംസ്കാരത്തിന്റെ ആവരണമാണ്. മനുഷ്യനുമായി ബന്ധപ്പെട്ട സ്ഥലകാലങ്ങളിലാണ് സംസ്കാരത്തിന്റെ വേരുകൾ പടർന്നുകിടക്കുന്നത്. ക്രിസ്തുവിൽനിന്ന് മനുഷ്യനെ സ്വതന്ത്രമാക്കുന്നതിലൂടെ സംസ്കാരത്തെയാണ് സ്വതന്ത്രമാക്കുന്നത്. അത് കാലത്തെ പുതുക്കിപ്പണിയാനുള്ള ശിലയൊരുക്കലാണ്. വിമോചനത്തിലധിഷ്ഠിതമായ ഈ നവനിർമിതി മനുഷ്യന്റെ സ്വതന്ത്രമായ വികാരവിചാരങ്ങൾക്കുള്ള അനന്തമായ സാധ്യതയാണ്. അപകടകരമായ ഈ ലക്ഷ്യത്തിനുവേണ്ടിയാണ് സാക്കീസ് ക്രിസ്തുവിനെ പിന്തുടർന്നത്. അതു ക്രിസ്തുവിനുള്ളിലെ മനുഷ്യതൃഷ്ണകൾ ചോർത്തിയെടുക്കാനുള്ള നീക്കമായിരുന്നു. അതിൽ സാക്കീസ് വിജയിക്കുക മാത്രമല്ല, ആദ്യത്തെയും അവസാനത്തെയും രക്തസാക്ഷിയാകുകയും ചെയ്തു.

*റിപ്പോർട്ട് ടു ഗ്രെക്കോ*യിൽ ബലിയുടെ നാൾവഴികളെക്കുറിച്ച് സാക്കീസ് വികാരാധീനനായി എഴുതിയിട്ടുണ്ട്. അത് ഗാഗുൽത്തായിലേക്കുള്ള ക്രിസ്തുവിന്റെ അന്ത്യയാത്ര പോലെ, ഏറ്റവും ദാരുണമായ ഒരു രംഗമായിരുന്നു. ക്രിസ്തുവും ബുദ്ധനും ഒഡിസിയൂസും ലെനിനും സാക്കീസിന്റെ ബലിയാനത്തിലെ സഹയാത്രികരായിരുന്നു. അത് ഹൃദയത്തിന്റെ തീരുമാനമായിരുന്നു. അത് സമചിത്തതയാർന്ന കാലത്തിന്റെ ആനന്ദാതിരേകമായിരുന്നു. ഈ അനുഭവത്തിൽനിന്നാണ് ലെനിനിൽ

പുതിയൊരു ക്രിസ്തുവിന്റെ ഛായ സാക്കീസ് കാണുന്നത്. റഷ്യൻ ജനതയുടെ വീണ്ടെടുപ്പിനു പിന്നിൽ ഉത്ഥിതനായ ക്രിസ്തുവിനെ ലെനിനിലൂടെ സാക്കീസ് തിരിച്ചറിയുന്നുണ്ട്. ഈ രണ്ട് ഉജ്വലമുഹൂർത്തങ്ങളും മനുഷ്യചരിത്രത്തിന്റെ ഭാഗമായിക്കഴിഞ്ഞുവെന്നും അത് എക്കാലത്തെയും മനുഷ്യനിലുള്ള വിശ്വാസത്തെ ഉയർത്തിക്കാണിക്കുന്നുവെന്നും തോമസ് മൻ അഭിപ്രായപ്പെട്ടിട്ടുണ്ട്. ഇതിന് സങ്കുചിത മതതാൽപ്പര്യങ്ങളുടെ പിൻബലമില്ലാത്തതിനാൽ ഇവിടേക്ക് ഒരുപാട് നദികൾ ഒഴുകിയെത്തുമെന്ന് സാക്കീസ് ഭാവിയിലേക്ക് നോക്കി വിളിച്ചുപറഞ്ഞത് നമ്മുടെ കേൾവിയിൽ ഇപ്പോഴുമുണ്ട്. ഇതിനനുബന്ധമായി ഉദാത്തമായൊരു മനുഷ്യദർശനം സാക്കീസ് മുന്നോട്ടുവയ്ക്കുന്നുണ്ട്. അത് മാർക്സിസവും ക്രിസ്തുദർശനവും സമന്വയിക്കുന്ന ഒരു തലമാണ്. രണ്ടു സമുദ്രങ്ങളുടെ വിശുദ്ധമായ ചേർച്ച കാലാതീതമായൊരു സാധ്യതയിലേക്ക് വിരൽചൂണ്ടുന്നുണ്ട്. കാലത്തെ പുതുക്കിപ്പണിയാൻ ഭൂമിയിൽ കിട്ടാവുന്നതിലേക്കും വച്ച് ഏറ്റവും മൂർച്ചയേറിയ 'ടൂളാ' (Tool)യിരുന്നു അത്. മനുഷ്യനെയും അവനെ ആശ്രയിച്ചു നിൽക്കുന്ന തൊഴിലിന്റെയും അധ്വാനത്തിന്റെയും ചവിട്ടിക്കുഴച്ച മണ്ണിൽനിന്നാണ് പുതിയൊരു കാലനിർമിതി സാക്കീസ് ലക്ഷ്യമിടുന്നത്. അത് മനുഷ്യ സ്വാതന്ത്ര്യത്തിന്റെ ഉദാത്തമായൊരു നിർമിതി കൂടിയാണ്.

മതം മുന്നോട്ടുവയ്ക്കുന്ന സങ്കുചിതനിലപാടുകൾക്കെതിരെ വാളോങ്ങുക മാത്രമല്ല, ആരൂഢം നിലനിർത്തിക്കൊണ്ടുതന്നെ അതിന്റെ അടിസ്ഥാനനിർമിതിയിലും രൂപഘടനയിലും സമൂലപരിവർത്തനം നടത്തുക എന്നതായിരുന്നു സാക്കീസിന്റെ ലക്ഷ്യം. ഒരു നല്ല മനുഷ്യനായി ജീവിക്കുക എന്നതിനപ്പുറത്തേക്ക് ഒരു ക്രിസ്ത്യൻ മതവിശ്വാസിക്ക് ഉന്നതമായ ലക്ഷ്യങ്ങളുമുണ്ടായിരിക്കണമെന്ന് സാക്കീസ് വാദിച്ചു. ക്രിസ്തുമതത്തെ അടിസ്ഥാനമാക്കി റോസിലിൻഡ് മറേ രചിച്ച *ദി ഗുഡ് പേഗൻസ് ഫെയ്‌ലിയർ (The good pagan's failure)* എന്ന വിശ്രുത ഗ്രന്ഥത്തിന്റെ ദൗർബല്യങ്ങളെ മറികടക്കാൻ നമുക്ക് കഴിഞ്ഞതിനു പിന്നിൽ സാക്കീസിന്റെ അതിബൃഹത്തായ ആശയങ്ങളുടെ പരിശീലനം ഉള്ളതുകൊണ്ടു മാത്രമാണ്. ആശയലോകത്തെ ഇത്തരം സമരവായനകളിൽ നിന്നൊഴിഞ്ഞുമാറിനടക്കുന്ന പുതിയൊരു സംസ്കാരത്തിന്റെ പാഠരീതി (textual practice) കൂടി സാക്കീസിന്റെ ദർശനത്തിൽനിന്ന് നമുക്ക് ഉൾക്കൊള്ളാൻ കഴിയുന്നു.

അനാദരവിൽനിന്ന് ആദരവിലേക്കാണ് സാക്കീസ് തന്റെ അന്വേഷണബുദ്ധിയെ വ്യാപിപ്പിച്ചത്. അതോസ്മലയിൽ ദൈവത്തെ തേടിയെത്തിയ സാക്കീസ് കാണുന്നത് ആട്ടിയോടിക്കപ്പെട്ട ക്രിസ്തുവിനെയാണ്; അല്ല, ക്രിസ്തുവിലെ മനുഷ്യനെയാണ്. അവൻ ദരിദ്രനും അനാഥനുമായിരുന്നു. സാക്കീസ് ആ മനുഷ്യനെ ഒപ്പം കൂട്ടി. മതത്തിന്റെ ഇടുങ്ങിയതും ഒറ്റപ്പെട്ടതുമായ തെരുവുകൾ വിട്ട് സ്വാതന്ത്ര്യത്തിന്റെ മൈതാനങ്ങളിലൂടെ സാക്കീസ് ആ മനുഷ്യനുമായി നടന്നു. പ്രതിഷേധിക്കുവാനും കയർക്കു

വാനും സാക്കീസ് അവനെ പഠിപ്പിച്ചു. മനുഷ്യൻ, മനുഷ്യൻ എന്ന് അവന്റെ കാതുകളിൽ സാക്കീസ് മന്ത്രിച്ചു. ഇതെല്ലാം ക്രിസ്തുവിന് ഈ ഭൂമിയിൽ കിട്ടാവുന്ന ഏറ്റവും മൂല്യവത്തായ ശുശ്രൂഷകളായിരുന്നു. രോഗാതുരമായ കാലത്തിനെ ആരോഗ്യമുള്ള മനസുകൊണ്ടാണ് സാക്കീസ് ചികിത്സിച്ചത്. അതിനു പിന്നിൽ ഭൂമിയുടെ കാരുണ്യവും ആകാശത്തിന്റെ ജ്ഞാനവും സാക്കീസിനുണ്ടായിരുന്നു.

*ദി ഗ്രീക്ക് പാഷ (The greek passion)*നിലെ ആട്ടിടയനായ മെനോലിസിന്റെ 'ക്രിസ്തുവേഷം' അവനിലെ മനുഷ്യനെ കണ്ടെത്താനുള്ള അപകടകരമായ ഒരു വഴിയായിരുന്നു. അത് സ്വയം പീഡനത്തിന്റെ വഴിയും ലക്ഷ്യവുമായിരുന്നു. 'എത്രത്തോളം പീഡിതനാകുന്നുവോ അത്രത്തോളം മനുഷ്യനാകുന്നു'വെന്ന സോക്രട്ടീസിന്റെ ശബ്ദം നമുക്കിവിടെ ഉയർന്നുകേൾക്കാനാകും. *പാഷൻ പ്ലേ (Passion Play)*യ്ക്കുവേണ്ടി നായകനെ (മെനോലിസ്) തിരഞ്ഞെടുത്തശേഷം ഒരുവർഷത്തേക്ക് അവനെ സ്വതന്ത്രനായി വിടുന്നു. ഒരുവർഷം കഴിഞ്ഞാണ് നാടകം അരങ്ങേറുന്നത്. അപ്പോഴേക്കും ആട്ടിടയനായ മെനോലിസ് ക്രിസ്തുവായി മാറിക്കഴിഞ്ഞിരിക്കണം. ക്രിസ്തുവിന്റെ മാനറിസങ്ങൾ മാത്രമല്ല ക്രിസ്തുവിന്റെ ജീവിതംതന്നെ സ്വന്തം ജീവിതത്തിൽ പകർത്തിക്കാണിക്കണം. ഇവിടെ സാക്കീസിലെ എഴുത്തുകാരൻ തന്റെ വൈയക്തികാനുഭവങ്ങളുടെ സ്വാതന്ത്ര്യം പൂർണമായും മെനോലിസിലൂടെ പുറത്തേക്ക് കൊണ്ടുവരുന്നു. ക്രിസ്തുവാകാനുള്ള തയാറെടുപ്പും അഭ്യാസവും മെനോലിസിനെതിരെ ആരോഗ്യം വീണ്ടെടുത്ത കാലം നടപ്പിലാക്കുന്ന ചതിയാണ്. ക്രിസ്തുവായിക്കൊണ്ടിരിക്കുന്ന മെനോലിസ് മനുഷ്യനായിക്കൊണ്ടിരിക്കുകയാണ് താനെന്ന് അറിയുന്നില്ല. അവനുള്ളിലെ അശുദ്ധവികാരങ്ങളൊക്കെ ശമിച്ച് അവൻ നല്ലവനിലേക്ക് കടക്കുന്നു. അവന് മാനസാന്തരമുണ്ടാകുന്നു. അതോടെ അവൻ പ്രണയഭാജനമായ ലീനിയോയെ വിസ്മരിക്കുന്നു. എന്നാൽ രാവുകളിൽ അവൻ മഗ്ദലനമറിയായി അഭിനയിക്കുന്ന വിധവയും വേശ്യയുമായ കാതറേനയെ സ്വപ്നം കാണുകയും അവളെ തുടരെ സന്ദർശിക്കുകയും ചെയ്യുന്നു. പാപികളെ ക്രിസ്തു വിശുദ്ധജീവിതത്തിലേക്ക് സ്നാനപ്പെടുത്തി പ്രവേശിപ്പിക്കുന്നതിന്റെ തുടർച്ചയാണ് തന്റെ വേശ്യാസന്ദർശനങ്ങളെന്ന് അവൻ കരുതുന്നു. ലിക്കോവിസി ഗ്രാമത്തിലെത്തിയ അഭയാർഥികൾക്ക് രക്ഷകനായി മാറുമ്പോഴും അവർക്ക് സറാക്കി പർവതഗുഹകളിൽ അഭയം നൽകുമ്പോഴും മെനോലിസിന് വിളിച്ചു പറയാൻ ഒരു ക്രിസ്തു വഴിയുണ്ട്. 'ക്രിസ്തു'വായി അഭിനയപരിശീലനം നടത്തുമ്പോഴാണ് അവനിൽ നന്മയിൽ അധിഷ്ഠിതമായ മാനുഷിക വികാരങ്ങളുണരുന്നത്. അപ്പോഴവിടെ സുതാര്യമായ രണ്ടുവഴികൾ പ്രത്യക്ഷപ്പെടുന്നത് കാണാം. ക്രിസ്തുവിലേക്കുള്ള പാതയും ക്രിസ്തുവിൽനിന്നുള്ള പാതയും. രണ്ടും നീങ്ങുന്നത് ഒരേ ലക്ഷ്യത്തിലേക്കാണ്. അത് ക്രിസ്തുവിന്റെയും മനോലിസിന്റെയും ഉള്ളിലെ മനുഷ്യനെ മോചിപ്പിക്കുക എന്ന മുഖ്യലക്ഷ്യത്തിലേ

ക്കാണ് കേന്ദ്രീകരിക്കുന്നത്. ഒടുവിൽ ബോൾഷെവിക്ക് എന്ന് മുദ്രകുത്തപ്പെട്ട മെനോലിസിനെ ജനക്കൂട്ടം പള്ളിയിലേക്ക് വലിച്ചിഴച്ച് കൊണ്ടുപോവുകയും യൂദാസായി അഭിനയിക്കുന്ന പനയോതറോസിനാൽ ദാരുണമായി കൊല്ലപ്പെടുകയും ചെയ്യുന്നു. ക്രിസ്തു ജനിച്ച ദിവസംതന്നെ മെനോലിസ് മരണപ്പെടുന്നു. മെനോലിസിന്റെ മരണം നമുക്ക് വേദനയാകുന്നെങ്കിലും മെനോലിസ് ഉയർത്തെഴുന്നേൽക്കുന്നില്ല എന്നത് നമുക്കുള്ളിൽ നമുക്കു മാത്രം കേൾക്കാവുന്ന ഉഗ്രസ്ഫോടനമാണ്. ക്രിസ്തുവിന്റെ ജീവിതവുമായി ബന്ധപ്പെട്ട ഒന്നാണ് ഉത്ഥാനം. അത് ക്രിസ്തുവായി വേഷംകെട്ടുന്ന എല്ലാവർക്കും വേണമെന്ന നമ്മുടെ ശാഠ്യത്തിന് കിട്ടിയ ചാട്ടവാറടിയാണ് മെനോലിസിലെ മനുഷ്യന്റെ മരണം. മനുഷ്യനു മാത്രമേ അന്തസ്സാർന്ന മരണത്തിന് അവകാശമുള്ളൂ. ദൈവത്തിന്റെ കൂടെ മരണം എന്നൊരു അനുഭവത്തെ നമുക്കൊരിടത്തും കണ്ടെത്തുവാനാകില്ല. മരണത്തെ ദൈവം ഭയപ്പെടുത്തി കൊട്ടാരത്തിനു വെളിയിൽ നിർത്തിയിരിക്കുകയാണ് എന്നാണ് നമ്മുടെ വിശ്വാസം. ആ വിശ്വാസത്തെയാണ് നീത്ഷെ തെരുവിലേക്ക് വലിച്ചിഴച്ചുകൊണ്ടുവന്ന് മൃഗീയമായി കൊലപ്പെടുത്തിയത്. മെനോലിസിന്റെ മരണം മനുഷ്യന്റെ മരണമാണ്. മരണത്തിന്റെ തീർപ്പുകൾ ക്രമേണ ക്രിസ്തുവിലേക്ക് നീങ്ങുന്നുണ്ട്. ക്രിസ്തുവിന്റെ ആവരണങ്ങൾ ഒന്നൊന്നായി അഴിഞ്ഞുവീഴുകയും മെനോലിസിന്റെ മരണം യാഥാർഥ്യമാവുകയും ചെയ്യുന്നതോടെ കാലത്തിന്റെ ദുർഗന്ധം അവിടെയാകെ പരക്കുന്നു. സാക്കീസിന്റെ 'മനുഷ്യൻ' അവിടെനിന്നാണ് വരുന്നത്. ഉയർത്തെഴുന്നേൽപ്പുമായി അവന് ബന്ധമില്ല. അവനവിടെത്തന്നെ ഉണ്ടായിരുന്നു. കടുത്ത മതവിശ്വാസത്തിന്റെ പുകമറയ്ക്കുള്ളിൽ അകപ്പെട്ടുപോയ നമുക്ക് അവനെ കാണാൻ കഴിഞ്ഞില്ല എന്നു മാത്രം.

സുവിശേഷ നോവൽ (Gospel Novel) എന്ന് പൂർണമായ അർഥത്തിൽ വിശേഷിപ്പിക്കാനാവില്ലെങ്കിലും ഇതേ അനുഭവത്തിൽ ഉൾപ്പെടുത്തി ആദരിക്കാവുന്ന നോവലാണ് *ക്രിസ്തുവിന്റെ അന്ത്യപ്രലോഭനം (The last Temptation's of Christ)*. നമ്മുടെ വികലജ്ഞാനത്തിനും നീതിരഹിത വിശ്വാസത്തിനും ഭൂമിയിൽ കിട്ടാവുന്ന ഏറ്റവും വലിയ ശിക്ഷകളിലൊന്നാണ് ഈ നോവലെന്ന് ആൽബർട്ട് ഷെറ്റ്സർ പറഞ്ഞിട്ടുണ്ട്. ആത്മാവും ശരീരവും പലകാലങ്ങളിലായി അനുഭവിച്ചുകൊണ്ടിരിക്കുന്ന ക്രൂരസൗഹൃദത്തിന്റെ തെറ്റിപ്പിരിയലിൽനിന്നാണ്

*ക്രിസ്തുവിന്റെ
അന്ത്യപ്രലോഭനം*

സുവിശേഷത്തിന്റെ പുതിയ വർത്തമാനം സമാരംഭിക്കുന്നത്. സൗഹൃദം മുറിയുമ്പോഴാണ് സത്യത്തിന്റെ രക്തം പുറത്തേക്ക് ഒഴുകുക എന്ന് സർറിയലിസത്തിന്റെ ആചാര്യന്മാരിൽ ഒരാളായ ആന്ദ്രേ ബ്രിട്ടൻ പറഞ്ഞത് ഇവിടെ ആലോചനാവിഷയമാണ്. കാരണം സത്യവിശുദ്ധിയുടെ പുതിയ രക്തംകൊണ്ടാണ് സാക്കീസ് കാലത്തിനെ സ്നാനപ്പെടുത്തുന്നത്. ക്രിസ്തുവിലെ മനുഷ്യനെ വിമോചിപ്പിച്ച് അവനെ മനുഷ്യർക്കൊപ്പം കൂട്ടുക എന്ന ചരിത്രപരമായ ദൗത്യം സാക്കീസിന്റെ ഉദാത്ത സ്വപ്നങ്ങളിലൊന്നായിരുന്നു. അലക്സിസ് സോർബ (Zorba the Greek) യുടെ മറുപടികളിൽ സാക്കീസിന്റെ ഹൃദയം നിവർത്തിവായിച്ചതിന്റെ ഉജ്വലമുഹൂർത്തങ്ങളുണ്ട്. അവർക്കിടയിൽ മുഴങ്ങിക്കേട്ട ഏകശബ്ദം 'മനുഷ്യൻ' എന്നായിരുന്നു. രണ്ടു മനുഷ്യർ കൂട്ടിമുട്ടുമ്പോഴുണ്ടാകുന്ന സംഗീതമാണ് 'സോർബ'യിലെ ആത്മസംഗീതം. അവിടെ നായകനും പ്രതിനായകനുമില്ല. അവിടെ ദൈവവും ചെകുത്താനുമില്ല. അവിടെ മനുഷ്യൻ മാത്രമേ ഉള്ളൂവെന്ന ഉദാത്ത ചിന്തയിൽനിന്നാണ് ക്രിസ്തുവിലെ മനുഷ്യൻ വരുന്നത്. 'അന്ത്യപ്രലോഭന'ത്തിലൊരിടത്ത് വിപ്ലവകാരികൾ ക്രിസ്തുവിനെ ശത്രുവായിക്കാണുമ്പോൾ ക്രിസ്തുവിലെ മനുഷ്യൻ അവരെ തന്റെ തന്നെ ബഹുസ്വരത (Polyphony)യായി കാണുന്നു. ഇത് സമവായത്തിന്റെയും ശാന്തിയുടെയും സുമാർഗമാണെന്ന് വ്യാഖ്യാനിച്ച് ഈ ദർശനത്തെ ലഘൂകരിക്കേണ്ടതില്ല. അത് ക്രിസ്തുവെന്ന ആവരണത്തിനുള്ളിലെ സംസ്കാരത്തിന്റെ നിലയ്ക്കൊത്ത ഒഴുക്കാണ്. അത് മനുഷ്യസ്വാതന്ത്ര്യത്തിന്റെ അത്യുദാത്തമായ സിംഫണിയാണ്.

ക്രിസ്തുവിന്റെ അന്ത്യപ്രലോഭനം എഴുതുന്ന കാലത്തെക്കുറിച്ചുള്ള ഓർമകൾ സാക്കീസിന്റെ *ജീവിതകഥ*യിൽ പീറ്റർ ബിൻ അവതരിപ്പിക്കുന്നുണ്ട്.

> ധ്യാനത്തിന്റെ ഒരു പകൽ എരിഞ്ഞു തുടങ്ങിയപ്പോൾ ഞാനൊരു കാര്യം തീർച്ചപ്പെടുത്തിയിരുന്നു. ക്രിസ്തുവിനും എനിക്കുമിടയിലുള്ള ദൂരത്തിന് നീളം കുറഞ്ഞിരിക്കുന്നു എന്ന്. ഇത്തരമൊരനുഭവം *ഒഡിസി (The odyssey)*യുടെ രചനാകാലത്ത് എനിക്കനുഭവപ്പെട്ടിരുന്നു. മഹാകവി ഹോമർ അവസാനിപ്പിച്ചിടത്തുനിന്ന് *ഒഡിസി*യുമായി യാത്ര ആരംഭിക്കാൻ തയാറായിരുന്ന ദിവസം. ഒരു കൊടുങ്കാറ്റ് നിശ്ശബ്ദം എന്നെ കടന്നുപോയി. പ്രലോഭനങ്ങളെഴുതും മുമ്പ് ആ കൊടുങ്കാറ്റ് ഒരിക്കൽക്കൂടി വന്നു.

മദമടങ്ങിയ കൊടുങ്കാറ്റ് ക്രിസ്തുവിനെ വിട്ടൊഴിഞ്ഞ ഇളം കാറ്റാണെന്ന് നമുക്ക് തിരിച്ചറിയാനാകുന്നത് വിവേകത്തിന്റെ കാരുണ്യം കൊണ്ടാണ്. സാക്കീസിന്റെ ക്രിസ്തു പൊരുതുന്ന മനുഷ്യനൊപ്പമാണ്. എല്ലാവരും പോരാടുമ്പോൾ അവൻ മലയുടെ മുകളിൽ കയറിനിന്ന് പോരാട്ടം ആസ്വദിക്കുന്നില്ല. അവനവന്റെ ശരീരത്തെയും അതിനുള്ളിലെ ആത്മീയതയെയും കൊടുങ്കാറ്റിലേക്ക് വലിച്ചെറിയുന്നു. ഇതിൽ ദൈവി

കതയോടുള്ള അമർഷമല്ല, സ്വന്തം ശരീരത്തിൽ നൂറ്റാണ്ടുകളായി പറ്റി ച്ചേർന്ന ദിവ്യത്വത്തെ വലിച്ചുകീറിക്കളയുകയുമാണ് ക്രിസ്തു. ഈ വിശുദ്ധ കർമത്തിലൂടെ സാക്കീസ് കാലത്തിന് നഗ്നമാക്കുകയും പുതിയ നിർമിതിക്കുവേണ്ടി ചവിട്ടിക്കുഴയ്ക്കുകയും ചെയ്യുന്നു. ഇതിൽനിന്നാണ് കാലത്തിന്റെ പുതിയ സചേതന സംസ്കാരത്തെ സാക്കീസ് രൂപപ്പെടു ത്തുന്നത്. ഇതാണ് മനുഷ്യൻ, ഇതാണ് സ്വാതന്ത്ര്യം, ഇതാണ് സത്യം എന്ന് പുതിയ സംസ്കാരത്തെക്കൊണ്ട് സാക്കീസ് വിളിച്ചു പറയിപ്പിക്കു കയും ചെയ്യുന്നു.

യൗവനത്തിൽ ക്രിസ്തുവിന്റെ കാമുകിയായിരുന്ന മഗ്ദലന മറിയം പല ഘട്ടങ്ങളിൽ അവനെ വെറുപ്പോടെയാണ് സ്വീകരിക്കുന്നത്. അവ നിലെ ദൈവാവരണത്തെ അവൾ തിരസ്കരിക്കുകയും അവനിലെ പുരു ഷനെ ആഗ്രഹിക്കുകയും ചെയ്യുന്നു. ഇത് പ്രണയത്തിന്റെ കലാപമാണ്. മതം തിരസ്കരിച്ച കലാപത്തെ സാക്കീസ് പുതിയ കാലത്തേക്ക് കൂട്ടി ക്കൊണ്ടുവരുന്നു. അതിലൂടെ ദൈവത്തിന്റേതെല്ലാം ശൂന്യമാക്കപ്പെടു കയും മനുഷ്യന്റെ തീക്ഷ്ണമായ വികാരങ്ങളെ സമാദരിക്കുകയും ചെയ്യു ന്നു. ക്രിസ്തുവിലെ മനുഷ്യനെ തിരിച്ചറിഞ്ഞതിൽനിന്നാണ് മറിയത്തിന് ആത്മീയചോദനകളുണ്ടാകുന്നത്. ക്രിസ്തുവിലെ ദൈവാവരണം അവ ളിലെ സ്ത്രീയെ കൂടുതൽ പരിക്ഷീണിതയാക്കുന്നു. കാലങ്ങൾക്കു ശേഷം അവൾ തിരിച്ചറിയുന്നതും അനുഭവിക്കുന്നതുമായ ആത്മീയവി കാസം ക്രിസ്തുവിലെ പുരുഷനിൽനിന്നാണ് അവൾക്ക് ലഭിക്കുന്നത്. സോർബ പറഞ്ഞതുപോലെ 'യഥാർഥ ജ്ഞാനത്തിന്റെ സംഗീതമാണ് അവിടെ നിന്നുയരുന്നത്.' ഇവിടെ പുരുഷൻ, സ്ത്രീ എന്നീ ലിംഗ നിർവ ചനങ്ങൾക്ക് പ്രാധാന്യമില്ല. രണ്ടു മനുഷ്യർ, രണ്ടു ശരീരങ്ങൾ. പരസ്പരം ആകർഷിക്കപ്പെടേണ്ടതും സമർപ്പിക്കപ്പെടേണ്ടതും പങ്കുവയ്ക്കപ്പെടേണ്ട തുമായി പലതും അതിലുണ്ട്.

ഇതേ അനുഭവത്തിന്റെ മറ്റൊരരങ്ങിൽനിന്നാണ് യൂദാസ് വരുന്നത്. ക്രിസ്തുവിനെപ്പോലെ തന്നെ യൂദായും ഒരു സംസ്കാരത്തിന്റെ ആവര ണമാണ്. ആവരണവും അലങ്കാരങ്ങളും അഴിച്ചുമാറ്റും വരെ അവന് യൂദാ യായിത്തന്നെ ജീവിക്കേണ്ടതുണ്ട്. *ഗ്രീക്ക് പാഷ*നിലെ യൂദാ വേഷധാരി യായ പനയോതറോസിനെപ്പോലെ ഈ യൂദാ കടുത്ത പാപം പേറുന്ന വനല്ല. അവന് ക്രിസ്തുവിനോട് പകയോ വിദ്വേഷമോ ഇല്ല. പക്ഷേ, ചരിത്രം അവനൊരു മൂർച്ചയേറിയ കത്തി നൽകി നിർത്തിയിരിക്കുന്നു. കത്തിമുനയിലൂടെ ക്രിസ്തുവിന്റെ രക്തം പടർന്നിറങ്ങുന്നത് അവന് കാണണമെന്നുണ്ട്. പക്ഷേ, കാണുമ്പോഴെല്ലാം അവൻ അവന്റെ രക്ത ത്തെ തന്നെയാണ് തിരിച്ചറിയുന്നത്. അവനിലെ മനുഷ്യനും ക്രിസ്തു വിലെ മനുഷ്യനും പരസ്പരം കണ്ടുമുട്ടുന്നു. അതിൽനിന്നവന് രക്ഷ പ്പെടാൻ കഴിയുന്നില്ല. അവന്റെ ശിരസ്സ് പിളർന്ന് പാപബോധത്തിന്റെ രക്തനദി പുറത്തേക്കൊഴുകുന്നു. അതവനെ മനുഷ്യന്റെ ജാഗ്രതകളി ലേക്ക് നയിക്കുന്നു.

മഹത്തായ മനുഷ്യജീവിതത്തിന്റെ ഉദാത്തമായ മാതൃകകളാണ് *അന്ത്യപ്രലോഭന*ത്തിലെ കഥാപാത്രങ്ങളെല്ലാം. അവർക്കെല്ലാം സാക്കീസിന്റെ ഹൃദയവികാരങ്ങളും പ്രലോഭനങ്ങളുമുണ്ട്. ക്രൂശിതനായ ക്രിസ്തു അന്ത്യമുഹൂർത്തത്തിൽ കാണുന്ന സ്വപ്നങ്ങളിൽ നിറയെ ശരീരത്തിന്റെ ഉത്സവകാലത്തെക്കുറിച്ചുള്ള ഉൽക്കണ്ഠകളാണ്. അവിടെയൊരു മനുഷ്യന്റെ വേവുന്ന ഹൃദയം കാണാം. ഇന്ദ്രിയങ്ങളിലൂടെ അരിച്ചിറങ്ങുന്ന വിശ്വംഭരവേദനയുടെ നിശ്ശബ്ദ സാക്ഷ്യങ്ങൾ കാണാം. ആണിപ്പഴുതുകളിൽ പൂത്തുവിരിയുന്ന സഹനത്തിന്റെ മഹാമനസ്കത കാണാം; സ്വന്തം ജീവിതത്തെ വിമർശന വിഷയമായി സ്വീകരിക്കണമെന്നും വിജയങ്ങൾ പുനഃപരിശോധിക്കണമെന്നും പരാജയങ്ങൾക്കു മുമ്പിൽ ആനന്ദിക്കണമെന്നും ക്രിസ്തുവിലെ മനുഷ്യൻ നിശ്ശബ്ദം പറയുംപോലെ. ഇത്തരം നിശ്ശബ്ദവായനകൾക്കിടയിലൂടെയാണ് ക്ഷോഭത്തിന്റെയും പ്രലോഭനങ്ങളുടെയും ഒരു 'സചിത്ര ജീവിത പുസ്തകം' ചരിത്രത്തിലേക്കു പ്രവേശിക്കുന്നത്.

13

തോമസ്മൻ

തോമസ്മൻ

സത്യത്തിൽ അത് സ്വർഗത്തിൽ മാത്രമുള്ള, ഒരിക്കലും ഭൂമിയിൽ ഉണ്ടാവാത്ത തരത്തിലുള്ള സുഖമായിരുന്നു. ഭൂമിയിലെ സാമാന്യമായ സുഖങ്ങൾ സദാചാരമുറകളുടെയും സാമൂഹ്യസമ്മർദത്തിന്റെയും ഫലമായുണ്ടാകുന്ന വിവിധ പരിതസ്ഥിതികൾക്കിണങ്ങി മാത്രം മനുഷ്യർക്ക് ദൈവവിധിപോലെ ലബ്ധമാകുന്ന സംതൃപ്തി വാസ്തവത്തിൽ പരിധിനിർണയിക്കപ്പെട്ടിട്ടുള്ളതും പരിമിതവും ആകുന്നു. പരിത്യാഗവും വിധിക്കുകീഴടങ്ങലുമാണ് പൊതുവിൽ എല്ലാവരുടെയും ഗതി. നമ്മുടെ അഭിലാഷങ്ങൾ അതിരറ്റവയാണ്. അവയുടെ പൂർത്തീകരണമോ കർശനമായി നിയന്ത്രിക്കപ്പെട്ടിരിക്കുന്നു.

മാറ്റിവച്ചതലകൾ/1940

തോമസ്മന്നിന്റെ എഴുത്തുജീവിതം സമാരംഭിക്കുന്നത് ബുഡ്ഡൻ ബ്രോക്സി (Budden Brooks - 1901) ന്റെ രചനയോടുകൂടിയാണ്. ഒരു ഇരുപത്തഞ്ചുവയസുകാരന്റെ നോവൽ എന്നതിനേക്കാളുപരി തോമസ്മൻ മുന്നോട്ടുവയ്ക്കുന്ന പതനസിദ്ധാന്തം ജർമനിയുടെ സാംസ്കാരിക രാഷ്ട്രീയ ചരിത്രത്തിന്റെ സത്യസന്ധമായൊരു പോസ്റ്റ്മോർട്ടം റിപ്പോർട്ട് കൂടിയായിരുന്നു. ബുഡ്ഡൻ ബ്രോക്സിലെത്തുംമുമ്പ് *ലിറ്റിൽ ഹെർഫ്രെഡ്മാൻ* എന്ന പേരിൽ ഒരു ചെറുകഥാസമാഹാരം തോമസ്മൻ പ്രസിദ്ധീ

കരിക്കുകയുണ്ടായി. കഥാസമാഹാരത്തിന്റെ ആമുഖത്തിൽ തോമസ്മൻ എഴുതുന്നു:

> ആകാശത്തിന്റെ ഒരതിര് ഇടിഞ്ഞുവീഴുന്നത് ഞാൻ ശരിക്കും കണ്ടു. എന്നേക്കാൾ നാലുവയസ്സ് കൂടുതലുള്ള ജ്യേഷ്ഠൻ ഹെന്റി (അവനെന്നെ കിറുക്കാ എന്നുവിളിച്ചത് ഇപ്പോഴും ഓർമ യുണ്ട്)യോട് ഞാനിക്കാര്യം പറഞ്ഞു. അവനെന്നെ ഒരുപാട് ആശ ്വസിപ്പിച്ചു. അതെനിക്ക് ഒരേകാലം കിട്ടിയ രക്ഷയും ശിക്ഷയുമാ യിരുന്നു.

'ആകാശത്തിന്റെ ഒരതിര് ഇടിഞ്ഞുവീഴുന്നത് ശരിക്കും കണ്ടു' എന്ന തോമസ്മന്നിന്റെ വെളിപ്പെടുത്തലിന്റെ സർഗാത്മകാനുഭവമാണ് ബുഡ്ഡൻ ബ്രോക്സിന്റെ അലർച്ച. ആകാശത്തേക്ക് കെട്ടിയുയർത്തിയ ഒരു ഗോപുരത്തിന്റെ പതനംപോലെ ഭയാനകമായിരുന്നു അത്. ലുബക്കിലെ വ്യാപാരി കുടുംബത്തിന്റെ പതനം ഒരു പരമാധികാര രാജവാഴ്ച (Absolute Monarchy)യുടെ പതനംപോലെ വേഗതയാർന്നതായിരുന്നു. അത് കാലത്തിന്റെ സ്വീകാര്യതപോലെ ആകർഷകമായിരുന്നു. ജർമനിയുടെ ദാർശനികവും സൗന്ദര്യാത്മകവുമായ പാരമ്പര്യത്തിനു സംഭവിച്ച ഗുരുതരമായ രോഗത്തിന്റെ നേർക്കാഴ്ചയായിരുന്നു നാലുതലമുറകളുടെ ജീവിതകഥയിലൂടെ തോമസ്മൻ മുന്നോട്ടുവയ്ക്കുന്ന അനുഭവതലം. തലമുറകളുടെ സ്ഥലരാശിയുടെ മാനവും സാമൂഹ്യമാനവും (Spatial and Social demensions) ജർമനിയുടെ യാഥാസ്ഥിതിക സാംസ്കാരിക രാഷ്ട്രീയ രംഗത്തെ തലനരച്ച ചിന്തകളിൽനിന്നും ഒട്ടും ഭിന്നമായിരുന്നില്ല. 'ടൊണ്യൊക്രോഗ' (Toniokroger)റിന്റെ പഠനാനുഭവങ്ങളെക്കുറിച്ചുള്ള പ്രബന്ധത്തിന് മറുപടിയായി മൻ എഴുതി:

> ജർമനിയുടെ പാരമ്പര്യത്തിലധിഷ്ഠിതവും ഉദാത്തവുമായയ സാംസ്കാരിക സമുദായചരിത്രത്തിനുനേരെ ഒരു ചാട്ടവാറടി അനിവാര്യമായിരുന്നു. എന്റെ പ്രയോഗം നീതിയുക്തവും കാലോചിതവുമായ ഒന്നാണെന്ന് വായനക്കാർ സാക്ഷ്യപ്പെടുത്തുന്നു. എന്റെ മൗനം ഭീകരമായി വളർന്നുപോയിരുന്നുവെങ്കിൽ ഇതേ വായനക്കാർ എന്റെ കഥ കഴിക്കുമായിരുന്നു.

'ഒരു കുടുംബത്തിന്റെ പതനം' എന്ന ലളിത ശീർഷകത്തിനപ്പുറത്തേക്ക് ഒരു നോവൽ പ്രവേശിക്കുന്നവിധം അത്ഭുതത്തേക്കാളുപരി ആദരവാണ് വായനക്കാരിലുളവാക്കിയത്. ജർമനിയുടെ അധികാരം നാസികൾ കൈയ്യാളുന്നതിന് കാലങ്ങൾക്കുമുമ്പേ മൻ നടത്തിയ പ്രവചനം ബുഡ്ഡൻ ബ്രോക്സിന്റെ താരുണ്യത്തെ ഇന്നും വിലപിടിപ്പുള്ളതാക്കുന്നു.

ഫ്രോയ്ഡിന്റെയും യുങ്ങിന്റെയും വിശദമായ മനോവിജ്ഞാനീയ പാഠങ്ങൾ (മിത്തോളജി, പ്രതീകവൽക്കരണം) കാച്ചിക്കുറുക്കിയ കവിത

പോലെ തോമസ്മന് മനഃപാഠമായിരുന്നു. ഗെയ്ഥയും ഷില്ലറും മന്നിലെ കലാകാരന്റെ മനസിനെ മാറിമാറി ഉഴുതുമറിച്ചു. ഗെയ്ഥയുടെ ക്ലാസിക് പക്ഷപാതത്തോട് മൻ ഐക്യദാർഢ്യം പ്രഖ്യാപിക്കുകയും ഷില്ലറുടെ ശുദ്ധകലാവാദത്തിനോട് ചേർന്നുനിൽക്കുകയും ചെയ്തു. എഴുത്തിലും കലാസ്വാദനത്തിലും ഷില്ലർ വരുത്തിത്തീർത്ത നവീന ബൃഹദാഖ്യാനങ്ങ (New-mega narratives)ളുടെ പിന്തുടർച്ചക്കാരനായി മൻ സ്വയം അവരോധിക്കപ്പെട്ടു. യാഥാർഥ്യത്തെ സ്വീകരിക്കുന്ന മനോഘടനയെ ആശ്രയിച്ചാണ് സാഹിത്യത്തിന്റെ സാമാന്യസ്വഭാവം നിർണയിക്കേണ്ടതെന്ന ഷില്ലറുടെ വാദത്തെ മൻ അനുകൂലിക്കുക മാത്രമല്ല, അത്തരമൊരനുഭവത്തെ അടയാളപ്പെടുത്തുന്ന ഒരു നോവൽ എഴുതുകകൂടി ചെയ്തു. പ്രത്യക്ഷത്തിൽ ബുഡ്ഡൻബ്രോക്സിന്റെ ആശയലോകത്തുനിന്ന് തെറ്റിപ്പിരിയുകയും അപകടകരമായ ഒരു വഴി തിരഞ്ഞെടുക്കുകയുമാണ് *ടൊണ്യോക്രോഗർ* എന്ന നോവൽ. എന്നാൽ ബുഡ്ഡൻബ്രോക്സിന്റെയും ടൊണ്യോക്രോഗറിന്റെയും അടിയൊഴുക്കുകളിൽ പ്രതിഫലിച്ച നിഴലുകൾക്ക് ഒരു സാദൃശ്യമുണ്ട്. അത് ഇടിഞ്ഞുവീഴാറായ കാലത്തിന്റെയും അതിൽ വിശ്വസിക്കുന്ന ഒരു ജനതയുടെയും ദാരുണമായ പര്യവസാനമായിരുന്നു. ഇത് കലാപരമായ അനിവാര്യത (Artistic Inevitability)യിലേക്കാണ് ലക്ഷ്യം വയ്ക്കുന്നത്. കാന്റ് പറയുംപോലെ നിസ്സംഗമായ സംതൃപ്തി (Disinterested satisfaction) കളുടെ ഒഴുക്കായിരുന്നില്ല ഇത്. രൂക്ഷമായ കലാവിമർശനത്തിന്റെ നിർവചനമായിരുന്നു അത്.

റോയൽ ഹൈനസ്

ഭൂതകാലത്തിനോട് മന്നിനോളം യുദ്ധം പ്രഖ്യാപിച്ചിട്ടുള്ള എഴുത്തുകാർ വളരെ കുറവാണ്. *റോയൽ ഹൈനസി* (*Royal Highness*)ൽ മൻ എഴുതുന്നു:

> പൂർണമായും കുറ്റവിമുക്തമായ ഒരനുഭവമാണ് പാരമ്പര്യം എന്നു ഞാൻ കരുതുന്നില്ല. ചിന്തിക്കുമ്പോഴും എഴുതുമ്പോഴും ഒരു കത്തോലിക്കന്റെ നിർവചനങ്ങൾ എന്നെ സ്വാധീനിച്ചിട്ടില്ല. എന്റെ പാരമ്പര്യം പ്രൊട്ടസ്റ്റന്റിസത്തിന്റേതാണ്. ദൈവവുമായി നേരിട്ട് ബന്ധപ്പെടാനാണ് ഞാനാഗ്രഹിക്കുന്നത്.

ഇത് ജർമൻ മനസിനും കലയ്ക്കും നേരെ ഉതിർന്ന ആദ്യ നിറയൊഴിക്കലായിരുന്നു. കാലത്തിന്റെ ചെയ്തികൾക്കു നേരെ മിന്നൽവേഗത്തിൽ പാഞ്ഞടുക്കുകയായിരുന്നു തോമസ്മൻ. ടൊണ്യോക്രോഗറിലെ

നായകൻ മാനസികമായ വെല്ലുവിളികളെ അതിജീവിച്ചു മുന്നേറുന്ന കാഴ്ചയ്ക്ക് മന്നിന്റെ സമചിത്തതയുടെ പാരുഷ്യവും വേഗതയുമുണ്ട്. കലാനിപുണനും അന്തസുള്ളവനുമായ ക്രോഗറിന്റെ അനുഭവങ്ങൾക്ക് ഒരു ശിഥില സ്മൃതിയുടെ ഭംഗിയാണുള്ളത്. അയാൾക്ക് ആടിത്തീർക്കേണ്ടത് ഒരു കലാകാരന്റെ ജീവിതമാണ്. അയാളുടെ ഉള്ളിൽ അഭിരമിക്കുന്ന കാലവും അയാളിലെ കലാകാരനും പലപ്പോഴും ഒരു യുദ്ധഭൂമിയിൽ വച്ച് കണ്ടുമുട്ടുന്നുണ്ട്. കലയും കലാകാരനും ഒരേ ഹൃദയത്തിന്റെ സന്താനങ്ങളാണെന്ന് ക്രോഗർ ആഴത്തിൽ വിശ്വസിക്കുകയും അതിനുവേണ്ടി പ്രവർത്തനസന്നദ്ധനാകുകയും ചെയ്യുന്നു. എന്നാൽ ക്രോഗറിന്റെ കൂട്ടുകാരുടെ (അവർ ബൂർഷ്വാകളാണ്) ചെയ്തികൾ ക്രോഗറിനെ അത്യധികം വേദനിപ്പിക്കുന്നു. അവരുമായുള്ള ക്രോഗറിന്റെ ആത്മബന്ധത്തിന് വിള്ളലുകൾ സംഭവിക്കുന്നു. പൊരുത്തക്കേടുകൾക്ക് നടുവിൽനിന്നുകൊണ്ട് വിലപിക്കുന്ന ക്രോഗറിനു മുന്നിൽ കാലത്തിന്റെ നെടുങ്കൻ മതിലുകൾ ഇടിഞ്ഞുവീഴുന്നു. ഇവിടെ ഒരു വ്യക്തിയുടെ ആത്മസംഘർഷമല്ല നമ്മെ വേട്ടയാടുന്നത്; ഒരു സമൂഹത്തിന്റെ മാനസികാന്തര സംഘർഷ (Intrapsychic conflict)ത്തിന്റെ അലർച്ചയാണ് ഉയർന്നുകേൾക്കുന്നത്. വ്യക്തിയുടെ അന്തസ്സ് സമൂഹത്തിനുണ്ടെങ്കിലും ജൈവപരമായ ആർജിത വ്യക്തിത്വം (Organic acquired personality) സമൂഹത്തിനില്ല. സമൂഹം എല്ലാക്കാലത്തെയുംപോലെ ഇവിടെയും ഉദാത്തമായ ജീവിത വ്യാഖ്യാനങ്ങളിൽ നിന്നകന്ന് നീങ്ങുന്നു.

1913 ൽ മൻ എഴുതിയ *ഡെത്ത് ഇൻ വെനീസി* (*Death in Venice*) നെ തികച്ചും വ്യക്തിപരം എന്നുവിളിച്ചു മാറ്റിനിർത്താമെങ്കിലും കാലത്തിന്റെ പകനിറഞ്ഞ വിവേകം ഈ നോവലിന്റെ ആഴങ്ങളെ മുറിവേൽപ്പിക്കുന്നുണ്ട്. വ്യക്തിസത്തയിൽനിന്ന് രൂപപ്പെട്ട അനുഭവങ്ങളിൽ തളയ്ക്കപ്പെട്ടവനാണ് *ഡെത്ത് ഇൻ വെനീസി*ലെ അഷെൻ ബേക്കൻ. അയാൾ നേരിടുന്ന ദുരന്തങ്ങൾക്ക് പിന്നിൽ കാലത്തിന്റെ കൃത്യമായൊരു ഇടപെടലുണ്ട്. ഇവിടെ ദുരന്തങ്ങൾക്കൊരു ചോദ്യത്തിന്റെ ശരീരഘടനയാണുള്ളത്. ലിംഗാതീതമായ മൂർച്ചകൾകൊണ്ടാണ് ചോദ്യങ്ങൾ നിർമിച്ചിരിക്കുന്നത്. ഒരേകാലം മനുഷ്യനും രാജ്യവുമായി മാറ്റപ്പെടുന്ന അഷെൻ ബേക്കനെ ഈ ചോദ്യങ്ങൾ ഭയപ്പെടുത്തുന്നില്ല. അയാൾ എല്ലാ പരിണാമങ്ങൾക്കും ക്ഷോഭങ്ങൾക്കും മുകളിൽ അയാളുടെ നിയന്ത്രണത്തിൽ വികസിക്കുകയും ചുരുങ്ങുകയും ചെയ്യുന്ന ഒരാകാശം ഒരുക്കിവയ്ക്കുന്നു. ഫ്രെഡറിക് ബൂക്ക് പറയുംപോലെ "ഒരാൾ അയാളുമായി തന്നെ യുദ്ധത്തിലേർപ്പെടുന്നതിന്റെ ഉദാത്തമായൊരു അടയാളമാണത്." ശരീരത്തിനു പുറത്തുനിൽക്കുന്ന മനസ്സ് അയാളുടെ ശരീരത്തെ ആഴത്തിൽ മുറിവേൽപ്പിക്കുന്നു. അയാളുടെ പരാജയം, വേദന ഇതൊക്കെ തികച്ചും വ്യക്തിപരമെന്ന് അടയാളപ്പെടുത്താമെങ്കിലും മനസും ശരീരവും സമൂഹവും അനുഭവങ്ങളുമൊക്കെച്ചേർന്നുള്ള ഒരു കൂട്ടുത്തരവാദിത്വത്തിന്റെ മഹാസങ്കടമാണത്!

ഹെമിംഗ്‌വെയുടെ *അഞ്ചാംപത്തി* (*The Fifth Column*) എന്ന നാടകത്തിന്റെ ഭാഷ്യ (version)വുമായി *ഡെത്ത് ഇൻ വെനീസി*ന് ഒരാത്മബന്ധമുണ്ട്. സാമൂഹ്യവും സാമ്പത്തികവും രാഷ്ട്രീയവുമായ അനീതികളോടും അന്തസില്ലായ്മയോടും അന്ധവിശ്വാസങ്ങളോടുമുള്ള കടുത്ത എതിർപ്പിന്റെയും തെറ്റിപ്പിരിയലിന്റെയും ഭിന്നസ്വരങ്ങളുടെ പൊരുത്തം ഈ കൃതികളുടെ സാമൂഹ്യബോധത്തെ ഉദാത്തമാക്കുന്നു. ഷോപ്പനോവറിന്റെ വംശത്തനിമയുള്ള (Ethinic Identity) മനോനിർവചനങ്ങളിൽ നിന്ന് ഊറിക്കൂടിയ സ്വാതന്ത്ര്യത്തിന്റെ പതാകാവാഹകനായിരുന്നു മൻ എന്നതിന്റെ ലക്ഷ്യവേധിയായ തെളിവാണിത്. ഇതേ അനുഭവത്തിന്റെ വിപരീത ദിശയിൽനിന്നാണ് *ടെയ്ൽസ് ഓഫ് ജേക്കബ് (Tales of Jacob)* വരുന്നത്. പഴയ നിയമത്തിലെ ജോസഫിന്റെ കഥയ്ക്ക് മൻ നൽകുന്ന സ്വതന്ത്രഭാഷ്യം സാഹസികമായ ഒരനുഭവമാണ്. യുങ് അവതരിപ്പിച്ച ബാഹ്യപ്രകൃതത്തെയും (Persona) ആന്തരികഭാവത്തെയും (shadow) മൻ, ജോസഫിലൂടെ സസൂക്ഷ്മം വീക്ഷിക്കുന്നു. ഈജിപ്തിന്റെ പാരമ്പര്യവും സ്വന്തം കുടുംബത്തിന്റെ പാരമ്പര്യവും രണ്ടു വ്യത്യസ്ത മാർഗങ്ങളിലൂടെ ഒരു വ്യക്തിയിൽ പ്രവേശിക്കുന്നവിധം അതിന്റെ സ്വീകാര്യത, സാധ്യതകൾ ഇതെല്ലാം പൂർണമായും ഉപയോഗപ്പെടുത്തി പുതിയ പാഠത്തിലേക്ക് കടക്കുകയാണ് മൻ. ഇവിടെ അനുഭവവേദ്യമാകുന്ന ബാഹ്യാന്തരഭാവങ്ങൾ ആത്മപര്യാന്വേഷണത്തിന്റെ കലാലാവണ്യത്തിലാണ് എത്തിച്ചേരുന്നത്. നോവലന്ത്യത്തിൽ നമുക്ക് സ്വീകരിക്കാനാകുംവിധം ഒരു ജീവിതദർശനം മൻ വച്ചുനീട്ടുന്നു. മന്നിലെ പ്രതിഭാ സ്വാതന്ത്ര്യത്തിന്റെ പ്രഖ്യാപനമായിരുന്നു ഇത്. ഫ്രെഡറിക് ബ്രൂക്ക് പറയുംപോലെ "എല്ലാ വേദനകൾക്കുമിടയിൽ പുഞ്ചിരിക്കാൻ കഴിയുക ഒരത്ഭുതമാണ്. വിശുദ്ധനായ സെന്റ് സെബാസ്റ്റ്യനെപ്പോലെ, മൻ മുന്നോട്ടുവയ്ക്കുന്ന ജീവിതദർശനവും നമുക്ക് പുതിയ വെളിച്ചം തരുന്നു."

II

ചലനരഹിതമായ കാലത്തിന്റെ നീലിച്ച അന്തരീക്ഷത്തിനു താഴെ രോഗഗ്രസ്തമായ ശരീരംപോലെ നിവർന്നുകിടക്കുന്ന ക്ഷയരോഗ സാനിറ്റോറിയം. ഡേവോസിനടുത്ത് സ്വിസ്പർവതനിരകൾക്ക് സമീപം സ്ഥിതിചെയ്യുന്ന ഡോക്ടർ ഫ്രിദ്റീഷ്ജെസ്സെനിന്റെ വാൾട്ട് സാനിറ്റോറിയത്തിലേക്ക് മന്നിന് ഒന്നിലധികം തവണ പോകേണ്ടിവന്നിട്ടുണ്ട്. മന്നും ഭാര്യ കാത്യപ്രിങ്ഷൈമും പല കാലങ്ങളിലായി അവിടെ ചികിത്സകൾ തേടിയിരുന്നു. സാനിറ്റോറിയത്തിലേക്കുള്ള ഓരോ യാത്രയും മന്നിന് ജ്ഞാനോദ്ദീപന (Enlightment)മായിരുന്നു. മനുഷ്യാവസ്ഥയുടെ ദ്വന്ദ്വഭാവവും (Double) ദ്വൈതവാദവും (Dualism) ഒരേകാലം മന്നിനെ ആലോചനകളിലേക്ക് തിരിച്ചുവിട്ടു. 'അപകടകരമായി ജീവിക്കുക' (To live dangerously) എന്ന നീഷെയെൻ ദർശനത്തിന്റെ തുടർച്ചകൾ മന്നിനെ വേട്ടയാടിക്കൊണ്ടേയിരുന്നു. 'ജീവിക്കുക അല്ലെങ്കിൽ മരിക്കുക' എന്നതിനപ്പുറ

ത്തേക്ക് ജീവിതത്തിന് ചില പുതിയ സാധ്യതകളുണ്ടെന്നും അത് അപകടകരമായി ജീവിക്കുക എന്ന ബോധത്തോടെ ചിന്തിക്കപ്പെടേണ്ടതാണെന്നും മൻ നിശ്ചയിച്ചുറപ്പിച്ചിരുന്നു.

ഒന്നാംലോക മഹായുദ്ധാരംഭകാലത്താണ് മൻ *മാജിക് മൗണ്ടന്റെ* (*Magic Mountain*) രചന ആരംഭിക്കുന്നത്. യൂറോപ്പിന്റെ സാംസ്കാരിക ജീവിതത്തിനു സംഭവിച്ചുകൊണ്ടിരുന്ന മൂല്യച്യുതിയും ജർമനിയുടെ ഒഴിവാക്കാനാകാത്ത ശിഥിലീകരണവും മന്നിലെ 'സത്യസന്ധ'നെ കൂടുതൽ വൈകാരികമായി പ്രലോഭിപ്പിച്ചു. ആധുനിക മനുഷ്യന്റെ വേട്ടയാടപ്പെട്ട മനസിനെ പകർത്തിവയ്ക്കുക എന്ന ചരിത്രപരമായ ദൗത്യം മൻ ഏറ്റെടുത്തു. രോഗാതുരമായ ഒരു കാലത്തെ അടയാളപ്പെടുത്തുവാൻ ക്ഷയരോഗസാനിറ്റോറിയത്തെ മാതൃകയാക്കിയ മൻ, മനുഷ്യാവസ്ഥയുടെ എല്ലാവിധ പരാജയങ്ങളും വിഭാഗീയതകളും (Categorical) അവിടെ മരിച്ചുകിടക്കുന്നതായി തുറന്നെഴുതി. നായകനായ ഹാൻസ് ക്യാസ്റ്റോർവ് നമ്മുടെ ആരുടെയെങ്കിലും മുഖഛായ ഉണ്ടെങ്കിൽ അത്ഭുതപ്പെടേണ്ടതില്ലെന്ന് ബൂക്ക് പറയുന്നത് ശ്രദ്ധിക്കേണ്ട ഒന്നാണ്. ഹാൻസിന്റെ ചലനങ്ങൾക്കും നിർവികാരതയ്ക്കും ഇടയിൽ നഷ്ടപ്പെട്ടുപോയ എന്തോ ഒന്ന് നാം തെരഞ്ഞുനടക്കുന്നതിന്റെ ഫലിതം അതാണ് ഓർമിപ്പിക്കുന്നത്.

കുട്ടിക്കാലത്തേ മാതാപിതാക്കൾ നഷ്ടപ്പെട്ട ഹാൻസ് ക്യാസ്റ്റോർവ് മുത്തശ്ശിക്കും മുത്തച്ഛനുമൊപ്പമാണ് ജീവിച്ചതും പഠിച്ചതും. ഡേവോസിലെ സാനിറ്റോറിയത്തിൽ പ്രവേശിപ്പിക്കപ്പെട്ട ഒരു ബന്ധു (ജൊവാക്കിം സീസെൻ)വിനെ കാണാൻ ഹാൻസ് തീരുമാനിക്കുന്നു. ഏതാനും ആഴ്ചകൾ ജൊവാക്കിനൊപ്പം കഴിഞ്ഞശേഷം ഹാംബെർഗിലേക്ക് മടങ്ങാമെന്നു കരുതിയ ഹാൻസ് ക്യാസ്റ്റോർവ് ഏഴുവർഷക്കാലം അവിടെ താമസിക്കാൻ പ്രലോഭിതനാകുന്നു. സാനിറ്റോറിയത്തിലെ രോഗികളിലധികം പേരും യൂറോപ്പിൽനിന്നു വന്നവരായിരുന്നു. അവരുമൊത്തുള്ള ഹാൻസ് ക്യാസ്റ്റോർവിന്റെ വിശുദ്ധസൗഹൃദം നാൾക്കുനാൾകൊണ്ട് സുദൃഢമാകുന്നു. പിരിയാനാകാത്തവിധം വളർന്നുകഴിഞ്ഞ ബന്ധങ്ങൾ ഹാൻസിനെ ഏറെ പരിക്ഷീണിതനാക്കുകയും ഇവിടെപ്പോലെ രോഗാതുരമായൊരു കാലത്തിന്റെ ബലക്കുറവുള്ള സംഘാംഗങ്ങളിൽ ഒരാളായി താൻ മാറിക്കഴിഞ്ഞിരിക്കുന്നുവെന്നും വേദനയോടെ അയാൾ തിരിച്ചറിയുന്നു. എന്നാൽ സുഹൃത്തുക്കളിൽ പുരോഹിതനായ ലിയോനാഫ്ത, ലോദോവിക്കോ സെത്തം ബ്രീനി തുടങ്ങിയവരുമായി ഹാൻസ് നടത്തുന്ന ചർച്ചകൾക്ക് രോഗാതുര സന്ദേഹങ്ങളില്ല. മനോവിശകലനം, ആപേക്ഷികാസിദ്ധാന്തം, ജീവശാസ്ത്രം, സംഗീതം തുടങ്ങി ആകാശത്തിനു കീഴിലുള്ള എല്ലാറ്റിനെയും കുറിച്ചും ഹാൻസ് ഇവരുമായി നെടുങ്കൻ ചർച്ചകളിൽ ഏർപ്പെടുന്നു. മാനവതാവാദ (Humanism)ത്തിന്റെയും സദാചാരവാദ (Moralism)ത്തിന്റെയും ജാലകങ്ങൾ ഒന്നൊന്നായി അവർ മലർക്കെ തുറന്നിടുന്നു. ഇത് ഫ്രോയ്ഡിന്റെ 'സംസാര ചികിത്സ' (Talking Cure)

യുടെ സാധ്യതയിലേക്ക് എത്തപ്പെടുന്നുണ്ട്. ചർച്ചകൾക്കൊടുവിലെ നിശ്ശബ്ദതകളിൽ ഹാൻസ് എല്ലാവരിൽനിന്നും തികച്ചും ഒറ്റപ്പെടുകയും യൂറോപ്പിനുമേൽ വന്നുവീഴുന്ന പ്രശ്നസങ്കീർണമായ ആശയങ്ങളിൽപ്പെട്ട് മനോനില തെറ്റുകയും ചെയ്യുന്നു. ജർമനിയുടെ ദുരന്തത്തിനു മുന്നിൽനിന്ന് ഹാൻസ് ഒരു കൊച്ചുകുട്ടിയെപ്പോലെ നിലവിളിക്കുന്നു. അത് അയാൾക്കുമാത്രം കേൾക്കാവുന്ന സംഗീതമാണ്. അതയാളുടെ ജീവിതത്തെ രോഗമുക്തിയിലേക്ക് നയിക്കുന്നു. തന്നിലെ രോഗിയെയും രോഗത്തെയും ഹാൻസ് സമചിത്തതയോടെ സ്വീകരിക്കുന്നു.

കപ്പൽ വ്യവസായത്തിന്റെ സാമ്പത്തിക സുരക്ഷിതത്വത്തിൽനിന്നാണ് ആതുരാലയത്തിന്റെ നിർവികാരതയിലേക്ക് ഹാൻസ് വരുന്നത്. ഇവിടെ സുരക്ഷിതത്വത്തിനും അപകടത്തിനുമിടയിൽ രൂപംകൊണ്ട ഒരു ദ്വീപായി മാറുകയാണ് ഹാൻസിന്റെ ജീവിതം. ആ ദ്വീപിനു രോഗത്തിന്റെ വേദനയും മഹാസങ്കടവുമുണ്ട്. മരണത്തെക്കുറിച്ച് ഉൽക്കണ്ഠാകുലനാകുമ്പോഴും നീഷെ പറയുംപോലെ ഹാൻസ് ഒരു 'കുലീന'നാണ്. നിർഭയത്വമാണ് അയാളുടെ മുഖത്ത് പ്രസരിക്കുന്നത്. സാനിറ്റോറിയത്തിൽ കടുത്ത വേദന അനുഭവിക്കുന്ന ചില രോഗികൾ കണ്ടെത്തുന്ന ആത്മഹത്യാമാർഗം ഹാൻസിനെ ആകർഷിക്കുന്നില്ല. നിർഭയത്വം അയാളുടെ ഇച്ഛാശക്തി വർധിപ്പിക്കുന്നു. മരണത്തെ കൂർത്ത വാക്കുകൾകൊണ്ടാണ് ഹാൻസ് നേരിടുന്നത്. ആത്മജ്ഞാനത്തിന്റെ പ്രകാശവർഷങ്ങളിലേക്ക് ഹാൻസ് എത്തിച്ചേരുന്ന വഴിയാണ് ഈ ധൈര്യപ്പെടൽ. ഇവിടെ രോഗാതുരമായ കാലത്തിന്റെയും ജീവിതത്തിന്റെയും മദമടങ്ങിയ മുരൾച്ച കേൾക്കാം. രോഗത്തിനും മരണത്തിനുമിടയിൽ നഷ്ടപ്പെട്ടുപോയ സംസ്കൃതിയുടെ മനസ്സ് വീണ്ടെടുക്കുന്നതിന്റെ ഉന്മേഷം കാണാം. ഒടുവിൽ സാനിറ്റോറിയത്തിലെ ജീവിതസമരങ്ങളിൽനിന്ന് പലായനം ചെയ്ത ഹാൻസ് ജർമനിയുടെ രക്ഷാസേനയിൽ അംഗമാകുന്നു. യുദ്ധരംഗത്തുവച്ച് ഹാൻസിന്റെ ജീവൻ പൊലിയുന്നു. ഒരു മനുഷ്യന്റെ ക്ഷണികജീവിതത്തിനിടയിൽ സംഭവിക്കുന്ന അനവധി മരണങ്ങളിൽ ഒരു മരണം എന്നതിനപ്പുറത്തേക്ക് ഹാൻസിന്റെ 'മരണം' വ്യാഖ്യാനിക്കുവാനാവില്ല. കഥാപാത്രത്തിന്റെ മരണം അനിശ്ചിതത്വത്തിൽ നിൽക്കുന്നിടത്തോളംകാലം *മാജിക് മൗണ്ട*ന്റെ തുടക്കവും ഒടുക്കവും പ്രവചിക്കുവാനുമാകില്ല.

14

ഫെഡറികോ ഗാർഷ്യ ലോർക

ഒലിവിലകൾ
പ്രാർഥിക്കുന്നതെന്താവാം.
എന്റെ പ്രണയിനി
നിന്റെ മൗനത്തെ
എനിക്ക് കവർന്നെടുക്കാനാവുന്നില്ലല്ലോ.
ഋതുശോഭയാർന്ന പകലുകളെ
ചുംബിക്കുവാനാകുന്നില്ലല്ലോ.
സാന്ധ്യമേഘങ്ങൾ
നിലാവലകൾ കൊരുത്തുകൊണ്ട്
ഇതാ ഒഴുകിവരുന്നു.
ഞാനിപ്പോഴും പാടുന്നു.
പ്രാർഥനയിലാകെ മിഴിനീർ കണങ്ങൾ
ഞാനിപ്പോഴും പാടുന്നു.
എന്റെ പ്രണയം
നിന്റെ ഹൃദയത്തെ
നഗ്നമാക്കട്ടെ.

ഫെഡറികോ ഗാർഷ്യ ലോർക

ജിപ്സിബലാഡ്സ്/1922

നിലാവു ചുംബിച്ച മുഖമായിരുന്നു ഫെഡറികോ ഗാർഷ്യ ലോർക യുടേത്. നിലാവ് മെല്ലെ അതിന്റെ രജത ധൂളികളാൽ ലോർകെയുടെ മുഖത്തെ കോരിയെടുക്കുകയായിരുന്നുവെന്ന് സുഹൃത്തും സഹപാഠിയു മായിരുന്ന സാൽവദോർ ദാലി എഴുതിയിട്ടുണ്ട്. പ്രതിഭയുടെ സമുദ്രോ ന്മാദങ്ങളിൽ ജ്ഞാനസ്നാനം ചെയ്യപ്പെട്ട ദാലിക്ക് ലോർകെ എന്നുമൊരു പ്രചോദനമായിരുന്നു. ദാലി എഴുതുന്നു:

ദൈവം അവന് മാലാഖമാരുടെ കണ്ണുകളാണ് നൽകിയത്. അവ എല്ലായ്പ്പോഴും മേഘങ്ങൾക്കുള്ളിൽനിന്ന് നക്ഷത്രങ്ങൾ ഒളിഞ്ഞു നോക്കും പോലെയാണ് അനുഭവപ്പെടുക. ആ കണ്ണുകൾക്ക് ഭൂമിയിൽ ഉപമകളില്ല. സ്വപ്നജീവിയുടേതെന്നപോലെ തളിർത്തു വിശാലമായ കണ്ണുകൾ ഒരു തടാകത്തെയാകും ഓർമപ്പെടുത്തുക. തടാകത്തിനു മുകളിൽ അവന്റെ ആസക്തികൾ പിണഞ്ഞ പയോദങ്ങൾപോലെ എല്ലായ്പ്പോഴും ഒഴുകുന്നുണ്ടായിരുന്നു.

ലോർകെയുടെ നൃത്തംചവിട്ടുന്ന മിഴികളെക്കുറിച്ചു പറഞ്ഞുകൊണ്ടാണ് ദാലി *മരിയാന പിനേഡ* (*Mariana Pinada*) എന്ന ലോർകയുടെ കാവ്യനാടകം അവതരിപ്പിക്കുന്നത്. ഓപ്പറഹാളിൽ തടിച്ചുകൂടിയ ആസ്വാദകർക്ക് ദാലിയുടെ കാൽപ്പനികതയിൽ പൊതിഞ്ഞ പ്രഭാഷണം ഏറെ ഹൃദ്യമായൊരനുഭവമായിരുന്നു. 'പുതിയ ആകാശവും പുതിയ ഭൂമിയും കാണാൻ ദൈവം ഒരാളെമാത്രം അനുവദിച്ചിരിക്കുന്നു. അയാളുടെ കണ്ണുകളിലൂടെ മാത്രമേ മുള്ള് പൂവായി വിരിയുന്നത് കാണാൻ കഴിയുകയുള്ളൂ. അതുകൊണ്ട് ഞാനവന്റെ മിഴികൾ അമർത്തിച്ചുംബിക്കുന്നു.' ദാലിയുടെ വാക്കുകളിൽ പുതിയൊരു ദ്വീപ് കണ്ടെത്തിയ നാവികന്റെ അതേ ആഹ്ലാദമാണുണ്ടായിരുന്നത്. ഒരുവേള അത് കടുത്ത ഉന്മാദത്തിലേക്ക് കടന്നുവോ എന്നുപോലും സംശയം തോന്നിപ്പോകും.

1898 ജൂൺ അഞ്ചിന് സ്പെയിനിലെ വാകെറോസിലാണ് ഫെഡറികോ ഗാർഷ്യ ലോർക ജനിച്ചത്. കുട്ടിക്കാലത്ത് അജ്ഞാതവും ഗുരുതരവുമായ രോഗങ്ങളുമായി മൽപ്പിടുത്തം നടത്താനായിരുന്നു ലോർകെയുടെ വിധി. സമപ്രായക്കാരായ കുട്ടികളിൽനിന്നൊക്കെ അകന്ന് സഹോദരങ്ങൾ ഒരുക്കിയെടുക്കുന്ന പാവനാടകങ്ങളിൽ അഭിരമിക്കാനായിരുന്നു ലോർകെയ്ക്ക് ഏറെ ഇഷ്ടം. സഹോദരന്മാർക്കൊപ്പം പാവനാടകസമിതിയിൽ അംഗമാകാനോ അവർക്കൊപ്പം രാജ്യത്തെമ്പാടും സഞ്ചരിക്കാനോ രോഗങ്ങൾ ലോർകയെ അനുവദിച്ചിരുന്നില്ല. *ബുക്ക് ഓഫ് പോയംസി* (*Book of Poems*)ന്റെ ആമുഖത്തിൽ താൻ അക്കാലത്ത് കണ്ട അപകടകരങ്ങളായ സ്വപ്നങ്ങളെക്കുറിച്ച് ലോർക തുറന്നു പറഞ്ഞിട്ടുണ്ട്. 'സഹോദരന്മാർക്കൊപ്പം എനിക്ക് സഞ്ചരിക്കാൻ കഴിഞ്ഞിട്ടില്ല. പക്ഷേ, അവരറിയാതെ അവർക്കൊപ്പം ഞാനുമു

ബുക്ക് ഓഫ് പോയംസ്

ണ്ടായിരുന്നു. അതിനെന്നെ തയാറാക്കിയത് സ്വപ്നങ്ങളായിരുന്നു. എന്റെ സ്വപ്നങ്ങൾക്കെല്ലാം നൃത്തം ചവിട്ടുന്ന മരണ സൗന്ദര്യമാണുള്ളത്. ഒരു പക്ഷേ, എന്റെ ഉള്ളിലെ ഏതോ ഒരു ഗുപ്തബോധത്തിൽ ധ്യാനിച്ചിരിക്കുന്ന ക്ഷോഭമാണ് എന്റെ സ്വപ്നങ്ങൾ. നിങ്ങൾ ഒരു മരണത്തിന് നൽകുന്ന വിശേഷണങ്ങളെല്ലാം എന്റെ സ്വപ്നത്തിനും ചേരും. കുട്ടിക്കാലം ലോർകയ്ക്ക് ഏൽപ്പിച്ച പരിക്കുകളാണ് സ്വപ്നങ്ങളെ ഇങ്ങനെ വഴി തെറ്റിച്ചുനടത്തിയതെന്നൊരു വിമർശനം ഇന്നും സജീവമായി നിലനിൽക്കുന്നുണ്ട്. ലോർകയുടെ സാഹിത്യം, അതിന്റെ സൂക്ഷ്മതകളിലേക്ക് ഇറങ്ങിച്ചെന്ന് വിശകലനം ചെയ്യുമ്പോൾ നമുക്കത് എളുപ്പം തിരിച്ചറിയാനാകും.

*ബുക്ക് ഓഫ് പോയംസി*ലും *ഫസ്റ്റ് സോംഗ്സി*ലും (*First songs*) *സോംഗ്സി*ലു (songs) മെല്ലാം കടുത്ത നിരാശയിൽനിന്ന് മുങ്ങിയെടുക്കുന്ന വാക്കുകൾകൊണ്ടാണ് ലോർക അനുഭവങ്ങളെ കെട്ടിപ്പടുത്തിട്ടുള്ളത്. ലോർകയ്ക്ക് കവിത സ്വന്തം വൈകാരികതയുടെ സത്യസന്ധമായ വെളിപ്പെടുത്തലാണ്. അതിനൊരു പ്രാർഥനയുടെ ആഴക്കാഴ്ചയുണ്ട്. ആത്മാവിന് തീപിടിക്കുമ്പോൾ മാത്രം ഞാനെഴുതുന്നുവെന്ന് *സോംഗ്സി*ന്റെ ആമുഖത്തിൽ ലോർക എഴുതിയിട്ടുണ്ട്. ലോർക തുടർന്നെഴുതുന്നു: "എനിക്ക് ദൈവവുമായി പങ്കുകച്ചവടം നടത്തേണ്ട ആവശ്യമില്ല. ഞാൻ ജപമണികൾ എന്നെഴുതുമ്പോൾ ദൈവം അവിടെ പ്രാർഥനാനിമഗ്നനാകുന്നു. ഞാൻ സമുദ്രമെന്ന് കൊത്തിവയ്ക്കുമ്പോൾ ദൈവം ആർദ്രമായ വിരലുകളാൽ ഭൂമിയെ നനയ്ക്കുന്നു. ആകാശം വരച്ചിടുമ്പോൾ ദൈവം അവിടെ പക്ഷിക്കൂട്ടമാകുന്നു. ഞാനെന്റെ ദൗത്യം നിറവേറ്റിക്കൊണ്ടേയിരിക്കുന്നു." കവിതയുടെ മൂന്നാംകരയിൽ തോണിയടുപ്പിച്ചിട്ട് ലോർക വീണ്ടും ഏകാന്തതയിലേക്ക് ഇറങ്ങി നടക്കുന്നു.

കവിതയും സംഗീതവുമായിരുന്നു ലോർകയുടെ ഉറ്റ ചങ്ങാതിമാർ. 1922 ൽ സംഗീതജ്ഞനായ മാന്വൽ ഡിഫല്ലയുമായി ചേർന്ന് ഗ്രനഡയിൽ ലോർകയുടെ നേതൃത്വത്തിൽ നടന്ന നാടൻ സംഗീതവിരുന്ന് ശ്രദ്ധേയമായിരുന്നു. ജിപ്സി സംഗീതത്തിന്റെ അനന്തസാധ്യതകളിലേക്ക് തുറന്നുവച്ച ജാലകങ്ങളായിരുന്നു ആ സംഗീതോത്സവം. പുരാവൃത്തങ്ങളും നാടോടിപ്പാട്ടുകളും കൊമ്പോടുകൊമ്പ് ചേർത്ത് ഇഴപിരിയാതെ അവതരിപ്പിക്കുമ്പോൾ പ്രാക്തനസംസ്കാരത്തിന്റെ ചാരുദൃശ്യങ്ങൾ ഒന്നൊന്നായി ഇതൾ വിരിയുന്നു. ജിപ്സി സംഗീതവുമായുള്ള തന്റെ കൂട്ടുകെട്ടിന് ദൈവീകസംസ്കാരവുമായി (Divine Culture) അഭേദ്യമായ ബന്ധമുണ്ടെന്ന്

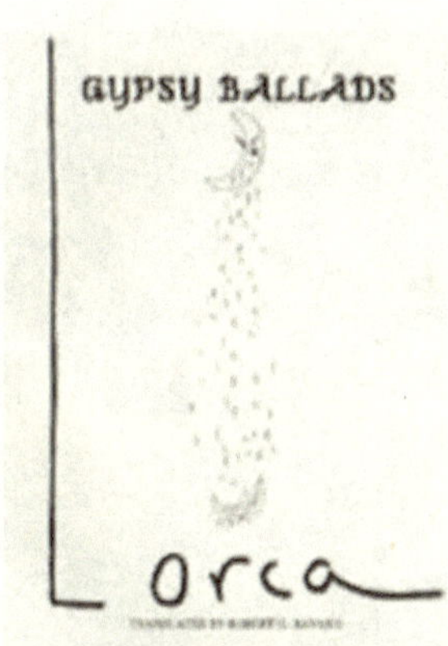

ജിപ്സി ബലാഡ്സ്

ലോർക വിശ്വസിച്ചിരുന്നു. ഈ വിശ്വാസത്തിന്റെ സാക്ഷാൽക്കാരമാണ് *ജിപ്സി ബലാഡ്സ് (The Gypsy Ballards)* എന്ന കൃതി.

കാവ്യാത്മകവും സംഗീതാത്മകവുമായ അനുഭവങ്ങൾ ജിപ്സി ബാലാഡ്സിൽ മേഘരൂപങ്ങളായി മാറുന്നു. 'ഹൃദയം തെരഞ്ഞെടുത്തു തരുന്ന വാക്കുകളിൽ ഞാൻ മെല്ലെ തൊട്ടുനോക്കും. എനിക്കറിയാം ഹൃദയതാളമില്ലാത്ത ഒരു വാക്കും ധൈര്യത്തോടെ എന്റെ മുമ്പിൽ വരില്ലെന്ന്.' 'ലോർകയുടെ സംഗീതജ്ഞാനം മേഘങ്ങളെപ്പോലെയാണ്. ചിലപ്പോഴത് ചെമ്മരിയാടുകൾ കണക്കെ പറ്റംചേർന്ന് താഴ്വാരങ്ങൾ കയറിയിറങ്ങും. മറ്റു ചിലപ്പോൾ ഒരവധൂതന്റെ സ്ഥിതപ്രജ്ഞത ആ സ്ചാരത്തിനുണ്ടാകും.' മാന്വെൽ ഡിഫല്ലയുടെ വിലയിരുത്തൽ ലോർകയുടെ സംഗീതത്തിനും കവിതയ്ക്കും ഒരേകാലം നിർവചനങ്ങളുടെ കുപ്പായമൊരുക്കുന്നത് കാണാം.

1920 ൽ പ്രസിദ്ധപ്പെടുത്തിയ *ബട്ടർഫ്ളൈസ് ഈവ്ൾ സ്പെൽ (Butterflies Evil spell)* ആണ് ലോർകയുടെ ആദ്യനാടകം. കവിതയും സംഗീതവുംപോലെ നാടകവും, എല്ലാം തുറന്നുപറയാനുള്ള വലിയൊരരങ്ങായാണ് ലോർക കണ്ടത്. ആദ്യനാടകം വേണ്ടത്ര ശ്രദ്ധിക്കപ്പെടുകയോ ചർച്ചചെയ്യപ്പെടുകയോ ഉണ്ടായില്ല. എന്നാൽ *ബട്ടർഫ്ളൈസ് ഈവ്ൾ സ്പെൽ*സിനുശേഷം പ്രസിദ്ധപ്പെടുത്തിയ *ദി ബ്ലഡ് വെഡിംഗ് (The Blood Wedding)* ലോർകയെ ഏറെ ശ്രദ്ധേയനാക്കിത്തീർത്തു. സ്പെയ്നിൽ പ്രചാരത്തിലുണ്ടായിരുന്ന ഒരു നാടോടിക്കഥയുടെ പുനരാവിഷ്കാരമായിരുന്നു ഈ നാടകം. ജീവിതകാലം മുഴുവൻ സുബലത്വം ആഗ്രഹിക്കുകയും എന്നാൽ ഒരു പാരിതോഷികംപോലെ അബലത്വം സ്വീകരിക്കാൻ വിധിക്കപ്പെടുകയും ചെയ്യുന്ന അനാഥകളുടെ കഥ

ദി ബ്ലഡ് വെഡിംഗ്

യാണ് *ദി ബ്ലഡ് വെഡിംഗിന്റെ* ഇതിവൃത്തം. വിവാഹദിവസം കാമുകനുമൊത്ത് ഒളിച്ചോടുന്ന ലിയനാഡോയ്ക്ക് ജീവിച്ചിരിക്കുന്ന ഒരു രക്തസാക്ഷിയുടെ ഹൃദയമാണുള്ളത്. ലിയനാഡോയുടെ മുമ്പിൽ വരനും കാമുകനും യുദ്ധോത്സുകരാകുന്നു. വാഗ്വാദങ്ങൾക്കിടയിൽ ഇരുവരും വെട്ടിമരിക്കുന്നു. തെരുവിൽ തളംകെട്ടിക്കിടക്കുന്ന രക്തം ഒരു സമുദ്രത്തെയാണ് ആദ്യം ഓർമപ്പെടുത്തുക. അതിൽ ചവിട്ടി നിന്ന് വിലപിക്കുന്ന ലിയനാഡോ അനാഥമാക്കപ്പെടുന്ന (അനാഥമാക്കപ്പെട്ടുകൊണ്ടിരിക്കുന്ന) സ്ത്രീത്വത്തിന്റെ എക്കാലത്തെയും തീക്ഷ്ണ സാന്നിധ്യമാണ്.

ദി ബ്ലഡ് വെഡിംഗിന്റെ വിജയത്തെ തുടർന്നാണ് ലോർക *യെർമ (Yerma)*യുടെ രചനയിലേക്ക് തിരിയുന്നത്. കുട്ടിക്കാലം നഷ്ടപ്പെടുമ്പോൾ നമുക്ക് പിന്നീടുള്ള ജീവിതത്തിൽനിന്ന് ഒന്നും ഓർത്തെടുക്കാൻ കഴിയാതെ വരുന്നു എന്ന ഓർമപ്പെടുത്തലാണ് ഈ നാടകം *യെർമ*യിലെ നായിക വിധിക്കൊപ്പം സഞ്ചരിക്കാൻ നിയുക്തയാകുന്നു. അവരുടെ കുട്ടിക്കാലം അപഹരിക്കപ്പെട്ട കുമ്പസാരംപോലെ കൊടുങ്കാറ്റിലേക്ക് വലിച്ചെറിയപ്പെടുന്നു. ജീവിതത്തിന്റെ മുന്നോട്ടുള്ള ഓരോ ഘട്ടത്തിലും അവൾ ഭൂതകാലത്തെ ഓർത്തു വിലപിക്കുന്നു. ഇത്തരമൊരനുഭവത്തിന്റെ തുടർച്ചയാണ് *ദി ഹൗസ് ഓഫ് ബർണാഡ് ആൽബ (The House of Bernard Alba).* ഇവിടെയും ജീവിതത്തെയും അനുഭവങ്ങളെയും കീറി മുറിച്ചുകൊണ്ട് വിശകലനം ചെയ്യാൻ നാടകകൃത്ത് ധൈര്യപ്പെടുന്നു. ലോർകയുടെ നാടകങ്ങൾ എല്ലാക്കാലത്തും ജീവിതത്തെ നോക്കി കയർക്കുന്നവരാണ്. കഥാപാത്രങ്ങൾ സുന്ദരീസുന്ദരന്മാരാകാതെ തന്നെ നമ്മുടെ ഹൃദയങ്ങളിലേക്ക് പ്രവേശിക്കുന്നു. അവരുടെ നിലപാടുകളും സൗന്ദര്യസങ്കൽപ്പങ്ങളും നിർവചനങ്ങൾക്ക് അതീതമാണ്. വിലാപങ്ങൾ അവരെ കൂടുതൽ സ്വതന്ത്രരാക്കുന്നു.

നാടകരചനയിൽ ലോർക പുലർത്തുന്ന വെളിപ്പെടുത്തലുകളെ 'കാലത്തിന്റെ ദിഗംബരത്വം' എന്നാണ് സമകാലികർ വിശേഷിപ്പിച്ചിട്ടുള്ളത്. എല്ലാ നാടകകൃത്തുക്കളെപ്പോലെയും ലോർക നാടകത്തെ ജീവിതത്തിന്റെ വലിയൊരു അരങ്ങായിക്കാണുന്നു. ലോർകയുടെ അരങ്ങുകൾക്ക് കാലഭയമില്ല. അവ എല്ലാക്കാലത്തും ജ്വാലകളുണർത്തിക്കൊണ്ടേയിരിക്കും. നാടകരചനയിൽ സജീവമായിരുന്ന കാലത്തുതന്നെയാണ് *റൊമാൻസിറൊ ഗിറ്റാനെ (Romancero Gitano)* ലോർകെ രചിക്കുന്നത്. ജിപ്സി ജീവിതത്തിന്റെ ആരുംപറയാത്ത (പറയാൻ അറയ്ക്കുന്ന) അനുഭവസ്ഥലികളിലൂടെയാണ് ഈ കൃതി കടന്നുപോകുന്നത്. സാൽവദോർ ദാലിയുടെ വിഭ്രാത്മക ചിത്രങ്ങളോടെ *മരിയാന പിനേഡ* അവതരിപ്പിക്കുമ്പോഴും ആരുംപറയാത്ത കഥപറയാനുള്ള നിഷ്കർഷ ലോർകയ്ക്കുണ്ടായിരുന്നു.

സ്റ്റുഡന്റ് തിയറ്ററിക്കൽ കമ്പനിക്കുവേണ്ടി ലോർക രചിച്ചിട്ടുള്ള നാടകങ്ങളിലധികവും കാലത്തെയും ജീവിതത്തെയും സംബന്ധിച്ചുള്ള വിശകലനങ്ങളായിരുന്നു. ജീവിതത്തിൽ ഒരിക്കലും സന്ദേഹവാദിയായി

രുന്നിട്ടില്ലാത്ത ലോർക നാടകങ്ങളിലാകെ അനവധി ചോദ്യങ്ങളുമായാണ് പ്രത്യക്ഷപ്പെടുന്നത്. ലോർകയുടെ മരണാനന്തരം പ്രസിദ്ധപ്പെടുത്തിയ *പൊയറ്റ് ഇൻ ന്യൂയോർക്ക്* (*Poet in Newyork*) എന്ന യാത്രാപുസ്തക ത്തിൽ നാടകങ്ങളിൽ സൂചിതമായിട്ടുള്ള ചോദ്യങ്ങളുടെ നിശ്ശബ്ദമായ മറുപടികളുണ്ട്. സുദീർഘമായ അമേരിക്ക കുടുംബയാത്രകളുടെ ആരംഭ ത്തിൽ ലോർക എഴുതി: "പച്ചകൾ തേടിയാണ് ഞാൻ സഞ്ചരിക്കുന്നത്. ഭൂമിയിൽ പച്ച എന്നൊരു നിറമുണ്ടെന്ന് ഇടയ്ക്കിടെ ഞാനെന്നെ ഓർമ പ്പെടുത്താറുണ്ട്. വിത്തുകളുടെ നിറം പലതാകാം. എന്നാൽ അവയുടെ യെല്ലാം ഉള്ളിൽ ഒരിക്കലും അവസാനിക്കാത്ത പച്ചപ്പുണ്ട്. ഞാനവയെ സ്മൃതിനാശം വരാത്ത പച്ചപ്പുകൾ എന്നു വിളിക്കാൻ ധൈര്യപ്പെടുന്നു. കവിതയിലും സംഗീതത്തിലും നാടകത്തിലുമെല്ലാം ജീവിതത്തിന്റെ തിരു ശേഷിപ്പുകൾ അടയാളപ്പെടുത്തുകയായിരുന്നു ലോർക. അതിന് ലോർക ഉപയോഗിച്ചിരുന്ന നിറം പച്ചയായിരുന്നു.

ലോർകയുടെ മരണശേഷം കാൽനൂറ്റാണ്ട് കഴിഞ്ഞാണ് ദാലി, തനിക്ക് ലോർക അയച്ച സ്വകാര്യ കത്തുകൾ പ്രസിദ്ധപ്പെടുത്തുന്നത്. മാൻഡ്രിക്കിലെ പ്രാക്തനമായ ആർട്സ് അക്കാദമിയിൽ നിന്നാരംഭിച്ച സൗഹൃദം അതിന്റെ കൊടുമുടികളിലേക്ക് കയറിപ്പോകുന്ന ദാലി-ലോർക കാഴ്ച ആരെയും അത്ഭുതപ്പെടുത്തുക തന്നെ ചെയ്യും. ദാലിയുടെ ഉന്മാദ യാത്രകളിൽ സഹയാത്രികനായും കവിതചൊല്ലിത്തളർന്ന രാവുകളിൽ ആസ്വാദകനായും പ്രത്യക്ഷപ്പെട്ടുകൊണ്ടിരുന്ന ചങ്ങാത്തങ്ങൾ കത്തു കളിലെല്ലാം നിറഞ്ഞൊഴുകുന്നു. പ്യൂബോളിൽ തന്റെ അവസാനകാലത്ത് ദാലി രാവുകളെ സ്വാഗതം ചെയ്തിരുന്നത് ലോർകയുടെ കത്തുകൾ വായിച്ചുകൊണ്ടാണ്. തളിർത്ത പയോദങ്ങൾപോലെ വിതുമ്പിക്കിടക്കുന്ന ലോർകയുടെ കുഞ്ഞക്ഷരങ്ങൾ കൂട്ടിവായിക്കുമ്പോൾ രാവ് എത്ര ശാന്ത നായിരുന്നാണ് അതു കേട്ടിരുന്നതെന്ന് ദാലി എഴുതിയിട്ടുണ്ട്. "അപ്പോൾ രാവ് മെല്ലെ ജാലകങ്ങൾ തുറന്നിട്ടും പ്യൂബോളിലേക്ക് അജ്ഞാതനായ ഒരുവൻ, കാറ്റിന്റെ ചിറകുകൾ കടം വാങ്ങി ഉദ്യാനത്തിനു മുകളിലൂടെ പറന്നുവരും. അവനെ ഞാൻ ലോർക എന്നുവിളിക്കുന്നു" ദാലി പിൽക്കാ ലത്ത് എഴുതി.

1936 ആഗസ്റ്റ് 19 നാണ് ഫാസിസ്റ്റായ ഫ്രാങ്കോയുടെ പട്ടാളക്കാർ ലോർകയ്ക്ക് നേരെ നിറയൊഴിച്ചത്. ലോർകയുടെ മുഖത്ത് വീണുകിടന്ന നിലാവ് വെടിയേറ്റു വീഴുമ്പോഴും ഒഴുകിപ്പോയിരുന്നില്ല. മിഴികളിൽ കുട്ടി ക്കാലത്തു കണ്ട പാവനൃത്തങ്ങൾ ഒന്നൊന്നായി ചിറകുവച്ചുകൊണ്ടേ യിരുന്നു. *ബുക്ക് ഓഫ് പോയംസി*ലെ ഒരു കവിതയിൽ കാലത്തിന്റെ മിഴികളെക്കുറിച്ച് ലോർക പാടുന്നുണ്ട്. "എല്ലാ മിഴികളും കാലത്തിന്റെ വിശാലമായ മിഴികളിലേക്കാണ് ഉറ്റുനോക്കുന്നത്. ഞാനവിടെ മരണ ത്തിന്റെ മദിപ്പിക്കുന്ന നൃത്തം കാണുന്നു." ഫ്രാങ്കോയുടെ പട്ടാളം ലോർകയ്ക്ക് നേരെ നിറയൊഴിക്കും മുമ്പേ ലോർക മരണത്തിന്റെ അന ശ്വര നൃത്തം കണ്ടുതുടങ്ങിയിരുന്നു. ലോർക എഴുതുന്നു: "ഒരു രാവ്

മറന്നുവച്ച പാരിതോഷികം എനിക്കുനേരെ വച്ചുനീട്ടുന്നു. എനിക്കത് കിട്ടിയപ്പോഴുള്ള ആനന്ദം അടക്കാനായില്ല. ഞാനത് ആസ്വദിച്ചാണ് കുടിച്ചത്. അല്ല, അതെന്റെ ചുണ്ടിലൂടെ, നാവിലൂടെ ഗുപ്തഗ്രന്ഥികളിലൂടെ ഞരമ്പിലൂടെ ഹൃദയത്തിലേക്ക് ഒഴുകുകയായിരുന്നു. പച്ചയുടെ അതേ തണുപ്പ് ഞാൻ ശരിക്കും ആസ്വദിക്കുകയായിരുന്നു." 'ലോർകയുടെ ആസ്വാദനങ്ങളായിരുന്നു അദ്ദേഹത്തിന്റെ, മാസ്റ്റർപീസുകൾ.' ദാലിയുടെ വാക്കുകൾ വീണ്ടും നമുക്ക് കടമെടുക്കേണ്ടിവരുന്നു. നിലാവ് അതിന്റെ രജതധൂളികളാൽ ലോർകയുടെ മുഖത്തെ കോരിയെടുക്കുകയായിരുന്നു, കാലത്തിന്റെ ഒരുപാട് അപ്പുറം നിന്ന്.

15

മാരിയോ വാർഗസ് യോസ

മാരിയോ വാർഗസ് യോസ

ആസുരതയാർന്ന പകൽ ഒഴുകുവാനാകാതെ തളം കെട്ടികിടക്കുകയാണ്. കാലത്തിന്റെ ചെയ്തികൾക്ക് നേരെ ഭൂമിയുടെ താക്കീത് അപ്പോഴും ഉയർന്നുകൊണ്ടേയിരുന്നു. അൽഫോൺസാ നിശ്ശബ്ദനായിരുന്നു. പാപത്തിന്റെ അതിർത്തികൾ അവന്റെ കാഴ്ചകൾക്കൊക്കെ അപ്പുറമായിരുന്നു. അവന് പാപത്തിന്റെ വില അറിവില്ലായിരുന്നു. വസന്തം വന്നുവോ എന്നറിയാൻ കുന്നിനുമുകളിലേക്ക് ഓടി.

രണ്ടാനമ്മയ്ക്ക് സ്തുതി/1988

"**എ**ഴുതിത്തീർന്ന ഒരു പുസ്തകത്തിന്റെ സ്ഥാനം ശൂന്യതയിലെ വിടെയോ ആണ്. അതെന്നിൽനിന്ന് വളരെ അകലത്തായിരിക്കും. അതോടെ എന്റെ അസ്വസ്ഥത വർധിക്കുകയായി. എന്റെ ഹൃദയത്തിന്റെ ഭാഗമായിരുന്ന അനുഭവപുസ്തകം, ഞാൻ നോക്കിനിൽക്കേ കൊടുങ്കാറ്റിന്റെ ചിറകുകളിൽ പറ്റിച്ചേർന്നിരിക്കുന്നു." *ജലത്തിലെ മത്സ്യം* (*A Fish in the water*) എന്ന ആത്മകഥയിൽ മാരിയോ വാർഗസ് യോസ എഴുതിയിട്ട് കാലം അധികമായിട്ടില്ല. 'സത്യം മാത്രം പറയുന്ന പെരുംനുണയൻ' എന്നാണ് മാർക്വേസ് ഉൾപ്പെടെയുള്ള സുഹൃത്തുക്കൾ യോസയെ വിശേഷിപ്പിക്കുന്നത്. യോസയുടെ സത്യസന്ധത ഒരു സംഗീതംപോലെ കേട്ടുകൊണ്ടിരിക്കുന്ന ഒരു കാലചരിത്രം നമുക്ക് മുന്നിലുണ്ട്. ആഖ്യാനതന്ത്രത്തിൽ (Narrative strategy) വില്യം ഫോക്നറിൽനിന്ന് സ്നാനപ്പെടുകയും എഴുത്തിൽ സ്വതന്ത്രമായൊരു സ്വത്വം (self) നേടുന്നതിനായി ക്ലാസിക് കൃതികളിലെ ശ്രദ്ധേയങ്ങളായ ഭാഗങ്ങൾ തിരുത്തിയെഴുതി പരിശീലിക്കുകയും ചെയ്ത യോസ അറുപതുകളിൽനിന്ന് യാത്ര തിരിച്ച ക്ഷീണിക്കാത്ത ഒരു തീവണ്ടിഎഞ്ചിൻ തന്നെയാണ്. രാഷ്ട്രീയസ്ഥിരതയും സംസ്കാരത്തിന്റെ അന്യവൽക്കരിക്കപ്പെട്ട സ്മൃതിപരമ്പരകളും ചരിത്രത്തിന്റെ പലയിടങ്ങളുംകൊണ്ട് യോസ പൂരിപ്പിക്കുന്ന നോവലുകൾക്ക് ഇപ്പോഴും ക്ഷുഭിതയൗവനത്തിന്റെ പ്രസരിപ്പുണ്ട്. ആത്മകഥയിൽ യോസ എഴുതുന്നു 'യൗവനം എന്നത് ഒരു തടവുമുറിയാണ്. നമ്മുടെ വർധിതവീര്യവും ആർജിതവ്യക്തിത്വവും അതിൽനിന്ന് പുറത്തുചാടാൻ നമ്മെ പ്രലോഭിപ്പിച്ചുകൊണ്ടേയിരിക്കും. അത്തരമൊരു അനുഭവത്തിലാണ് ഞാനിന്ന്. അതാണെന്റെ കരുത്ത്. യൗവനം നഷ്ടപ്പെട്ടുപോയ സമകാലികരെ ഓർത്ത് ഞാനിപ്പോഴും വിലപിക്കാറുണ്ട്!'

ഗബ്രിയേൽ ഗാർസ്യ മാർക്വേസ്, ഹുലിയ കോർത്തസാർ, കാർലോസ് ഫ്യുവന്റസ് തുടങ്ങിയ പ്രതിഭാധനന്മാരുടെ കൂട്ടായ്മയിൽനിന്ന് രൂപപ്പെട്ട ലാറ്റിനമേരിക്കൻ 'ബൂമി'ലെ ഏറ്റവും അപകടകാരിയായ എഴുത്തുകാരനായിരുന്നു യോസ. യോസയുടെ സമകാലികർ പുരാവൃത്തങ്ങളുടെയും മാന്ത്രിക സ്വപ്നങ്ങളുടെയും ഭൂതകാലങ്ങൾ ഖനനം ചെയ്തെടുത്തപ്പോൾ ലാറ്റിനമേരിക്കൻ ചരിത്രത്തെയും പുരാവൃത്തങ്ങളെയും ആഖ്യായികകളാക്കാനാണ് യോസ ധൈര്യപ്പെട്ടത്. ഈ ധൈര്യപ്പെടലിനും തെറ്റിപ്പിരിയലിനും പിന്നിൽ ശക്തമായൊരു പ്രത്യയശാസ്ത്ര (Ideology) ലക്ഷ്യമുണ്ട്. സംഭവങ്ങളെ നീതിയുക്തവും സത്യസന്ധവുമായ അനുഭവങ്ങളിലൂടെ നോക്കിക്കണ്ടുകൊണ്ടാണ് യോസ എഴുതുന്നത്. രാഷ്ട്രീയം യോസയെ വളരെ ആഴത്തിൽ പ്രലോഭിപ്പിക്കുമ്പോഴും എഴുത്തിൽ, അതിന്റെ ഇടപെടലുകൾ ആവുന്നത്ര കുറച്ചുകൊണ്ടുവരാനാണ് യോസ ശ്രമിച്ചത്. എങ്കിലും വിശ്വപ്രസിദ്ധ രാഷ്ട്രീയ നോവലുകളുടെ കണക്കുപുസ്തകത്തിൽ യോസയുടെ നോവലുമുണ്ടാകും. കൊളോണിയലിസത്തെയും അധിനിവേശത്തെയും ചെറുക്കുന്ന യോസയുടെ കഥാപാത്രങ്ങൾ കൃത്യമായൊരു കാലത്തിന്റെ മാത്രം പ്രതിനിധി

കളല്ല. അവർ എല്ലാ കാലത്തിന്റെയും വിവാദവിഷയങ്ങളായ അടയാളങ്ങൾ (Sign of Contradiction) തന്നെയായിരുന്നു.

അലഹാന്ദ്രോ മായ്ദയുടെ യഥാർഥജീവിതത്തി (*The Real life of Alahandro Maydo*) ലെ ട്രോട്സ്കിയിസ്റ്റ് വിപ്ലവകാരിയായ നായകന് (അലഹാന്ദ്രോ മായ്ദ) യോസയുടെ മുഖഛായയാണുള്ളത്. മുഖഛായ മാത്രമല്ല, അലഹാന്ദ്രോ മായ്ദയുടെ കുലീനതയാർന്ന ചലനങ്ങളിൽപ്പോലും യോസയുടെ തിളക്കമുള്ള നിഴൽ വീണുകിടപ്പുണ്ട്. അലഹാന്ദ്രോ മായ്ദയുടെ ജീവിതം ഒഴുക്കുനിറഞ്ഞ ഒരു നദിയെ ഓർമപ്പെടുത്തുന്നു. അയാൾ ചവിട്ടിനിൽക്കുന്ന മണ്ണ്, അയാൾക്കു മുകളിൽ ഒഴുകിക്കൊണ്ടിരിക്കുന്ന മേഘങ്ങൾ, അയാളുടെ ലക്ഷ്യത്തിലേക്ക് നീങ്ങുന്ന സ്വപ്നങ്ങൾ, ഓർമകളുടെ പരുക്കൻ ചെയ്തികൾ ഇങ്ങനെയെല്ലാം ഒരേ കാലം സമ്പന്നവും അപകടകരവുമായ ഒരു ജീവിതത്തിന്റെ തുറന്നെഴുത്താണത്. ഇതിൽ യോസയുടെ ലക്ഷ്യവേധിയാകുന്ന രാഷ്ട്രീയവിശ്വാസങ്ങളും ചരിത്രവും തമ്മിൽ വിശുദ്ധമായൊരു സംഘർഷത്തിലേർപ്പെടുന്നുണ്ട്. വിപ്ലവകാരിയുടെ ശിഥിലജീവിതം യോസയുടെ ആദ്യകാല ജീവിതത്തിന്റെ ശരിപ്പകർപ്പാണ് (സൈനിക അക്കാദമിയിൽവച്ചുണ്ടായ പീഡനങ്ങൾ). ഇക്കാര്യങ്ങൾ അടയാളപ്പെടുത്തിക്കൊണ്ട് ഒരു പത്രമെഴുതിയപ്പോൾ 'തികച്ചും യാദൃച്ഛികം' എന്നുപറഞ്ഞുകൊണ്ടാണ് യോസ അതിനെ മറികടന്നത്. ലാറ്റിനമേരിക്കയിൽ മരിച്ചുപോയവരും ജീവിച്ചിരിക്കുന്നവരുമായ വിപ്ലവകാരികളിൽനിന്നുമാണ് അലഹാന്ദ്രോമായ്ദയെ രൂപപ്പെടുത്തിയെടുത്തത് എന്നാണ് യോസ പറഞ്ഞത്. യോസയുടെ 'രാഷ്ട്രീയം' ജീവിതം പകർത്തിവയ്ക്കുംപോലെ എല്ലാക്കാലത്തും സുസ്ഥിരമായിരുന്നില്ല.' ആടി ഉലഞ്ഞ ഒരു പായ്ക്കപ്പലിന്റെ മട്ട്' എന്നാണ് യോസയുടെ രാഷ്ട്രീയ നിലപാടുകളെക്കുറിച്ച് വിമർശകനായ ഇഫ്രെയ്ൻ ക്രിസ്റ്റൽ എഴുതിയത്.

ആടുവിരുന്ന്

യോസയുടെ നോവലുകളിൽ അനുഭവവേദ്യമാകുന്ന രതി അധികാരവും കാലവും തമ്മിൽ ഇണചേരുമ്പോഴുണ്ടാകുന്ന പുതിയ രാഷ്ട്രീയത്തിന്റെ പുതിയ സൗന്ദര്യശാസ്ത്രമാണ്. ഇവിടെ പുതിയ രാഷ്ട്രീയം നിയോലിബറലിസത്തിന്റെ ശക്തമായൊരു അരങ്ങാണ്. ഉപയോഗിച്ചതിനുശേഷം വലിച്ചെറിയുക എന്ന ആഹ്വാനം നോവലെഴുത്തിന്റെ സാധ്യതകളിലേക്ക് കൊണ്ടുവരാൻ യോസ പലപ്പോഴും മടിക്കുന്നത് കാണാം. നിഷ്കാസിതമായ ചരിത്രം ഭൂതകാലത്തെ നോക്കി വിലപിക്കു

മ്പോൾ അതിനൊപ്പം നിന്നുകൊണ്ട് വിലപിക്കുവാൻ യോസയിലെ എഴുത്തുകാരൻ സന്നദ്ധനല്ല. രതി, അധികാരവും കലയുമായും ഇണചേരുമ്പോൾ പുതിയൊരു സംസ്കാരത്തിന്റെ ജാഗ്രതയിലേക്കാണ് യോസ ജാലകങ്ങൾ തുറന്നിടുന്നത്. *ആടുവിരുന്നി* (*Feast of the goat*)ൽ ഡൊമനിക്കൻ റിപ്പബ്ലിക്കിലെ ഏകാധിപതിയായിരുന്ന ത്രൂഹില്യോമോളിനയുടെ നിന്ദ്യമായ ചെയ്തികൾ ഒരു രാഷ്ട്രത്തെ എങ്ങനെയെല്ലാം പീഡിപ്പിക്കുന്നു എന്നതിന്റെ തെളിവുകളാണ് നിരത്തുന്നത്. മോളിനയുടെ രാഷ്ട്രീയ സുഹൃത്തിന്റെ ബാലികയായ മകളെ (യുറാനിയാ കബ്രാൾ) മോളിയോ ലൈംഗികമായി പീഡിപ്പിച്ചശേഷം വലിച്ചെറിയുന്നു. തകർക്കപ്പെട്ട ഹൃദയവുമായി രാജ്യത്തിനകത്തും പുറത്തും അവൾക്ക് കഴിയേണ്ടിവരുന്നു. മുപ്പത് വർഷങ്ങൾക്കുശേഷം ഡൊമനിക്കൻ റിപ്പബ്ലിക്കിൽ തിരിച്ചെത്തുന്ന യുറാനിയ തന്റെ പീഡനകാല സ്മൃതികൾ ജനതയുമായി പങ്കിടുന്നു. തന്റെ ദുരന്തത്തിന്റെ ആവർത്തനം തന്നെയാണ് രാജ്യത്തിനും സംഭവിച്ചതെന്ന് അവൾ വേദനയോടെ തിരിച്ചറിയുന്നു. ഏകാധിപത്യത്തിന്റെ പീഡനാനുഭവങ്ങൾ ഒരേകാലം യുറാനിയയും രാജ്യവും പങ്കിടുന്നതിലൂടെ മോളിന ചരിത്രത്തിന് പുറത്തേക്ക് പലായനം ചെയ്യാൻ തയാറാകുന്നു. ചരിത്രം അതിന്റെ വാതിലുകൾ തുറന്നിടുകയും കാലം, അതിന്റെ വാതിലുകൾ അടയ്ക്കുകയും ചെയ്യുന്നതോടെ അതിനിടയിൽപ്പെട്ട് മോളിന ദാരുണമായി വധിക്കപ്പെടുന്നു. 'ആട്' എന്ന അപരനാമമുണ്ടായിരുന്ന മോളിനയുടെ മരണം ഒരു നാടിന് വിരുന്നായി മാറുകയാണിവിടെ.

അധികാരവും രതിയും കലയും കാലവും ചേർന്നൊരുക്കുന്ന വിരുന്നാണ് *ആടുവിരുന്നിൽ* യോസ ചിത്രീകരിക്കുന്നത്. രതി (ലൈംഗികത) പുരുഷാധികാരത്തിന്റെ ആയുധമായി യോസ കാണുന്നു. മോളിനയുടെ ലൈംഗിക അരാജകത്വം ഒരു രാജ്യത്തിന്റെ ഭീകരതായി മാറുന്നു. ബാലികയെ പീഡിപ്പിക്കുമ്പോൾ അയാൾ ആനന്ദാതിരേകത്തോളം എത്തുന്നുണ്ട്. ഇതേ അനുഭവത്തിന്റെ വിപുലമായ അർഥത്തിൽനിന്നുകൊണ്ടാണ് അയൽരാജ്യത്തെയും പീഡിപ്പിക്കുന്നത്. രാജ്യം എന്നത് മോളിനയെ സംബന്ധിച്ചിടത്തോളം ശരീരത്തിന്റെ ഉൽക്കണ്ഠയും ആനന്ദവുമാണ്. അതയാൾക്ക് രതിയുടെ അനന്തമായ സാധ്യതയാണ്. എന്നാൽ ഈ സാധ്യതയ്ക്കുപിന്നിൽ മരണത്തിനോടുള്ള ഭയാഭിനിവേശങ്ങൾ (Death fear and Death wish) മോളിനയെ വരിഞ്ഞുമുറുക്കുന്നുണ്ട്. രതി ശരീരത്തിനോടുള്ള ഒരു ഭയമായി മാറുകയും അത് മരണത്തോട് പൂർണതയിൽ എത്തിച്ചേരുകയും ചെയ്യുന്നു.

അധികാരത്തെ സംബന്ധിച്ചുള്ള അടിസ്ഥാന നിർവചനങ്ങൾ ചർച്ച ചെയ്യുന്ന *കത്തീഡ്രലിലെ സംഭാഷണങ്ങൾ (Conversation of the Cathedral)* എന്ന നോവൽ യോസയുടെ രാഷ്ട്രീയജീവിതത്തിലെ നഗ്നസാക്ഷ്യങ്ങളിലൊന്നാണ്. 1950 കളിൽ പെറുവിലെ ഏകാധിപതിയായിരുന്ന ജനറൽ മാനുവൽ ഒഡ്രിയയുടെ ഭരണകാലത്തെ ജീർണാവസ്ഥകളിലേക്കും അധോലോകജീവിതത്തിന്റെ വിഴുപ്പുകളിലേക്കും യോസ അപകടകരമായി സഞ്ചരിക്കുന്നു. ലിമായിലെ 'കത്തീഡ്രൽ'

എന്ന വീഞ്ഞുശാലയിൽ വച്ച് സാന്തിയാഗോ സവാലയും അയാളുടെ പിതാവിന്റെ കാർ ഡ്രൈവറായിരുന്ന അമ്പ്രോസിയും തമ്മിൽ നടത്തുന്ന സംഭാഷണങ്ങളിലൂടെയാണ് നോവൽ വികസിക്കുന്നത്. പ്രത്യക്ഷത്തിൽ അപകടകരമായ ഒന്നുംതന്നെ നോവലിൽ സംഭവിക്കുന്നില്ല. എന്നാൽ നോവലിലെ കഥാപാത്രങ്ങൾ നമ്മെ കൂട്ടിക്കൊണ്ടുപോകുന്നത് അപകട കരമായ അനുഭവങ്ങളിലേക്കാണ്. ജനറൽ ഒഡ്രിയയുടെ അധികാരരതി യും ഏകാധിപത്യ നിലപാടുകളും അയാൾ ഭൂമിയിൽനിന്ന് കണ്ടെത്തുന്ന ആനന്ദമാർഗങ്ങളാണ്. "ഭൂമിയിലെ ദൂഷിച്ച രാപ്പകലുകളെ ഓർത്ത് എനി ക്കിന്നും മനംപുരട്ടലുണ്ടാകാറുണ്ട്. അതെന്റെ ജീവിതത്തോടെ ഈ ഭൂമി യിൽനിന്ന് അപ്രത്യക്ഷമാകണമേ" എന്നാണ് പ്രാർഥന എന്ന് നോവലി ലൊരിടത്ത് സാന്തിയാഗോ പറയുന്നുണ്ട്. ഇവിടെ അധികാരം അനുഭവി ക്കുന്നവന് ആനന്ദമായി മാറുമ്പോൾ അതു കണ്ടുനിൽക്കുന്നവർക്ക് മനം പുരട്ടലാണ് ഉണ്ടാകുന്നത്. ഇത് കലയുടെ അടിസ്ഥാന നിർവചനങ്ങളു മായി ചേർത്തുവച്ച് അസംബന്ധ (Absurd)മായി ചിന്തിക്കുന്നവരുണ്ട്. എന്നാൽ ആനന്ദവും മനംപുരട്ടലും പരസ്പരബന്ധിത (conerent) മാണെന്ന് ഴാക് ഷെനെയുടെ ഓർമപ്പെടുത്തൽ 'കത്തീഡ്രലി'ലെ സംഭാ ഷണങ്ങളെ കലാപരമായി ഉയർത്തിക്കാണിക്കുന്നുണ്ട്.

II

അധികാരം പോലെതന്നെ യോസയുടെ നോവലുകളിൽ ആഴത്തിൽ വേരോട്ടമുള്ള ഒരനുഭവമാണ് രതിയും കലയും തമ്മിലുള്ള വിശുദ്ധമായ ഇണചേരൽ. രതിയുടെ അത്യുക്തി (Exaggerated Eroticism)യും കല യുടെ സ്ഥലകാല (Space and Time) ബോധവും സമന്വയിപ്പിക്കാൻ യോസയ്ക്ക് കഴിഞ്ഞതിനു പിന്നിൽ ലാവണ്യ സംസ്കാരത്തിൽ അധി ഷ്ഠിതമായൊരു പാരമ്പര്യാനുഭവമുണ്ട്. കലയുടെ സൂക്ഷ്മതലത്തിൽ നിന്ന് വായനാസാധ്യത (Possibility of Reading)കളിലേക്കാണ് യോസ നോവലിനെ നയിക്കുന്നത്. അതുവഴി വികാരങ്ങൾ വിമലീകൃതമാവു കയും ഉപാധികളില്ലാതെ ജീവിതത്തെ ആസ്വദിക്കുവാനും വായനക്കാർ ക്ക് സാധിക്കുന്നുണ്ട്. *രണ്ടാനമ്മയ്ക്ക് സ്തുതി* (*In praise of Step Mother*)യിൽ അഞ്ചു വയസുകാരൻ അൽഫോൺസോയും അവന്റെ രണ്ടാനമ്മ ലുക്രീഷ്യയും തമ്മിലുള്ള ബന്ധത്തിന്റെ ഊഷ്മളതകൾ യോസ പങ്കുവയ്ക്കുമ്പോൾ സംസ്കാരത്തിന്റെ അതിർത്തികൾ ഇടി ഞ്ഞുവീഴുകയും കലയുടെ പുതിയ ലാവണ്യാനുഭവങ്ങൾ പ്രത്യക്ഷപ്പെ ടുകയും ചെയ്യുന്നു. "അത് ശരീരത്തിന്റെ സ്വാതന്ത്ര്യപ്രഖ്യാപനം മാത്ര മല്ല. അതിനപ്പുറത്തേക്ക് ചില കലാ വ്യാഖ്യാനങ്ങൾകൂടി സ്വാതന്ത്ര്യം എന്ന വികാരം ലക്ഷ്യം വയ്ക്കുന്നുണ്ട്" എന്നാണ് യോസ അഭിപ്രായ പ്പെടുന്നത്. യോസയുടെ നിലപാടുകളിൽ ആദ്യം മുതൽക്കേ ഇത്തരം ചില കൂട്ടിവായനകളുടെ സാധ്യതയുണ്ട്. ഇത് കലയുടെ പേരിൽ വിറ്റ ഴിക്കപ്പെടുന്ന ശരികേടുകളാണെന്നു പറഞ്ഞ് യോസയുടെ സമകാലി കർ ആദ്യമൊക്കെ രംഗത്ത് വന്നെങ്കിലും പിന്നീടവർ നിശ്ശബ്ദരാകുക യാണുണ്ടായത്. ഇത്തരമൊരു ബന്ധത്തെ ആദ്യം നാം അളന്നെടുക്കുക

പ്രണയത്തിന്റെ പേലവ നിർവചനമുപയോഗിച്ചായിരിക്കും. എന്നാൽ അത്തരം സാധ്യതകളുടെ എല്ലാ അതിരുകളും യോസ ആദ്യംതന്നെ അടച്ചുപൂട്ടുന്നു. നോവലിലെ രതിക്ക് പ്രണയവുമായോ ആനന്ദവുമായോ ബന്ധമില്ല. പക്ഷേ, വിശുദ്ധമായ വേഴ്ചയിൽനിന്ന് സ്വാതന്ത്ര്യത്തെ സംബന്ധിച്ചുള്ള അകാൽപ്പനികമായ ചോദ്യോത്തരങ്ങൾ ഉണ്ടാകുന്നുണ്ട്. അത് ശരീരരാഷ്ട്രീയ (Body Politics)ത്തിന്റെ പുതിയ നിർവചനങ്ങളിലേക്ക് തുറന്നുകിടക്കുന്ന ചില ഒറ്റപ്പെട്ട വഴികളാണ്.

നോവലിന്റെ രണ്ടാംഭാഗം (*Note Book's of Don Rego Bertho*) വന്യമായ ആദ്യഭാഗത്തിന്റെ തുടർച്ചയും വളർച്ചയുമാണ്. ഇവിടെ രതി കലാപരമായ അസ്തിത്വമായും മനുഷ്യന്റെ സഹജമായ അസ്തിത്വമായും ലയിക്കുന്നു. ഇതിലൂടെ അനശ്വരമായൊരു ആത്മീയവൽക്കരണം (Spiritualisation) യോസ സാധ്യമാക്കുന്നുണ്ട്. സാർത്രിന്റെ അരാജകത്വ നിർവചനങ്ങളിൽനിന്ന് അകലം പാലിച്ചുകൊണ്ടാണ് യോസ ഇത് അനുഭവവേദ്യമാക്കുന്നത്. യോസ എഴുതുന്നു: "രതിയുടെ ഒറ്റപ്പെട്ട ഇരുൾ വനങ്ങളിൽ അകപ്പെട്ടവരെ ഓർത്ത് ഉൽക്കണ്ഠപ്പെടേണ്ടതില്ല. കാരണം അവരിലൊരാൾ നാം തന്നെ ആയിരിക്കും" എന്നാണ്. വിചിത്രഭാവനകളും ഏകാന്തതയിലെ ക്രമരഹിതമായ മനോനിലകളും ഒരാളെ രതിയിലേക്ക് നയിക്കുമെന്ന് സിഗ്മണ്ട് ഫ്രോയ്ഡ് അഭിപ്രായപ്പെടുന്നുണ്ട്. ഫ്രോയ്ഡിന്റെ അഭിപ്രായത്തെ യോസയുടെ നോവലുകൾ അത്ര പെട്ടെന്ന് സ്വീകരിക്കാൻ കൂട്ടാക്കുന്നില്ല. എന്നാൽ അത്തരമൊരനുഭവം വിശുദ്ധമായൊരു വിരുന്നുശാലയിലേക്കുള്ള ഹൃദ്യമായ ക്ഷണമാണെന്ന് യോസ പിന്നീട് അഭിപ്രായപ്പെടുന്നുണ്ട്.

പെറുവിന്റെ രാഷ്ട്രീയ ജീവിതത്തെ ശരീരരാഷ്ട്രീയ (Body Politics)വുമായി ചേർത്തുവച്ച് വായിക്കുന്ന *ചീത്തപ്പെണ്ണിൽ* (*The Bad girl*) യോസ തന്റെ രാഷ്ട്രീയ ജീവിതത്തിൽ സംഭവിച്ചിട്ടുള്ള (1990 ൽ പെറുവിന്റെ പ്രസിഡന്റ് സ്ഥാനത്തേക്ക് മത്സരിച്ച യോസ ആൽബെർട്ടോ ഫുജിമോറിയോട് പരാജയപ്പെട്ടിരുന്നു) എല്ലാ ദുർഘടസന്ധികളെയും അധികാരാസക്തികളെയും ഉപജാപങ്ങളെയുംകുറിച്ച് തുറന്ന് പറയുന്നുണ്ട്. അധിനിവേശത്തിനും കോളനിവൽക്കരണത്തിനും അപാരമ്പര്യ വികസനപദ്ധതികൾക്കുമെതിരെ യോസ നടത്തിക്കൊണ്ടിരിക്കുന്ന പോരാട്ടങ്ങളുടെ നേർക്കാഴ്ചകൾ *ചീത്തപ്പെണ്ണി*നെ എക്കാലത്തെയും സമകാലികമാക്കുന്നു. ഒരു രാഷ്ട്രം അധികാര പ്രമത്തതയാൽ എങ്ങനെ

ചീത്തപ്പെണ്ണ്

യെല്ലാം തകർക്കപ്പെടുന്നുവെന്ന് നോവലിലെ ദുരന്തനായിക ലിലിയിലൂടെ യോസ അയാളപ്പെടുത്തുന്നു. ഭൂമിയിൽ ഇതുവരെ വിരിഞ്ഞിട്ടുള്ള എല്ലാ പൂക്കളുടെയും ഭംഗി ഒരുമിച്ചു ചേർന്നതായിരുന്നു അവളുടെ ശരീരകാന്തി. പുരുഷന്മാർ അവളുടെ കന്യകാത്വത്തെ പുതുക്കിപ്പണിഞ്ഞുകൊണ്ടിരുന്നു. അവൾ എല്ലായ്പ്പോഴും പൗരുഷത്തിന്റെ അമ്ലഗന്ധത്തിൽ മയങ്ങിക്കിടക്കാൻ ആഗ്രഹിച്ചുകൊണ്ടേയിരുന്നു. എന്നാൽ അവളെ തേടിക്കൊണ്ടിരുന്ന യഥാർഥ പുരുഷ (റിക്കാർദോ)നാകട്ടെ അവളെ കിട്ടിയത് വളരെ വൈകിമാത്രം. റിക്കാർദോയുടെ മടിയിൽ മുപ്പത്തിയേഴുദിവസം ജീവിതത്തിനും മരണത്തിനും മധ്യേ അവൾ കിടന്നു. കുന്നിൻമുകളിലെ കൊച്ചുവീട്ടിലിരുന്നുകൊണ്ട് അവൾ താഴ്വാരങ്ങളെ നോക്കി പിറുപിറുത്തു. ഒരു സായാഹ്നത്തിൽ അവൾ ബോധവതിയായി. അവൾ റിക്കാർദോയോട് പറഞ്ഞു: "നീ എന്റെ കഥ എഴുതണം. എനിക്കറിയില്ല നീ എങ്ങനെയാണ് അതു തുടങ്ങുന്നതെന്നും അവസാനിപ്പിക്കുന്നതെന്നും. പക്ഷേ, കഥയുടെ നടുക്കുവച്ച് നീയെന്നെ ചീത്തപ്പെണ്ണെന്ന് വിളിച്ച് ഉപേക്ഷിച്ചുപോകരുത്. അങ്ങനെയെങ്കിൽ എല്ലാ രാത്രികളിലും എന്റെ പ്രേതംവന്ന് നിന്റെ കാലുകൾ പിടിച്ചുവലിക്കും!"

റിക്കാർദോ ഒന്നും മിണ്ടിയില്ല. അവൻ വിദൂരതയിൽ ഒഴുകിമറയുന്നൊരു മേഘത്തെ നോക്കിയിരിക്കുകയായിരുന്നു. അവനോർത്തു 'പ്രിയപ്പെട്ട ലിലി, മിറാഫ്ളോർഡിലെ വേനൽക്കാലത്തെ ഉത്സവനാളുകളൊന്നിൽ വച്ചാണ് ഞാനാദ്യമായി നിന്നെ കണ്ടത്. നീ എന്റേത് എന്നുതന്നെ ഞാനുറപ്പിച്ചു. പക്ഷേ, നീ എന്നെ ആഴത്തിൽ മുറിവേൽപ്പിക്കുകയായിരുന്നു. എന്നെ നീ തിരിച്ചറിഞ്ഞപ്പോഴാകട്ടെ, നിന്റെ കാഴ്ച ഏറെ മങ്ങിത്തുടങ്ങിയിരുന്നു. ചർമം വല്ലാതെ ഉറഞ്ഞുകൂടിയിരുന്നു. നിന്റെ ശരീരത്തിലെ നിമ്നോന്നതങ്ങൾ വരണ്ടുകഴിഞ്ഞിരുന്നു. നിന്റെ കന്യകാത്വത്തെയാകെ ഒരു കറുത്ത ട്യൂമർ വന്ന് പൊതിഞ്ഞിരിക്കുന്നു.'

പെറുവിന്റെ രാഷ്ട്രീയചരിത്രവും അധികാരക്കൊതിയുടെ അരാജകത്വചരിത്രവും കൂട്ടി വായിക്കുമ്പോൾ ലഭിക്കുന്ന ഉത്തരമാണ് ലിലിയുടെ ജീവിതം. കോമേഡ് ആർലെറ്റ, മദാം റോബർട്ട് ആർസോത്ത, പന്തയക്കുതിര കച്ചവടക്കാരൻ, ജപ്പാൻ മാഫിയ സംഘത്തലവൻ ഫുക്കുദ എന്നിവരുടെ ഭാര്യയായും വെപ്പാട്ടിയായും ശരീരം പങ്കുവയ്ക്കുമ്പോൾ ഉഷ്ണപ്പുണ്ണുബാധിച്ച ഒരു കാലഘട്ടത്തെയാണ് നമുക്ക് ഓർമവരിക. അവളുടെ മഹാരോഗം കാലത്തിന്റെ രോഗമായും അവളിലേക്ക് ഇഴഞ്ഞുകയറിയ പുരുഷാധികാരത്തെ പുണ്ണുനിറഞ്ഞ സർപ്പങ്ങളായും നമുക്ക് അനുഭവപ്പെടുന്നു. ലിലിക്ക് സംഭവിച്ചത് തന്നെയാണ് തന്റെ രാജ്യത്തിനും സംഭവിച്ചത് എന്ന് യോസ അർധമൗനത്തിൽ പറഞ്ഞുനിർത്തുമ്പോൾ 'വരണ്ടുണങ്ങിപ്പോയ മണ്ണടരുകളിൽനിന്ന് നനവിന്റെ ശുദ്ധിയുമായി ഒരു പുതിയ നദി ജനിക്കാനിരിക്കുന്നു'വെന്ന കാർലോസ് ഫ്യൂയന്തസിന്റെ വാക്കുകൾ നമുക്കോർമ വരും. അതുവരെ അധികാരക്കൊതിയുടെ ദുരമൂത്ത ഭ്രാന്ത് നമ്മുടെ നിദ്രകളെ മലിനമാക്കാതിരിക്കട്ടെ.

പദസൂചി

ഫയദോർ ദസ്തേയവ്സ്കി (1821–1881)

നോട്ട്സ് ഫ്രം ദി അണ്ടർഗ്രൗണ്ട് (1864)
ക്രൈം ആന്റ് പണിഷ്മെന്റ് (1866)
ദസ് സ്പോക്ക് സരതുഷ്ട്ര (1883–'85)
ദി ഫ്ളൈസ് (1943)
ഫിലിപ്പ് റാഹ്വ്
ഫ്രെഡ്റിക് നീഷേ
മാർട്ടിൻ പെൾമുട്ടർ
ബൻതാം
മില്ലി
ഴാങ്പോൾ സാർത്ര്
കീർക്കഗാർ
ലാസർ
റോസിയൻ റൊമനോവിച്ച് റസ്കാൾ നിക്കാഫ്
റസുമിഖിൻ
സോന്യാ മർമിലാദോവ്
ലുഴിൻ
സ്വിഡ്രിഗയ്ലൊവ്

ഫ്രാൻസ്കാഫ്ക (1883–1940)

മെഡിറ്റേഷൻ (1913)
ബിഫോർ ദി ലോ (1914)
ദി സ്റ്റോക്കർ (1915)
ദി ജഡ്ജ്മെന്റ് (1916)

മെറ്റമോർഫസിസ് (1916)
ഇൻ ദിപീനൽ കോളനി (1919)
ദി ട്രയൽ (1925)
ദി കാസിൽ (1926)
അമേരിക്ക (1927)
ഡിസ്ക്രിപ്ഷൻ ഓഫ് എ സ്ട്രഗിൾ (1936)
ഡേവിഡ് കോപ്പർ ഫീൽഡ്
പ്ലേറ്റോ
മാക്സം ബ്രോഡി
ടി എസ് എലിയറ്റ്
ചാൾസ് ഡിക്കൻസ്
ബെഞ്ചമിൻ ഫ്രാങ്ക്ളിൻ
പാബ്ലോ നെരൂദ
കാൾ റോസ്മൻ
റോബിൻസൺ
ദലമാർഷേ
ഗ്രെഗോർ സാംസ
ഗ്രെറ്റ
കോമണ്ടാന്റ്
ജോസഫ് കെ
ഒക്‌ലഹോമ നേച്ചർതീയേറ്റർ
നിയോലിബറലിസം

ആൽബേർ കമ്യു (1913–1960)

ദി റോംഗ് സൈഡ് ആന്റ് ദി റൈറ്റ് സൈഡ് (1937)
ഔട്ട് സൈഡർ (1942)
ദി മിത്ത് ഓഫ് സിസിഫസ് (1942)
കലിഗുല (1944)
ക്രോസ് പർപ്പസ് (1944)
ദി പ്ലേഗ് (1947)
ദി ഫാൾ (1956)
ദി ഫസ്റ്റ്മാൻ
ദി ജസ്റ്റ്
എക്സിസ്റ്റൻഷ്യലിസം ആന്റ് ഹ്യൂമനിസം
ഹെർബർട്ട് റീഡ്
ഫെഡ്റിക് എംഗൽസ്
സിസിഫസ്
ക്ലമൻസ്
ബെർണാഡ്റിയു
ഒറാൻ
അർജിയേഴ്സ്

റെയ്മണ്ട് റാംബേർ
ഫാദർ പെനലൗവ്
ഷീൻ താരു
അവന്ത്ഗാദ്തീയറ്റർ
അൽജർ റിപ്പബ്ലിക്കൻ
യാക്

ഫ്രെഡ്റിക്നീഷെ (1844-1900)

ദി ബർത്ത് ഓഫ് ട്രാജഡി (1872)
ഹ്യൂമൻ ഓൾ ടു ഹ്യൂമൻ (1878)
ദി ഗേ സയൻസ് (1882)
ദസ് സ്പോക്ക് സരതുഷ്ട്ര (1883-'85)
ദി കേസ് ഓഫ് വാഗ്നർ എ മ്യൂസിഷ്യൻസ് പ്രോംബ്ലം (1888)
ദി ആന്റി ക്രൈസ്റ്റ് (1888)
ഹൗ വൺ ബികംസ് വാട്ട് വൺ ഈസ്
സോക്രട്ടീസ്
ഇമ്മാനുവൽ കാന്റ്
മാർക്ടിയിൻ
റിച്ചാർഡ് വാഗ്നർ
ഫ്രെഡ്റിക് റിക്ഷൻ
ഡേവിഡ്സ്ട്രോസ്
ഷോപ്പൻഹോവർ
ബർക്ക്ഹാർഡ്
വിയന്ന
ജെർമാനിയ
ഏഥൻസ്
വെസ്സുവിയസ്സ് അഗ്നിപർവതം
ഡയോണിഷ്യൻഗാനം
നീഷേവിയൻ ഡിസീസ്

ജീൻ പോൾ സാർത്ര് (1905-1980)

നോസിയ (1938)
എ സ്കെച്ച് റിഗാർഡിംഗ് എ തിയറി ഓഫ് ഇമോഷൻസ് (1940)
ദി ഫ്ളൈസ് (1943)
ദി വേഡ്സ്
ബീയിംഗ് ആന്റ് നത്തിംഗ്സ് (1943)
ദി റോഡ്സ് ടു ഫ്രീഡം (1944-'45)
ലൂസിഫർ ആന്റ് ദി ലോഡ് (1953)
സെർച്ച് ഫോർ എ മെത്തേർഡ്
ഈറോസ് ആന്റ് സിവിലൈസേഷൻ
വെയിറ്റിംഗ് ഫോർ ഗോദോ

ഹെർബർട്ട് മാർക്വസ്
ഗബ്രിയേൽ മാർസൽ
ഹൈഡഗർമാർട്ടിൻ
ഹുസോളി
സാമുവൽ ബക്കറ്റ്
ഷോപ്പൻ ഹോവർ
ആൽബേർ കമ്യു
മാർക്സിസം
എക്സൻഷ്യലിസം
വംശത്തനിമ
ഗീറ്റ്സ്
ഫാസിസം
അലേന്റ
ഒറസ്റ്റീസ്
അന്റോനിൻ റൊക്വന്റ്
ഓജിയർപി
റോൾബോൺ പ്രഭു
നോബൽ സമ്മാനം

വെർജീനിയ വൂൾഫ് (1882-1941)

ദി വോയേജ് ഔട്ട് (1915)
ജേക്കബ്സ് റൂം (1922)
മിസിസ് ഡോളോവേ (1925)
ടു ദി ലൈറ്റ് ഹൗസ് (1931)
ഓർലാൻഡോ (1928)
എ റൂം ഓഫ് വൺസ് ഓൺ (1929)
വേയ്വ്സ് (1931)
ബിറ്റ്വീൻ ദി ആക്ട് (1941)
നൈറ്റ് ആന്റ്ഡേ (1919)
ത്രീ ഗിനീസ് (1938)
ദി ഇയേഴ്സ് (1937)
വാർ ആന്റ്പീസ് (1869)
ജെയിൻ ഓസ്റ്റിൻ
ചാർലറ്റ് ബ്രോൻഡ്ലി
ലിയോ ടോൾസ്റ്റോയി
വില്യം ഷേക്സ്പിയർ
സിമോൺ ഡി ബുവ്വ
സാഫോ
മുറാസാകീഷികീബു
എമിലിബ്രോൻഡ്ലി
ലിയോനാർഡ് വൂൾഫ്

ഡോ. സാവേജ്
റാംസേ
ബ്രിഡ്കോലിലി
ജൂഡിത്ത്
ഷെവിയറ്റ് ഹിൽസ്
കേംബ്രിഡ്ജ് യൂണിവേസിറ്റി

ഡി എച്ച് ലോറൻസ് (1885-1930)

സൺസ് ആന്റ് ലവേഴ്സ് (1913)
വൈറ്റ് പീകോക്ക് (1911)
കങ്കാരു (1923)
ദി പ്ലംഡ് സെർപ്പന്റ് (1926)
ലേഡി ചാറ്റർലിസ് ലവ്ർ (1928)
ലൗ പോയംസ് ആന്റ് അതേഴ്സ്
റെയിൻബോ (1915)
വിമൺ ഇൻ ലവ് (1921)
സെന്റ്മോർ
ദി മാൻ ഹു ഡൈ
ഫ്രീഡാ വീക്ക്ലി
റിച്ചാർഡ് ഹൊഗ്ഗാർട്ട്
ഇ എം ഫോസ്റ്റർ
ബിർക്കൻസൺ
നോട്ടിങ് ഹാംഷയർ
പോൾമോറൽ
ക്ലാര ഡേവിസ്
ഉറുസല
ക്ലിപോർഡ് ചാറ്റർലി
കോണി
ഒലിവർമെല്ലർ
ബ്രാങ്ഗ്വൻഫാമിലി
ദി ഇംഗ്ലീഷ് റിവ്യു
അനാർക്കിസം

ടി എസ് എലിയറ്റ് (1888-1965)

ദി ലവ് സോംഗ് ഓഫ് ആൽഫ്രെഡ് ജെ പ്രൂഫോക്ക് (1917)
ജറോൺഷ്യ (1920)
ദി വേസ്റ്റ് ലാന്റ് (1922)
എസ്രാപൗണ്ട്
എഫ് ആർ ലീവിസ്
വാൾട്ടൺ ലിസ്റ്റ്
ഐർവിങ് ബാബിറ്റ്

ജോർജ് സന്തായന
എഫ് എച്ച് ബ്രാഡ്‌ലി
കീറ്റ്സ്
ഷെല്ലി
വേർഡ്സ്‌വർത്ത്
ലാഫോർഗ്
ബോദ്‌ലയർ
ജോൺഡൺ
ഐ എ റിച്ചാർഡ്സ്
സെന്റ് അഗസ്റ്റിൻ
ശ്രീബുദ്ധൻ
ടൈറേസ്യാസ്
യേശുക്രിസ്തു
അപ്പോളോ ദേവൻ
താമൂസ്
അഡോണിസ്
ഓർഫ്യൂസ്
സിബിൽ
മാഡം സൊസോസ്ട്രീസ്
ഫ്ളിബസ്
തെംസ്
വിക്ടോറിയൻയുഗം

ബെർതോൾഡ്ബ്രെഹ്ത് (1898-1956)

ഡ്രംസ് ഇൻ ദി നൈറ്റ് (1928)
ഇൻ ദി ജംഗിൽ ഓഫ് സിറ്റീസ് (1922)
ത്രീ പെനി ഓപ്പറ (1928)
ദി മെഷഴ്സ് ടേയ്ക്കൺ (1930)
ദി റൗണ്ട് ഹെഡ്സ് ആന്റ് പീക്ക് ഹെഡ്സ് (1936)
ദി ലൈഫ് ഓഫ് ഗലീലിയോ (1938)
ദി ഗുഡ് വിമൺ ഓഫ് സെത്സ്വാൻ (1938)
കൊക്കേഷ്യൻ ചോക്ക് സർക്കിൾ (1944)
എ ലിറ്റിൽ ഓർഗാനോ ഫോർ ദി തീയേറ്റർ (1948)
അഡോൾഫ് ഹിറ്റ്ലർ
അരിസ്റ്റോട്ടിൽ
ഹെലൻ വീയ്ഗ
ദാസ്കാപ്പിറ്റൽ
ഇൻഡിപെൻഡന്റ് സോഷ്യൽ ഡമോക്രാറ്റിക് പാർട്ടി
ബർലിൻ ലിറ്ററി മാഗസിൻ
ബെർലിനർ എൻസെംബിൾ
സ്റ്റാലിൻ പീസ് പ്രൈസ്

എപ്പിക് തീയേറ്റർ
ലുത്ത് ഓട്ടോ

ഖലീൽ ജിബ്രാൻ (1883-1931)

ദി ഗാർഡൻ ഓഫ് ദി പ്രോഫറ്റ് (1919)
ദി വോയ്സ് ഓഫ് മാസ്റ്റർ
ബാർബറായംഗ്
കാമില
ജോസഫൈൻ പ്രസ്റ്റൺ പീബോഡി
നദീൻ
നസീബ് അറിദ
ലെബനോൺ
ബോസ്റ്റൺ

ഹെർമൻ ഹെസെ (1877-1962)

ഇൻ ദിസ് വേൾഡ് (1907)
നെയിം ബേർസ് (1909)
ഡെമേൻ (1917)
സിദ്ധാർഥ (1922)
സ്റ്റെഫൻ വുൾഫ് (1927)
ദി പ്രോഡ്ജി
ബ്രിദ
പൗലോകൊയ്ല
ഷോപ്പൻ ഹോവർ
ഫ്രെഡ്റിക് നീഷേ
ജേക്കബ് ബർക്ക്
ഗൊയ്ഥേ
വില്യം ബാരറ്റ്
ധർമാനന്ദ കൊസംബി
തോമസ്മൻ
ജെർട്രൂഡ്
റോസാൾഡെ
സെന്റ് ഫ്രാൻസിസ്
ശ്രീബുദ്ധൻ
ഹാരിഹാലർ
മേരിയ
പാബ്ലോ
ജോസഫ് നെഷ്റ്റ്സ്
ഗോവിന്ദൻ
കമല
കാമസ്വാമി

വാസുദേവൻ
മനോവിജ്ഞാനീയം
മാനിഫെസ്റ്റോ
മോൽബ്രോണിയ മൊണാസ്ട്രി
ബ്ലാക്ബ്രദർ
ഓങ്കാരം
ലുംബിനി
ബുദ്ധഗയ
രോഹിണിനദി

നിക്കോസ് കസൻദ് സാക്കീസ് (1883-1957)

സോർബ ദി ഗ്രീക്ക് (1953)
ദി ഗ്രീക്ക് പാഷൻ (1953)
ദി ലാസ്റ്റ് ടെംപ്റ്റേഷൻ ഓഫ് ക്രൈസ്റ്റ് (1960)
ഗോഡ്സ്പോപ്പർ (1962)
റിപ്പോർട്ട് ടു ഗ്രെക്കോ (1965)
സെർപ്പന്റ് ആന്റ് ലില്ലി
ദി ഗുഡ് പേഗൻസ് ഫെയ്ലിയർ
ഒഡിസി
ഹോമർ
സോക്രട്ടീസ്
ഒഡിസീയൂസ്
ലെനിൻ
തോമസ്മൻ
കോളറിഡ്ജ്
ബോർഹസ്
ആൽബർട്ട് ഷെറ്റ്സർ
ആന്ദ്രേബ്രിട്ടൻ
പീറ്റർബിൻ
യൂദാസ്
മഗ്ദലനമറിയം
ഗ്രീസ്
ഗാഗുൽത്താ
ബോൾഷെവിക്
ഗോസ്പൽ നോവൽ
സർറിയലിസം
സ്പരിചൽ ഇന്റ്യൂഷൻ
മോറൽ ഇന്റ്യൂഷൻ
ഫാഷൻ പ്ലേ
ലിക്കോവിസിഗ്രാമം
പനയോതറോസ്

മെനോലിസ്
കാതറീന

തോമസ്മൻ (1875-1955)

ബുഡ്ഡൻബ്രൂക്സ് (1901)
ടൊണ്യോക്രോഗ (1903)
ഡെത്ത് ഇൻ വെനീസ് (1913)
മാജിക് മൗണ്ടൻ (1924)
റോയൽ ഹൈനസ്
ലിറ്റിൽ ഹെർഫ്രെഡ്മാൻ
ടെയ്ൽസ് ഓഫ് ജേക്കബ്
ദി ഫിഫ്ത്ത് കോളം
ഏണസ്റ്റ് ഹെമിംഗ്വേ
ഷോപ്പനോവർ
ഇമ്മാനുവൽ കാന്റ്
ഫ്രെഡ്റിക് നീത്ഷെ
സിഗ്മണ്ട് ഫ്രോയ്ഡ്
കാൾയുങ്
ഷില്ലർ
ഫ്രെഡ്റിക് ബൂക്ക്
സെന്റ് സെബാസ്റ്റ്യൻ
ഡോ. ഫ്രിദ്റീഷ് ജെസ്സെൻ
ക്രോഗർ
അഷെൻ ബേക്കൻ
ഹാൻസ് ക്യാസ്റ്റോർവ്
ലിയോ നാഫ്ത
ലോ ദോവിക്കോസെത്തം ബ്രീഹി
വാൾട്ട് സാനിറ്റോറിയം

ഫെഡറികോ ഗാർഷ്യ ലോർക (1898-1936)

ബുക് ഓഫ് പോയംസ്
ഫസ്റ്റ് സോംഗ്സ്
സോംഗ്സ്
ബട്ടർഫ്ളൈസ് ഈവ്ൾസ്പെൽ
ദി ബ്ലഡ് വെഡിംഗ്
യെർമ
ദി ഹൗസ് ഓഫ് ബർണാഡ് ആൽബം
ജിപ്സി ബലാഡ്സ്
മാന്വെൽ ഡിഫല്ല
പൊയറ്റ് ഇൻ ന്യൂയോർക്ക്
റൊമാൻഡിറൊഗിറ്റാനെ

ജനറൽ ഫ്രാങ്കോ
സ്റ്റുഡന്റ് തിയറ്റിക്കൽ കമ്പനി
മാൻഡ്രിക് ആർട്സ് അക്കാദമി
പ്യൂബോൾ
വാകൈറോസ്

മാരിയോ വാർഗസ് യോസ (1936)

കോൺവെർസേഷൻ ഓഫ് ദി കത്തീഡ്രൽ (1969)
ദി റിയൽ ലൈഫ് ഓഫ് അലഹാന്ദ്രോമായ്ദ (1983)
ഇൻപ്രയ്സ് ഓഫ് സ്റ്റെപ്മദർ (1988)
നോട്ട്ബുക്സ് ഓഫ് ഡോൺ റിഗോബെർത്തോ (1997)
ഫീസ്റ്റ് ഓഫ് ദി ഗോട്ട് (2005)
ദി ബാഡ് ഗേൾ (2006)
എ ഫിഷ് ഇൻ ദി വാട്ടർ
ഗബ്രിയേൽ ഗാർസ്യമാർക്വേസ്
വില്യം ഫോക്നർ
ഹൂലിയ കോർത്തസാർ
കാർലോസ് ഫ്യുവന്റസ്
ഴാക്ഷെനെ
ത്രുഹില്യോമൊളിന
യുറാനിയ കബ്രാൾ
ജനറൽ മാനുവൽ ഒഡ്രിയ
ഴാങ്പോൾ സാർത്ര്
സിഗ്മണ്ട് ഫ്രോയ്ഡ്
ആൽബെർട്ടോ പുജിമോറി
കൊളോണിയലിസം
ഡൊമനിക്കൻ റിപ്പബ്ലിക്
ബോഡി പൊളിറ്റിക്സ്
സ്പിരിച്വുലൈസേഷൻ
അബ്സേർഡ്
സൈൻ ഓഫ് കോൺഡ്രഡിക്ഷൻ
അലഹാന്ദ്രോ മായ്ദ
സാന്തിയാഗോ സവാല
അംബ്രോസി
അൽഫോൺസ
ലുക്രീഷ്യ
റിക്കാർദോ
കോമേഡ് ആർലെറ്റ
ഫുക്കുദ

www.ingramcontent.com/pod-product-compliance
Lightning Source LLC
LaVergne TN
LVHW040748051026
849519LV00007BA/2478
* 9 7 8 9 3 8 3 1 5 5 0 1 9 *